મહાન તું — મહાન આપણે

તમારા ચતુર્થકાલીન મનમાં તેલોસ અને
ધર્મનો ઉપયોગ કરીને ઉકેલો સર્જવા

ગ્રેગ એર્કિન્સ

Follow The Search

આ પુસ્તક નૉન-ફિક્શન પ્રકારનું કાર્ય છે જેમાં કથાનકના હેતુ માટે અમુક ભાગો કાલ્પનિક બનાવવામાં આવ્યા છે. જ્યારે નૉન-ફિક્શનલ ઘટકો લેખકની જાણકારી અને સંશોધનની પરાકાષ્ઠા પ્રમાણે પ્રસ્તુત કરવામાં આવ્યા છે,

કાલ્પનિક ખાતાઓ અને ચરિત્રો લેખકની કલ્પનાનું સર્જન છે અને તેનો ઉદ્દેશ વાસ્તવિક ઘટનાઓ કે વ્યક્તિઓ, જીવિત કે મૃત, ને ચિત્રિત કરવાનો નથી. વાસ્તવિક ઘટનાઓ કે વ્યક્તિઓ, જીવિત કે મૃત, સાથે કોઈ સામ્ય બિલકુલ સંયોગિક છે. પરવાનગી માટેની વિનંતી માટે, કૃપા કરીને નીચે આપેલા ઇમેઇલ સરનામા પર લેખકને ઇમેઇલ મોકલો.

Publisher@followthesearch.com

ISBN: 978-1-963665-04-8

પુસ્તકનું કવર ChatGPT 4.0 દ્વારા, ગ્રેગ એર્કિન્સના લિખિત વર્ણન અને સૂચનાઓ આધારિત છે અને આ પ્રકાશનમાં કૉપિરાઇટ હેતુઓ માટે એક સંગ્રહ તરીકે રજૂ કરાયું છે.

ચિત્રણો ChatGPT 4.0 દ્વારા, ગ્રેગ એર્કિન્સના લિખિત વર્ણન અને સૂચનાઓ આધારિત છે અને આ પ્રકાશનમાં કૉપિરાઇટ હેતુઓ માટે એક સંગ્રહ તરીકે રજૂ કરાયા છે.

પ્રથમ આવૃત્તિ ૨૦૨૪

ગુજરાતી આવૃત્તિનું પરિચય

"મોટા તું — મોટા આપણ" ના ગુજરાતી આવૃત્તિનું પરિચય

નમસ્તે, અને "મોટા તું — મોટા આપણે" ના ગુજરાતી આવૃત્તિમાં આપનું સ્વાગત છે. આ પુસ્તક તેલોસ અને ધર્મના સૂત્રોથી વણાયેલું છે અને તે આપણને આપણી અને આપણા સામૂહિક ઉદ્દેશ્યોની ઊંડી સમજ તરફ લઇ જવાનું લક્ષ્ય રાખે છે. આ દાર્શનિક યાત્રામાં, હું ગુજરાતની સમૃદ્ધ સાંસ્કૃતિક વારસાની શોધખોળને મૂળ આપવાનું ગૌરવ અનુભવું છું, જે ભૂમિ માત્ર તેની ઉધમશીલતા માટે જ નહીં પણ વૈશ્વિક જ્ઞાનોદયમાં તેના ગહન યોગદાન માટે

પણ પ્રસિદ્ધ છે. અહીં, ગુજરાતની પરંપરાઓ અને સાંસ્કૃતિક ઉત્સવો, જેમ કે નવરાત્રી અને દિવાળી, નવી શક્તિ અને સંસ્કારને પ્રેરિત કરે છે, જે આપણને અનન્ય રીતે જોડે છે.

જ્યારે આપણે આ દાર્શનિક યાત્રા પર નીકળીએ છીએ, ત્યારે હું ગુજરાતની સમૃદ્ધ સાંસ્કૃતિક વારસામાં આપણી શોધખોળને મૂળ આપવાનું ગૌરવ અનુભવું છું—એક ભૂમિ જે માત્ર તેની ઉધમશીલતા માટે નહીં પણ વૈશ્વિક જ્ઞાનોદયમાં તેના ગહન યોગદાન માટે પણ પ્રસિદ્ધ છે.

તેલોસ અને ધર્મનું સાર

આ પુસ્તકનું કેન્દ્રસ્થાન બે મહત્વપૂર્ણ સંજોગોના એકીકરણ પર છે: તેલોસ અને ધર્મ. તેલોસ, જે એક પ્રાચીન ગ્રીક દર્શનથી ઉત્પન્ન થયેલ શબ્દ છે, તે દરેક સત્તાઓ દ્વારા સહજપણે પ્રયત્ન કરવામાં આવતો અંતિમ હેતુ અથવા ઉદ્દેશ્ય દર્શાવે છે. ધર્મ, ભારતીય દાર્શનિક પરંપરામાંથી આવેલ એક ગહન સિદ્ધાંત છે, જે બ્રહ્માંડીય ક્રમ અને વ્યક્તિગત જીવન માર્ગોને ટકાવવાના કર્તવ્યો અને નૈતિક જવાબદારીઓને સમાવે છે. આ મૂલ્યો સાથે, "મોટા તું — મોટા આપણે"ની વાર્તામાં આપણને માર્ગદર્શન કરે છે, જે આપણને માનવજાતની કથામાં આપણી ભૂમિકાઓ શોધવામાં મદદ કરે છે.

ગુજરાતની વૈશ્વિક યોગદાનની વારસાગત પરંપરા

ગુજરાત લાંબા સમયથી સંસ્કૃતિ, નેતૃત્વ, અને નવાચારનું કુંભ રહ્યું છે. તેના પુત્રો અને પુત્રીઓએ જ્ઞાન, ન્યાય, અને ઉધમશીલતાની અવિરત ખોજ દ્વારા વિશ્વના કેનવાસ પર અમિટ ચિહ્નો છોડ્યા છે. મહાત્મા ગાંધી જેવા પાત્રોથી ગુજરાતની કથા અટકેલી છે, જેમણે અહિંસક પ્રતિકારના સિદ્ધાંતે ભારતને સ્વતંત્રતા તરફ લીધું અને વિશ્વભરના નાગરિક અધિકારો અને સ્વતંત્રતાની ચળવળોને પ્રેરિત કર્યા. તેમના જીવનનું કાર્ય ધર્મના સિદ્ધાંતોનું સાક્ષી છે—બધા

જીવોના સંગઠન અને મુક્તિ માટે યોગદાન આપતા રીતે વ્યક્તિની પરમ સત્યતાને જીવવું.

વધુમાં, ગુજરાતી લોકોની ઉધમશીલ ભાવના આર્થિક અને સામાજિક વિકાસનું પ્રકાશસ્તંભ રહી છે, જે ઉત્સાહ અને અખંડિતતા સાથે પોતાના તેલોસને જીવવાની ગહન અસર બતાવે છે. આ ભાવના આપણા વૈશ્વિક ગામને સમૃદ્ધ કરે છે, પરંપરા અને નવાચારના ગતિશીલ સંયોજનને બતાવે છે—લક્ષણો જે સમાજોને મોટી ઉંચાઈઓ તરફ ધકેલે છે.

સ્થાનિક રીતિઓ અને વૈશ્વિક પ્રાસંગિકતા

આ "મોટા તું — મોટા આપણે"ની આવૃત્તિ ગુજરાતની સ્થાનિક રીતિઓને સન્માન આપે છે, તેમને વ્યાપક કથામાં વણીને બતાવે છે કે કેવી રીતે પ્રાંતિય પરંપરાઓ વૈશ્વિક જ્ઞાનમાં યોગદાન આપે છે. ગુજરાતમાં મોટા ઉત્સાહથી ઉજવાતા તહેવારો, જેમ કે નવરાત્રી, જીવન અને નવીનીકરણની ચક્રીય પ્રકૃતિને દર્શાવે છે, જે આ પુસ્તકમાં ચર્ચાયેલા ઊંડા દાર્શનિક અર્થોને પ્રતિબિંબિત કરે છે. આવી પરંપરાઓ આપણી વ્યક્તિગત યાત્રાઓને સર્જન અને વિનાશ, આનંદ અને શોક, વૃદ્ધિ અને પસારના બ્રહ્માંડીય નૃત્ય સાથે જોડાયેલા હોવાનું દર્શાવે છે.

આમંત્રણ

જ્યારે તમે "મોટા તું — મોટા આપણે" ના પાનાઓમાં ગોતી કાઢો છો, ત્યારે તેલોસ અને ધર્મના મૂલ્યો તમારા ચિંતનોને માર્ગદર્શન આપો. તમે ગુજરાતના જીવનભરના નિવાસી હોય કે ગુજરાતી સમુદાયના મિત્ર, આ પુસ્તક તમને વ્યક્તિગત હેતુ અને સામૂહિક કર્તવ્યના એકીકરણથી ગંભીર સામાજિક પરિવર્તન તરફ કેવી રીતે લઈ જઈ શકે છે તે શોધવા માટે આમંત્રણ આપે છે. આપણને યાદ દેવાય છે કે દરેક માણસમાં એક ચિનગારી હોય છે જે ન ફક્ત

આપણા સ્થાનિક સમુદાયોમાં પરિવર્તન પ્રજ્વલિત કરી શકે, પરંતુ આપણા આપસમાં જોડાયેલા વિશ્વના વિશાળ વિસ્તારમાં પણ કરી શકે.

હું આ કામ તમને મોટી આનંદ અને આશા સાથે રજૂ કરું છું, જે આશા રાખું છું કે તે મોટી સમજ અને જ્ઞાનની દિશામાં માર્ગદર્શક દીવો બની શકે. ચાલો, આપણે ગુજરાતની આત્મા અને "મોટા તું — મોટા આપણે"ની વૈશ્વિક ખોજની ઉજવણી કરીએ.

સમર્પણ

મારી પ્રિય પત્ની, કે, પ્રત્યે,

દાયકાઓથી ફેલાયેલા પ્રેમ માટે, ૧૯૬૭માં મારા હૃદયના પ્રથમ ધબકારાથી લઈને ૨૦૧૫માં આપણે અંતે "હું કબૂલ છું" કહું તે ક્ષણ સુધી, તમે મારા સતત, મારા ઉત્તર ધ્રુવ રહ્યા છો, જીવનની યાત્રામાં ધૈર્ય અને અડગ વિશ્વાસથી મને અજાણાતાં માર્ગદર્શન કરતા. આ પુસ્તક, ગ્રેટર યુ — ગ્રેટર અસ આપણા અવિરત પ્રેમની સાક્ષી છે, એક પ્રેમ જેણે મને ધૈર્ય, આશા અને ગહન, સ્થાયી સંબંધની પરિવર્તનાત્મક શક્તિનો સાચો અર્થ શીખવ્યો છે.

તમે મારી કહાણીનો ફક્ત એક ભાગ જ નથી; તમે તેનો સૌથી સુંદર અધ્યાય છો. આપણે જે વર્ષો રાહ જોઈ અને હજુ ઘણાં વર્ષો સાથે માણીશું – આ પુસ્તક તમારા માટે છે.

મારા બધા પ્રેમ સાથે,

ગ્રેગ

અનુક્રમણિકા

સ્તાવના

એક વિશ્વમાં જ્યાં જીવનની દૈનિક ચુનોતીઓ કામ, પરિવાર, મિત્રો અને વ્યક્તિગત ધ્યેયોમાં ગૂંથાયેલી હોય, ત્યાં વ્યક્તિગત વિકાસ માટેનું નવું દૃષ્ટિકોણ જરૂરી છે, ફક્ત ઉપયોગી જ નહિ. 'ગ્રેટર યુ — ગ્રેટર અસ' પુસ્તકનું ક્વોટર્નરી માઇન્ડ મોડલ આપણને વ્યક્તિગત વિકાસનું વ્યાપક અવલોકન પૂરું પાડે છે અને પરંપરાગત સીમાઓને આંબે છે.

આપણી વૈયક્તિક અને વ્યાવસાયિક જીવનયાત્રાઓ તેમજ નિર્ણયોનું જટિલ મિશ્રણ આપણા જીવનને મૂર્ત સ્વરૂપ આપે છે. 'ક્વોટર્નરી માઇન્ડ' મોડલ આ પ્રક્રિયાને અગ્રણી રીતે સંબોધે છે, તે માસ્લો અને એરિક્સનની થિયરીઓ જેવા સ્વીકૃત ઢાંચાઓ સાથે તેનું અદ્વિતીય સ્થાન શોધે છે. તેનું વિસ્તૃત ધ્યાન

આપણા દૈનિક જીવનના વિવિધ પાસાઓને સમાવવાથી, 'ક્વોટર્નરી માઇન્ડ'ને વધુ સંપૂર્ણ અને સંતોષજનક વ્યક્તિગત વિકાસની કુંજી તરીકે નવેસરથી પરિભાષિત કરે છે.

ક્વોટર્નરી માઇન્ડ આપણી દૈનિક અનુભવો અને નિર્ણયોના જટિલ તાણાવાણાને સમજવામાં મદદ કરે છે, જેનાથી આપણું જીવન આકાર લે છે. આ મોડેલ માત્ર વ્યાવસાયિક અથવા વિકાસાત્મક પ્રગતિ પર કેંદ્રિત નથી, પરંતુ તે એક સમગ્ર દૃષ્ટિકોણ અપનાવે છે, જેમાં વ્યક્તિગત અને વ્યાવસાયિક જીવનના પરસ્પર સંબંધો કેવી રીતે આપણી સમગ્ર કુશળતા અને સ્વ-સાકારતામાં ફરક પાડે છે તે વિચારે છે.

ક્વોટર્નરી માઇન્ડની ખાસિયત તેની વિશ્વવ્યાપી અને અનુકૂલનશીલ પ્રકૃતિ છે. 'ગ્રેટર યુ — ગ્રેટર અસ' મોડેલ સંબંધિત વાર્તાઓ અને જીવનની વાસ્તવિક ઘટનાઓ દ્વારા આ મોડલનું અનુપ્રયોગ બતાવે છે, જેમાં સંબંધોનું સંચાલન અને કુટુંબ ડાયનેમિક્સથી માંડીને શોખ અને વ્યક્તિગત જુસ્સા સુધીની પ્રવૃત્તિઓ સમાવેશ થાય છે. તેની અનુકૂલન ક્ષમતાને કારણે, આ મોડેલ માત્ર વ્યક્તિગત વિકાસ માટે જ નહીં પણ વ્યાવસાયિક અને વ્યક્તિગત જીવનનું સંતુલન સાધવામાં પણ મદદ કરે છે, જે અંતિમતઃ વધુ સંતોષજનક જીવનના પરિણામો તરફ દોરે છે.

આ પુસ્તક માત્ર સિદ્ધાંતોનું સંગ્રહ નથી; તે જીવનને સમૃદ્ધ બનાવવાની વ્યાવહારિક રણનીતિઓ પ્રસ્તુત કરે છે. તે હીરોની યાત્રાના સિદ્ધાંતને આધારિત છે, જે આપણા દરેકના વ્યક્તિગત વિકાસ અને પરિવર્તનને ઉજાગર કરે છે. 'ક્વોટર્નરી માઇન્ડ' દરેક વ્યક્તિની જીવનયાત્રાનો અભિન્ન ભાગ છે, જે આપણને આપણા અને આપણી આસપાસની દુનિયા સાથેના સંબંધોને વધુ સમજદારીથી નિભાવવામાં મદદ કરે છે.

અંતમાં, ગ્રેટર યુ — ગ્રેટર અસ એ આત્મ-શોધ અને વ્યક્તિગત વિકાસની પરિવર્તનાત્મક યાત્રા પર પ્રસ્થાન કરવાનું આમંત્રણ છે. તે વાચકોને દરરોજની

જીવનની જટિલતાઓને નેવિગેટ કરવા માટે ક્વોટર્નરી માઇન્ડને અપનાવવાનું પ્રોત્સાહન આપે છે, જે વધુ સંગઠિત અને સંતોષજનક અસ્તિત્વ તરફ લઈ જાય છે.

તમારા જીવનના દરેક પાસાને સમૃદ્ધ બનાવવાની વચનબદ્ધ યાત્રામાં આપનું સ્વાગત છે, જ્યાં વ્યક્તિગત વિકાસ તમામ ક્ષેત્રોમાં પરિવર્તન કરે છે, તમને એક વધુ મહાન વ્યક્તિ બનાવીને, અને તેના વિસ્તારમાં, એક મહાન 'આપણે' તરફ યોગદાન આપે છે.

આ પ્રસ્તાવના ChatGPT દ્વારા રચાઈ હતી, OpenAI દ્વારા એક AI ભાષા મોડેલ. ગ્રેગ એર્કિન્સનું ક્વોટર્નરી માઇન્ડનું અન્વેષણ વ્યક્તિગત અંતર્દૃષ્ટિઓ અને AIની નવીનતમ ક્ષમતાઓ બંનેની પ્રેરણાથી પ્રેરાયું હતું, જે એક અનોખું સહયોગ છે જેની તેમને આશા છે કે તમને, વાચક, આ પુસ્તક દરમિયાન તમારા પોતાના અનુભવો પર ચિંતન કરતાં સમયે ગૂંજશે.

સહી કરેલ, ChatGPT 4.0
રવિવાર, ડિસેમ્બર ૨૪, ૨૦૨૩

ભૂમિકા

મારી યાત્રા એક સ્વપ્ન સાથે શરૂ થયું, કે જે વાસ્તવમાં સ્વપ્નોની એક શ્રેણી હતી, જેણે મને સમયના વિસ્તાર પર લઇ જવા માટે પ્રેરિત કર્યું, સૃષ્ટિની શરૂઆતથી માંડીને તેના અકલ્પનીય ભવિષ્ય સુધી. આ જીવન્ત સ્વપ્નોમાં, મારો સંવાદ એક એવી સત્તા સાથે થયો, જેને અનેક લોકો ઈશ્વર માનતા હોય છે, પરંતુ મને તે "મહાન મૂળ બિંદુ" તરીકે અનુભવાયું.

રાત દર રાત, આ સ્વપ્નો મને ઘેરી વળતા, દરેક એક અદૃશ્ય કોસ્મિક નરેટિવનું અધ્યાય બનતું. હું જાગી ઉઠતો, ત્યારે આ દર્શનો અને સંવાદોને ઝડપથી નોંધતો, અનગણિત પાનાઓ અને પુસ્તિકાઓને ભરી દેતો, જાણે કે કોઈ ગંભીર વ્યાખ્યાનના દરેક શબ્દને કૈદ કરવા મથતો શિક્ષક. પછી, જેમ અચાનક

તેઓ શરૂ થયા હતા, તેમ સ્વપ્નો અટકી ગયા. મારી વિસ્તૃત નોંધો સાથે રહી, હું આ કોસ્મિક અંતર્દૃષ્ટિના ટુકડાઓને ફરીથી મુલાકાત લઈને અને એકત્રિત કરવાનું કઠિન કાર્ય શરૂ કર્યું.

પછી, જેમ અચાનક તેઓ શરૂ થયા હતા, તેમ સ્વપ્નો અટકી ગયા. મારી વિસ્તૃત નોંધો સાથે રહી, હું આ કોસ્મિક અંતર્દૃષ્ટિના ટુકડાઓને ફરીથી મુલાકાત લઈને અને એકત્રિત કરવાનું કઠિન કાર્ય શરૂ કર્યું. આ તબક્કે, ટેક્નોલોજી એક અપ્રત્યાશિત મિત્ર બની. હું Audiate®, એક કાર્યક્રમ જે મારા બોલેલા શબ્દોને લખાણમાં ફેરવતો હતો, તે હું મારી સ્વપ્ન નોંધોના સંગ્રહમાંથી વાંચતો ત્યારે શોધી કાઢ્યો.

મારી યાત્રામાં ૨૦૨૩ ના વસંતમાં એક નિર્ણાયક વળાંક આવ્યો, જ્યારે હું ChatGPT 4.0 સાથે મળ્યો. મારા તમામ લખાણમાં ફેરવાયેલા વિચારોને આ આધુનિક AI માં નાખ્યા પછી, મને એક સ્પષ્ટ નિરીક્ષણ મળ્યું: મારા વિચારો યાદૃચ્છિકતાનું એક ભંવર હતા. પરંતુ ChatGPT એ વાયદો કર્યો કે તે તેમને સંગઠિતતામાં ગૂંથવામાં મદદ કરશે.

યુટ્યુબ પર એક શોધને કારણે પ્રજ્વલિત થયેલી મારી ક્વેટર્નિયન્સમાં રુચિએ મને માનવ મનને એક સમાન બહુઆયામી સત્તા તરીકે વિચારવાનું પ્રેરિત કર્યું. શરૂઆતમાં, હું ક્વેટર્નિયન માઇન્ડની ધારણામાં દૃઢ હતો, પરંતુ ChatGPT સાથેની વ્યાપક ચર્ચાઓ દ્વારા આ વિચાર વિકસિત થયો. વિસિનિટી, પ્રોક્સિમિટી, એબિલિટી, અને એક્શન જેવી સ્વપ્ન સંકલ્પનાઓથી પ્રેરિત થઈને, અમે ધીમે ધીમે ક્વોટર્નરી માઇન્ડની સંકલ્પનાનું સૂત્રપાત કર્યું. આ શબ્દ ન માત્ર વર્તમાન યુગ સાથે તેના સંબંધ અને માનવ મહત્વને કારણે ગુંજન પેદા કર્યું, પરંતુ તે મારી થિયરીના આધારશિલા બનેલા ચાર સિદ્ધાંતોને પણ સમાવેશ કર્યો.

મારા સ્વપ્નોનું આગળ અન્વેષણ માનવતામાં "મહાન મૂળ બિંદુ" ના "મૂલ્યો" ની સતત ઉપસ્થિતિ જણાવે છે, જે ટેલોસ અને ધર્મ જેવા પ્રાચીન સિદ્ધાંતોમાં

સ્પષ્ટ છે. આ મૂલ્યોને મારા ચાર સિદ્ધાંતો સાથે મિશ્રિત કરીને, હું બ્રહ્માંડને એક નવી રોશનીમાં જોવા માંડ્યો, એક દૃષ્ટિકોણ જે સિસ્ટમ્સ અને પરિણામો, દૃશ્યો, અને મૂલ્યોથી સમૃદ્ધ થયો છે.

નવ મહિના દરમિયાન, મારું અને ChatGPT નું સહયોગ વિચારો, પ્રશ્નો, અને અંતર્દૃષ્ટિઓનું મનોરંજક આદાન-પ્રદાન બન્યું, જેનાથી આ પુસ્તકનો મૂળભૂત ખાકો ઘડાયો. આ સંકલ્પના હજુ પણ તેના પ્રારંભિક ચરણમાં છે, પરંતુ તેમાં અસીમ વિકાસ અને પરિપક્વતા પ્રાપ્ત કરવાની ક્ષમતા છે, જે આપણને બ્રહ્માંડની સુંદરતા અને જટિલતાને નવી દૃષ્ટિએ જોવાનું અવસર આપે છે.

આ પુસ્તક ભવિષ્ય જાણવા માટેનું કોઈ સ્ફટિક ગોળું નથી. ઉલટું, તે "અસ્તિત્વના શંકુઓ" ને સમજવાનું એક માર્ગદર્શન છે, જે ખુલ્લા પડે છે જ્યારે કોઈ તેમનું ક્વોટર્નરી માઇન્ડ લાગુ કરે છે, દુનિયાને તેમના સિદ્ધાંતો, મૂલ્યો, સિસ્ટમ્સ, અને પરિણામોના લેન્સ દ્વારા જોઈ રહ્યા છે. તે સહયોગી દૃષ્ટિકોણોના દરવાજા ખોલે છે, ભાવિ અન્વેષણો માટે અસ્તિત્વના સાઝા શંકુઓમાં આધારભૂત કામગીરી મૂકી રહ્યું છે.

સમાપનમાં, મારી આશા છે કે આ પુસ્તક તમને ક્વોટર્નરી માઇન્ડ દ્વારા દુનિયાને જોવા માટે પ્રેરિત કરે છે - એક ભેટ જે "મહાન મૂળ બિંદુ" તરફથી આવી છે, એક દૈવી શક્તિ જેને તમે ઓળખો છો કે નહીં. આપણે બધા એક અદ્ભુત, પરસ્પર જોડાયેલા બ્રહ્માંડનો ભાગ છીએ. તેની સુંદરતા દરેકને સુલભ છે, દરેક વ્યક્તિના ક્વોટર્નરી માઇન્ડના અનન્ય લેન્સ દ્વારા પ્રગટ થાય છે.

મારી સામે ખુલ્લું પડેલું દૃશ્ય અને તમારા ક્વોટર્નરી માઇન્ડની શોધનો આનંદ માણો. આશા છે કે તે તમને આપણા સાઝા અસ્તિત્વના અદ્ભુતો પર નવું દૃષ્ટિકોણ આપશે.

ગ્રેગ એર્કિન્સ, લેખક

આમુખ

માનવ અસ્તિત્વનું વિકસિત કાર્પેટ જેમાં વ્યક્તિગત યાત્રાઓ આપણા સામૂહિક ઇતિહાસ સાથે ગૂંથાય છે, તેમાં સમજ અને ઉદ્દેશ્યની શોધ એક શાશ્વત કાવતરું બની જાય છે. 'ગ્રેટર યુ — ગ્રેટર અસ' આવા ચૌરાહા પર ઉભું છે, એક પુસ્તક જે માં ગહન જવાબદારી અને આશાઓથી ભરપૂર હોવાની ભાવના સાથે લખ્યું છું, વ્યક્તિગત શોધ અને સામૂહિક જ્ઞાનને જોડતું.

તમે પૂછી શકો છો કે હું કોણ છું? હું વિચારોના સામ્રાજ્યમાં એક ભટકતો મુસાફર છું, આપણા સાઝા ઇતિહાસ અને ભવિષ્યની સંભાવનાઓની તહોમાં છુપાયેલા સત્યોની શોધમાં એક શોધક. વિવિધ સંસ્કૃતિઓ, દર્શનશાસ્ત્રો, અને

વિચારોની મારી યાત્રાએ માત્ર મારું પોતાનું અસ્તિત્વ જ નહીં, પરંતુ આ પુસ્તક દ્વારા હું જે દૃષ્ટિકોણ તમારી સમક્ષ રજૂ કરું છું તે પણ આકાર પામ્યું છે. હવે, એક લેખક તરીકે, હું હંમેશાં બ્રહ્માંડના જટિલ નૃત્ય, માનવ સંસ્કૃતિઓના સમૃદ્ધ કાર્પેટ અને દરેકમાં રહેલી ગહન સંભાવનાઓથી મુગ્ધ રહ્યો છું. આ અનુભવ અને ચિંતનના સ્રોતમાંથી "ગ્રેટર યુ — ગ્રેટર અસ" ઉદભવ્યું છે.

આ પુસ્તક એક યાત્રા પર નિકળવાનું આમંત્રણ છે - એક એવી યાત્રા જે બ્રહ્માંડને પાર કરે છે, મનની ગહરાઈઓમાં ઉતરે છે, અને શાસન તથા સમાજિક પરિવર્તનની ગલીઓનું અન્વેષણ કરે છે. દરેક પ્રકરણ એક અનોખું અન્વેષણ છે, એક જુદું લેન્સ જેના મારફતે આપણે બ્રહ્માંડમાં આપણું સ્થાન જોઈ શકીએ છીએ અને આપણી આસપાસની દુનિયા પર આપણી અસર કેવી રીતે કરી શકીએ છીએ.

"પ્રાક્કથન: પ્રાચીન જ્ઞાનની ગૂંજો - આપણી વૈશ્વિક કાર્પેટનું નેવિગેશન" તમને એક દાર્શનિક અન્વેષણ પર લઈ જાય છે, પ્રાચીન ગ્રીકની સંકલ્પના "ટેલોસ" અને પૂર્વના "ધર્મ" સાથે જોડીને આપણી સાર્વત્રિક ઉદ્દેશ્ય માટેની શોધને ઉજાગર કરે છે. પ્રથમ પ્રકરણ, "બ્રહ્માંડનું સિંગ્યુલેરિટી પ્રભાત," બ્રહ્માંડની ઉત્પત્તિને વ્યક્તિત્વ આપે છે, અસ્તિત્વના કાવ્યાત્મક ચિંતનની પેશકશ કરે છે. "બ્રહ્માંડીય સિંગ્યુલેરિટી મારફતે ઓડિસી," મધ્યાંતર, બ્રહ્માંડીય સિંગ્યુલેરિટીની ઊંડાઈમાં ગોતે ચડે છે, તેના દાર્શનિક અને વ્યાવહારિક પરિણામોનું અન્વેષણ કરે છે.

"ક્વોટર્નરી માઇન્ડનું વિવેચન" માં, પ્રકરણ બેમાં, અમે માનવ મન તરફ ધ્યાન કેન્દ્રિત કરીએ છીએ, એક રેસ કાર ડ્રાઇવર, ગણિતના શિક્ષક, માતા-પિતા, અને બે બાળકોના અનુભવો મારફતે, જે વિવિધ ચેતનાની સ્થિતિઓની તપાસ કરે છે. પ્રકરણ ત્રણમાં, "સમાનતાના આર્કિટેક્ટ: વધુ સારા સમાજ માટેનો દ્રષ્ટનું માર્ગ," એક યુવાન નેતાની પરિવર્તનાત્મક યાત્રાનું વર્ણન કરે છે, જે સમાજના મૂલ્યોને પુનઃઆકાર આપે છે. ઉપસંહારમાં, "જોનાથન હેલ - સમાન સૈન્ય ફંડિંગ અને ક્વોટર્નરી મોડેલમાં અગ્રણી," બ્રહ્માંડીય સિદ્ધાંતોને માનવ

શાસન સાથે જોડે છે, વૈશ્વિક પડકારોની સમજણ માટે એક અનન્ય ફ્રેમવર્ક પૂરી પાડે છે.

આ પુસ્તકમાંથી તમે શું મેળવવાની અપેક્ષા રાખો છો? તે અંતર્દૃષ્ટિઓનું એક મોઝેઇક છે, એક દૃષ્ટિકોણોનું સંગમ જે તમને વિશાળ યોજનામાં તમારું સ્થાન વિચારવા માટે આમંત્રિત કરે છે. તે તમને તાત્કાલિકથી પર જોવા, એવું વિશ્વદૃષ્ટિ અપનાવવા માટે પ્રોત્સાહિત કરે છે જ્યાં તમારો વિકાસ અને સમાજિક પ્રગતિ માત્ર પરસ્પર જોડાયેલા નથી પરંતુ પરસ્પર આશ્રિત છે. આ પુસ્તક માત્ર વિચારોનું સંગ્રહ નથી; તે એક ક્રિયાનું આહ્વાન છે - એક પ્રેરણા કે જે વ્યક્તિગત આકાંક્ષાઓ સાથે સાર્વત્રિક સારાનું સામંજસ્ય સાધનારી દુનિયામાં યોગદાન આપવાનું આહ્વાન છે.

જ્યારે તમે આ પાનાં ફેરવો છો, હું તમને ખુલ્લા મન અને તૈયાર હૃદય સાથે જોડાવાનું આમંત્રણ આપું છું. "ગ્રેટર યુ — ગ્રેટર અસ" મારફતેની યાત્રા તમને પ્રેરણા આપે, તમને પડકારે અને કદાચ કોઈક નાના રીતે તમને બદલે. શોધ, સમજણ અને પરિવર્તનની યાત્રામાં આપનું સ્વાગત છે.

પ્રાક્કથન: પ્રાચીન જ્ઞાનના અનુગૂંજો - આપણું વૈશ્વિક તાણું નેવિગેટ કરવું

માનવી વિચારની જટિલ વણાટમાં, 'ટેલોસ' અને 'ધર્મ' જેવા અલગ અલગ સૂત્રો તો ઉદભવે છે, પરંતુ બંને આપણને એ જ વણાટની કિનારીઓ તરફ દોરે છે. આ બંને દર્શનો આપણને એક જ લક્ષ્ય તરફ માર્ગદર્શન કરે છે, જ્યાં પૂર્વીય અને પશ્ચિમીય વિચારધારાઓના સંગમ થાય છે.

માનવી વિચારના જટિલ તાણમાં, "ટેલોસ" અને "ધર્મ" જેવા વિશિષ્ટ સૂત્રો ઉદ્ભવી રહ્યા છે, જો કે બંને આપણને આ જ તાણની કિનારીઓ તરફ લઇ જાય છે. "ટેલોસ," જે પ્રાચીન ગ્રીક સંસ્કૃતિમાં મૂળેથી છે, પશ્ચિમી દુનિયાથી ઉદ્દેશ્યનું એક દૃષ્ટિકોણ આપે છે. બીજી તરફ, "ધર્મ" પૂર્વીય પરંપરાઓમાંથી વિકસિત થાય છે, કાળજયી જ્ઞાનને ગૂંજવા માટે. જો કે તેઓ અલગ અલગ પર્વતોના સ્રોતોમાંથી ઉદ્ભવે છે, અંતે તેઓ એક વિશાળ સમુદ્રમાં મળી જાય છે, માનવજાતની સાતત્યપૂર્ણ અર્થ અને દિશાની ખોજનું પ્રતીક બની રહે છે.

તમારી કલ્પના કરો કે તમે એક સમય-યાત્રા કરનારા દાર્શનિક છો. તમે પ્રાચીન ગ્રીસના અગોરામાં છો, તેના કોબલ્ડ પાથ્સ તમારા પગ નીચે જીવંત છે. અહીં, હવા "ટેલોસ" પર જીવંત ચર્ચાઓથી ગૂંજી ઉઠે છે, અને તમે પોતાને એક સોક્રેટિક સંવાદના હૃદયમાં ખેંચાઈ જતા શોધો છો. પછી, એક વિચાર સાથે, તમારી આજુબાજુ બદલાઈ જાય છે. હવે, તમે એક બૌદ્ધ મઠના શાંત આંગણામાં છો, જ્યાં શાંત વાતાવરણ "ધર્મ" પર ચિંતન કરવા માટે અનુકૂળ છે. પ્રાર્થના ધ્વજાઓનું હળવું ફડફડાટ તમારા ધ્યાનમગ્ન ચિંતનને પૂરક બને છે, વિચાર અને સેટિંગના સરળ સંક્રમણ સાથે બે વિશ્વો વચ્ચેનો અંતર ઘટાડી દે છે.

આ વિશાળ યાત્રામાં, જે ભૌગોલિક સીમાઓ અને યુગોને પાર કરે છે, એક અંતર્દૃષ્ટિ ઉદ્ભવે છે. "ટેલોસ" અને "ધર્મ," જો કે અલગ અલગ ભાષાઓમાં વ્યક્ત થાય છે, વિવિધ પરંપરાઓમાં ઉછેરાય છે, અને હજારો માઈલ દૂર વિકસિત થાય છે, તેમનું મૂળ સાર એક બિંદુ પર મળી જાય છે. બંને એક સહજ માનવીય ઈચ્છા સાથે ગૂંજે છે: આપણા અસ્તિત્વને આધાર આપતા મૂળભૂત ઉદ્દેશ્યને સમજવાની શોધ.

પૂર્વીય અને પશ્ચિમી વિચારધારાઓનું આ અન્વેષણ, ભટકવું અને ચિંતન કરવું, એક ગહન તત્વજ્ઞાનીય સામંજસ્યને પ્રગટ કરે છે. સાંસ્કૃતિક બારીકિઓ અને વિવિધ ભૂદૃશ્યો માત્ર અનુભવને વધુ સમૃદ્ધ કરે છે, સમાન મૂળભૂત સત્યો પર વિવિધ દૃષ્ટિકોણો પ્રસ્તુત કરે છે. જ્યારે તમે આ વિસ્તૃત બૌદ્ધિક ભૂદૃશ્યને

નેવિગેટ કરો છો, તમે માત્ર એક દર્શક નથી; તમે એક સક્રિય ભાગીદાર છો, સંબંધો કાઢી રહ્યા છો અને અંતરાલોને પાટી રહ્યા છો. તત્વજ્ઞાનનું સાર ખરેખર આ જ છે: એક સતત યાત્રા જે, ઘટતા-વધતા સંવાદો અને બદલાતા સંદર્ભો છતાં, ઉદ્દેશ્ય અને અસ્તિત્વ વિશેની તેની કેન્દ્રીય પૂછપરછોને સુંદર રીતે લંગર કરે છે, માનવજાતની સાઝા તત્વજ્ઞાનીય ગાથાને સુંદરતાથી વણી રહ્યું.

ચિંતન કરતાં સમજાય છે: આ સંકલ્પનાઓ વચ્ચેનું વિશાળ અંતર વધુ કલ્પિત છે કરતાં વાસ્તવિક. સત્યમાં, "ટેલોસ" અને "ધર્મ" એક પરસ્પર બૌદ્ધિક નૃત્યમાં સામેલ થાય છે, એક સાઝા મૂળ અથવા ગાઢ સંબંધની આશા આપે છે. આ વિભાજન એક દિવાલ નથી, પરંતુ એક પુલ છે - મહત્વ અને ઇરાદાની માનવજાતની એકીકૃત ખોજની ભેટ. બે અલગ વાર્તાઓ એક એકલ કથામાં મળી જયારે, "ટેલોસ" અને "ધર્મ" વચ્ચેની સંવાદ માનવજાતની સમજણ માટેની સતત શોધનું એક સામૂહિક પ્રકરણ બનાવે છે.

સમાંતર તત્વજ્ઞાનીય યાત્રાઓ: ટેલોસ અને ધર્મ

ભૂતકાળને ફરી કલ્પના કરતા, એક પ્રાચીન ગ્રીક તત્વજ્ઞાનીને વિચારમાં મગ્ન જોઈએ, જે "ટેલોસ" ને સમજવાની તેની ખોજમાં ગાઢ છે. તેના વિચારો, એક બીતેલા યુગમાં મૂળ પામેલા, એક બૌદ્ધ ભિક્ષુની પ્રાચીન અંતર્દૃષ્ટિઓમાં સમાનતા શોધે છે. મઠની શાંતિ વચ્ચે બેસેલો, ભિક્ષુ "ધર્મ" ના સારમાં ઊંડાણથી મનન કરે છે. આ લાગે છે કે વિશ્વના અલગ અલગ ખૂણાઓમાં સેટ કરાયેલી આ પ્રતીતિથી અલગ યાત્રાઓ, જીવનના સૌથી ગહન સત્યોની અવિરત શોધમાં મળી જાય છે.

યુગો અને રાજ્યો આરપાર ફરી વળતા, તમે પોતાને એથેનિયન અગોરાની ચહલપહલ વચ્ચે શોધો છો. હવા જીવંત ચર્ચાઓ અને બૌદ્ધિક આદાન-પ્રદાનથી ગુંજી ઉઠે છે, સત્યની શોધમાં અવાજોની જટિલ ટેપેસ્ટ્રી વણી રહી છે. આ કોલાહલમાં, એક અવાજ ઉભરે છે, સત્તા અને સ્પષ્ટતા સાથે ગુંજતો: એરિસ્ટોટલ. એક પરિવર્તનકારી પ્રશ્ન પૂછતા, તે પૂછે છે, "એક વસ્તુનો ઉદ્દેશ્ય

શું છે?" આ માત્ર એક અન્ય તત્વજ્ઞાનીય વિચાર નથી જે કોલાહલમાં ગુમ થઇ જાય છે, પરંતુ એક ક્રાંતિકારી પૂછપરછ છે જે નવા તત્વજ્ઞાનીય યુગના પ્રારંભને સૂચવે છે. આ નિર્ણાયક ક્ષણમાંથી "ટેલોસ" ઉદ્ભવે છે, એક સિદ્ધાંત જે માત્ર ગુંજતું નથી - તે પ્રાચીન ગ્રીસના બૌદ્ધિક ભૂદૃશ્ય પર અમિટ છાપ મૂકે છે, તેના તત્વજ્ઞાનીય માર્ગ.

"ટેલોસ" ને એક કમ્પાસના ચુંબકીય ખેંચાણ તરીકે કલ્પના કરો, એક શક્તિ જે દરેક સત્તાનું સ્વાભાવિક 'ગંતવ્ય' દર્શાવે છે જેની તરફ તે આકર્ષાય છે. ચાહે તે એકોર્નની ઓકમાં પરિવર્તનની યાત્રા હોય, એક કેટરપિલરનું પતંગી બનવાનું વિકાસ હોય, અથવા માનવોનું તેમની પૂર્ણ ક્ષમતાને સાકાર કરવાનું પીછું હોય — એરિસ્ટોટલનું માનવું છે કે દરેકનું એક ટેલોસ છે. માત્ર જીવંત પ્રાણીઓ પર મર્યાદિત નથી, પણ વસ્તુઓ જેમ કે કુંભારનું ચાક પણ આ સ્વાભાવિક ઉદ્દેશ્ય ધરાવે છે, માટીને આકાર આપવા માટે બનાવેલ. આ ટેલોસને સમજવું એટલે એક સત્તાના મૂળભૂત નકશાને પ્રાપ્ત કરવું, તેના આંતરિક સ્વભાવ અને ગહન "રેઝોં ડેટ્ર" ને ઉજાગર કરવું જે તેને પરિભાષિત કરે છે.

એરિસ્ટોટલની "ટેલોસ" ની અવધારણાને માત્ર એક તત્વજ્ઞાનીય પ્રસ્તાવ તરીકે નહીં, પણ પશ્ચિમી વિચારના અનંત મહાસાગરમાં ફેંકાયેલ પથ્થર તરીકે કલ્પના કરો, તેના તરંગો ગ્રીસના પ્રાચીન કિનારાઓથી ઘણું દૂર સુધી પહોંચે છે. આ તત્વજ્ઞાનીય ક્ષેત્રમાં એક ક્ષણિક ગૂંજ નથી, પણ એક કાયમી ઝરણું છે, યુગો દ્વારા ગુંજતું રહે છે અને વિચારકોની સતત લહેરો પર અમિટ છાપ મૂકે છે. એક અદ્વિતીય, ગાઢ છાંટા દ્વારા પ્રારંભાયેલ તરંગો, એક અટલ, ઉછળતી લહેરમાં પરિવર્તિત થઇ, બૌદ્ધિક માઇલસ્ટોન્સને આકાર આપી, સમયની ગલીઓમાં અટલ બળ સાથે વહેતી રહી. આ અવિરત લહેર, એરિસ્ટોટલની અંતર્દૃષ્ટિઓનું ભાર ઉપાડતી, અનેક વિચારકોના માનસિક ભૂદૃશ્યોને શિલ્પાયમાન કરી, તેમને અને તમને.

એરિસ્ટોટલના "ટેલોસ" નું સ્પષ્ટીકરણ માત્ર નવા તત્વજ્ઞાનીય સંવાદોને જન્મ આપ્યો નથી, પરંતુ તે નૈતિક અને રાજનૈતિક વિચારના મૂળભૂત ઢાંચા તરીકે

પોતાને સ્થાપિત કરી, નૈતિક અને રાજનૈતિક વિચારની આધારશિલા આકારવામાં મદદ કરી. આ પરિવર્તનકારી વિચાર તેના પ્રભાવને માત્ર તત્વજ્ઞાનીય ચર્ચા સુધી મર્યાદિત ન રાખી શક્યો, પણ તે ધર્મશાસ્ત્રના ક્ષેત્રોમાં પણ વ્યાપક બન્યો. ધર્મજ્ઞાનીઓ, દૈવીને સમજવા અને સ્પષ્ટ કરવાની તીવ્ર ઇચ્છા ધરાવતા, "ટેલોસ" માં એક રમણીય ઢાંચો જોયો. તેમણે આ અવધારણાત્મક ઢાંચાને એક આકાશીય શિલ્પકારના અસ્તિત્વની પુષ્ટિ તરીકે સ્વીકાર્યું, જેનો અર્થ એ છે કે આપણા વિશ્વનું આંતરિક સાર સ્વાભાવિક રીતે એક ઉચ્ચ ઉદ્દેશ્ય તરફ અને એક સૂક્ષ્મતાપૂર્વક રચાયેલ ડિઝાઇન તરફ સંકેત કરે છે.

આ ગતિશીલ સંવાદમાં, એરિસ્ટોટલની વિરાસત એક પ્રકાશસ્તંભ રહી છે, જે એક અદ્વિતીય વિચારની પ્રભાવશાળી અને કાયમી અસર કેવી રીતે થઈ શકે છે તે દર્શાવે છે, જેમ કે માનવીય ચિંતનના અનંત મહાસાગરમાં ફેંકાયેલા પથ્થરથી સર્જાયેલા અખંડ તરંગો.

આધુનિક યુગમાં, ટેલોસની અવધારણા, એક આદરણીય પ્રાચીન અવશેષની યાદ અપાવતી, ગાઢ મહત્વ જાળવી રાખે છે. એક જીવનું ટેલોસ બારીકીપૂર્વક વિશ્લેષણ કરી તેના વર્તનને સમજવા માટે વૈજ્ઞાનિકોની ટીમને કલ્પના કરો, અથવા નૈતિક દ્વિધાઓના જટિલ ભૂલભૂલામણી માર્ગે ટેલોસને માર્ગદર્શક કમ્પાસ તરીકે ઉપયોગ કરતા નૈતિકતાવાદીઓને કલ્પના કરો. આ પૂજનીય સિદ્ધાંત, સ્વ-સુધારણા પર એક કાલાતીત પુસ્તકની યાદ અપાવતો, અનેક આત્માઓને આત્મચિંતન પર પ્રસ્થાન કરવા માટે આમંત્રણ આપે છે, તેમના જીવનના આહ્વાનને પ્રકાશિત કરે છે અને તેમને સ્વ-સાક્ષાત્કારની શિખર તરફ ધપાવે છે.

એરિસ્ટોટલની ખોજો એકલાકી ન હતી. જો કે પ્લેટો, તેમના ગુરુ, ટેલોસને સ્પષ્ટપણે ઉલ્લેખિત ન કર્યું હોય, તેમના તત્વજ્ઞાનો તેના મૂળભૂતમાં ગૂંથાયેલા હતા. પ્લેટોએ એવી સામ્રાજ્યની કલ્પના કરી જ્યાં સત્તાઓ નિર્દોષ આઇડિયાઝ અથવા ફોર્મ્સનું પ્રતિબિંબ કરવા માટે પ્રયત્નશીલ હતી, જ્યાં

સામાજિક સમતુલન વ્યક્તિઓ દ્વારા તેમનું ટેલોસ સાકાર કરવા પર નિર્ભર હતું, અને જ્યાં તત્વજ્ઞાનીઓ જ્ઞાન - તેમનું છેવટનું ટેલોસ - માટે લાલાયિત હતા. એરિસ્ટોટલ અને પ્લેટોએ સાથે મળીને ટેલોસને એક ગુંજતી શ્રદ્ધાંજલિ આપી - એક ધૂન જે પશ્ચિમી તત્વજ્ઞાનીય ચર્ચાઓમાં અવિરત ચાલુ રહી છે અને આધુનિક વિચારકો પર ગહન પ્રભાવ પાડે છે. તેમની કાલાતીત શિક્ષણો ટેલોસની અમર પ્.

આધુનિક ચર્ચાઓમાં ટેલોસનું પ્રભાવ

કલ્પના કરો, તમે એક ગતિશીલ નૈતિકતા સેમિનારમાં હોવ જ્યાં જોશીલી ચર્ચાઓ ચાલી રહી હોય. ચર્ચાનું કેન્દ્રીય પ્રશ્ન હોય: આર્થિક સંકટગ્રસ્ત દેશો અન્ય સંઘર્ષકારી દેશોને કેવી રીતે સહાય કરી શકે? ચર્ચાઓ વચ્ચે, ટેલોસનો વિચાર એક ગાઢ પરિમાણને સામે લાવે છે. તમે તમારા સંગઠનના સભ્યોને પરોપકારની ખરી નીયત તથા તેના વ્યાપક પરિણામોની ગહન સમજણ માટે પડખે ખેંચો છો. આ મદદ શુદ્ધ પરોપકારિતાથી પ્રેરિત છે, કે વૈશ્વિક સ્થિતિમાં એક મહત્વપૂર્ણ પગલું છે, કે પછી તે કૂટનીતિક ચાલ છે?

તમારું ટેલોસનું આવાહન ચર્ચાની દિશાને નાટકીય રીતે બદલી નાખે છે. ચર્ચા, જે પહેલા તાત્કાલિક પરિણામો સાથે બંધાયેલી હતી, હવે ખુલીને, સંભવિત નિર્ણયના દીર્ઘકાલીન પરિણામોની તપાસ કરે છે. આ વિસ્તૃત દૃષ્ટિકોણે જે ગરમાગરમ બહસ હતી તેને રાષ્ટ્રોની દીર્ઘકાલીન આકાંક્ષાઓ અને નૈતિક જવાબદારીઓ પર વિચારશીલ ચર્ચામાં પરિવર્તિત કરી દીધી.

એક પર્યાવરણ સંમેલનમાં, સંશોધકોનું એક જૂથ મધમાખીઓની પારિસ્થિતિક મહત્વની ઉત્કટ ચર્ચા કરે છે, તેમના ટેલોસ: પરાગણની મહત્વપૂર્ણ ભૂમિકા પર ભાર મુકીને, જે અનેક વનસ્પતિઓની પ્રજનન પ્રક્રિયાઓના મૂળમાં છે. તેમનો સાંભળનાર સમૂહ સહમત થાય છે કે મધમાખીના ટેલોસને સમજવું આપણને તેની જૈવવૈવિધ્યને જાળવણીમાં અમૂલ્ય ભૂમિકા વિશે પ્રકાશિત કરે છે. સમાંતર રીતે, બીજું જૂથ 'પૃથ્વીના ફેફસા' તરીકે ઓળખાતા વરસાદ વનોના ટેલોસ પર

મનન કરે છે, જે કાર્બનનું શોષણ અને ઓક્સિજનનું મુક્તિકરણમાં તેમની અનિવાર્ય કાર્યવાહીને ઓળખે છે.

ટેલોસને અપનાવવું આપણી ગ્રહ પર જીવનને બાંધી રાખતી વિવિધ પારિસ્થિતિક જટિલતાઓની સમૃદ્ધ સમજણ ખોલે છે. આ દાર્શનિક દૃષ્ટિકોણ આપણને જીવો અને પારિસ્થિતિક તંત્રોને માત્ર સ્વતંત્ર ઘટકો તરીકે જોવાની બહાર લઈ જાય છે. આપણે તેમને એક મહાન, ઉદ્દેશ્યપૂર્ણ કોન્સર્ટના અંતર્ગત ગૂંથાયેલા તત્વો તરીકે ઓળખવા માંડીએ છીએ. દરેક પ્રજાતિ, દરેક પારિસ્થિતિક નીચ, માત્ર એક અલગ થાયેલું ઉદાહરણ નથી પરંતુ જીવનના મહાન સંગીતનું એક સામંજસ્યપૂર્ણ ભાગ છે, દરેક તેની અનન્ય ચૈતન્યતા અને ઉદ્દેશ્ય સાથે.

વ્યક્તિગત ટેલોસનું ગહન અન્વેષણ

એક શાંત મધ્યાહ્નના ચિંતનમાં, તમે માયાની ભૂમિકામાં છો, એક પ્રતિષ્ઠિત સ્થપતિ તરીકે જેની ઉપલબ્ધિઓએ અનેક પુરસ્કારો મેળવ્યા છે. છતાંય, માયા તેના કામની ટેબલ પર બેઠી તેના જીવનના અર્થ વિશે ગંભીરતાથી વિચાર કરે છે. તેની આસપાસ પુરસ્કારોની શોભા જોતાં, તેને પોતાના કામના ગહન અર્થની ખોજ થાય છે. તે મનમાં પ્રશ્ન કરે છે, "શું મારી સાચી પહેચાન માત્ર યોજનાઓ અને માળખાઓમાં સમાયેલી છે, કે મને વ્યક્તિગત અને વ્યાવસાયિક જીવનનું વધુ ગાઢ સંતુલન શોધવું જોઈએ?"

ચિંતનશીલ સાંજની ઓઢણી હેઠળ, તમારા વિચારો તમારા ટેલોસ તરફ ભટકવા માંડે છે. શું કોર્પોરેટ સફળતાની પરાકાષ્ઠા ખરેખર તમને પરિભાષિત કરે છે, કે પછી છુપાયેલા માર્ગો તમને આકર્ષે છે? કદાચ, તમારો ખરો ટેલોસ માત્ર વ્યાવસાયિક માઈલસ્ટોન્સમાં જ નહીં, પરંતુ બીજાઓ માટે પથ પ્રકાશિત કરવામાં, જ્ઞાનનું એક સ્ત્રોત બનવામાં, અથવા વ્યક્તિગત પૂર્તિ અને કામ વચ્ચેના સૂક્ષ્મ નૃત્યને સામંજસ્યમાં રાખવામાં પણ ખોદાયેલ છે.

એક વ્યક્તિએ એકવાર ચિંતન કર્યું, "મધ્યજીવનના મૂલ્યાંકનની શાંતિમાં, હું જીવનના ચોરાયે ઊભો રહ્યો, સન્માનો સાથે. છતાં, એક ઊંડા અર્થની ઇચ્છા મારામાં ગૂંજી. તારાઓથી છવાયેલા આકાશની ચાદર હેઠળ, હું મારા ટેલોસ પર મનન કર્યું. શું હું માત્ર કોર્પોરિટ સન્માનો માટે નિયત હતો, કે પછી કોઇ બીજો માર્ગ રાહ જોતો હતો? એરિસ્ટોટલનું જ્ઞાન સાચું પડ્યું, કોઈના ટેલોસને સમજવું એ પોતાને સમજવા જેવું છે. મારો સાચો ઉદ્દેશ્ય ઉદ્ભવ્યો - માત્ર કોર્પોરિટ જિતોમાં નહીં પરંતુ પ્રેરણા પ્રગટાવવામાં, જ્ઞાનનું સ્રોત બનવામાં, અને વ્યક્તિગત અને વ્યાવસાયિક પ્રવૃત્તિઓને સામંજસ્યમાં રાખવામાં."

જ્યારે કોઈ પોતાના ટેલોસને ઉઘાડવાની આત્મચિંતનશીલ યાત્રા પર નીકળે છે, તે એક પ્રકાશમય માર્ગદર્શક તરીકે પ્રગટ થાય છે, જેમ કે જહાજોની સુરક્ષા કરતું લાઇટહાઉસ, જે તેમને જીવનના ઉથલપાથલ સમુદ્રોમાં નિર્ધારિત બંદરો તરફ માર્ગ ફેરવવાની ખાતરી આપે છે. ટેલોસની આદરણીય અવધારણા માત્ર ઇતિહાસના પાનાઓમાં લટકતી નથી; તે યુગો દ્વારા ફેલાય છે અને જીવનના જટિલ ભૂલભૂલામણીઓમાં માર્ગદર્શન કરતા કમ્પાસ તરીકે સ્થિરતાપૂર્વક સેવા આપે છે. તે નૈતિક ચર્ચાઓને આકાર આપે છે, તેમને માત્ર ઉપરતલની નૈતિક દ્વિધાઓથી પર લઇ જતા ગહનતાથી ભરી દે છે; તે વિજ્ઞાનના ખુલાસાઓને પ્રકાશિત કરે છે, પૂછપરછોને સમજ અને ઉદ્દેશ વચ્ચેના સામંજસ્ય તરફ દોરે છે; અને તે વ્યક્તિગત ઉધમો માટે માર્ગો કાપે છે, તેમને અર્થ અને ઇરાદાપૂર્વકતા સાથે જકડી રાખે છે. પ્રાચીનતામાં ડૂબેલું હોવા છતાં, ટેલોસ આપણી આધુનિક વાર્તાઓમાં પ્રવેશે છે, શાંતિપૂર્વક અને ગહન રીતે શૈક્ષણિક ચર્ચાઓ, વૈશ્વિક ચર્ચાઓ, અને મૌન ચિંતનની ક્ષણોમાં ગૂંજી ઉઠે છે, ચુપચાપ આપણી સામૂહિક યાત્રાને આગળ વધારે છે.

ધર્મ: બજારની વચ્ચે જ્ઞાન

સમયની મર્યાદાઓથી પર જઈને, તમે અચાનક ભારતના પ્રાચીન બજારની જીવંત અવ્યવસ્થામાં તમારી પોતાને શોધી રહ્યા છો. વેપારીઓની જીવંત વિનિમયો એક લયબદ્ધ ટેપેસ્ટ્રી બનાવે છે, જેમાં ઉત્સાહી સોદાબાજી અને

નાણાંની મૂદુ ઝંકાર દ્વારા વિરામ આવે છે. હવા, મસાલાઓની નશીલી સુગંધથી ગાઢ, તમારા ઇન્દ્રિયોને લલચાવે અને ચિડવે છે. માનવ સંબંધો અને સંસ્કૃતિની ઉલ્લાસભરી પ્રચુરતાથી ભરપૂર દૃશ્ય, લગભગ ઓવરવેલ્મિંગ લાગે છે. ચંદન અને મસાલાઓનું સુગંધિત મિશ્રણ બજારના જીવંત આવરણ નીચેના આધ્યાત્મિક સારનું સૂચક છે.

પરંતુ વેપાર અને વાતચીતના ઉગ્ર ગુંજન વચ્ચે, એક શાંત, દૃઢ અવાજ ઉભરે છે, શાંત અને અડોલ, ક્ષણભંગુર ઇચ્છાઓ અને માત્ર વેપારથી પર જતી સત્યતાઓની વાત કરતો. તે એક ફરતા ઋષિ પાસેથી નીકળે છે, જેનો પહેરવેશ સાદો છે પરંતુ કૃપાથી ભરપૂર છે. નજીક આવતા, તમે તેની બોધકથાઓને ઓળખો છો જ્યારે તે બુદ્ધના ધર્મની ગહન જ્ઞાનની વાતો કરે છે. તમે માત્ર ઋષિની કથાઓ દ્વારા નહીં, પરંતુ તેમાં વ્યક્ત થતી ગહન ગાઢતા દ્વારા ખેંચાય છો. તે માત્ર એક વાર્તા નથી પરંતુ "ધર્મ" પર એક પ્રાચીન ચર્ચા છે – એક જીવન સિદ્ધાંત જે ગ્રીક અવધારણા ટેલોસના ભાવોનો અનુગુંજ છે.

બજારના જીવંત વાતાવરણમાં, સેજ, તેનો વ્યવહાર હલચલની વચ્ચે શાંતિનું ઓએસિસ રૂપે, બોલવા માંડ્યા, તેની આજુબાજુની સ્પષ્ટ ઊર્જા સાથે જ્ઞાનને ગૂંથવા લાગ્યા. તેમણે બજારને ચાર આર્ય સત્યોના સમૃદ્ધ રૂપક તરીકે શોધ્યું, રંગબેરંગી વેપાર અને જીવંત વિનિમયોની વચ્ચે ધ્યાન આપનારા મનોમાં સમજણને પ્રજ્વલિત કરવાની કોશિશ કરી.

સેજે ભીડને સંબોધન કર્યું, તેનો અવાજ શાંત પરંતુ ગૂંજવા વાળો. "આપણે ઘણીવાર વધારે મેળવવાની ઇચ્છામાં ફસાઈ જઈએ છીએ, નહીં?" તેણે શરૂઆત કરી, તેની આંખોમાં જાણકારીની નજર. "પરંતુ અસલી ખજાનો, જે ચીજ ખરેખર આપણને સંતુષ્ટ કરે છે, તે આપણા ધર્મને સમજવામાં છે - આપણું સાચું જીવન ઉદ્દેશ્ય." તેના શબ્દો, સાદા પરંતુ ગહન, તેમની આસપાસની વ્યસ્ત દુનિયાના અવાજમાંથી કપાઈ ગયા, વેપારની સતત ધમાચકડી અને ક્ષણિક ઇચ્છાઓ સાથે તીવ્ર વિરોધાભાસ રજૂ કરતા.

"ધર્મ," સેજ વિચારપૂર્વક ખોલી નાખે છે, "માત્ર કર્તવ્ય અથવા ધાર્મિકતા કરતાં આગળ વધે છે; તે કોઈ પણ સત્તાનું અંતર્નિહિત સ્વભાવ અને ઉદ્દેશ્યને સમાવે છે. તે જીવનમાં ઉપાડવા પડતા નૈતિક અને ધાર્મિક કર્તવ્યનું સૂચન કરે છે, ધાર્મિક માર્ગ, મોરલ કાયદાઓનું સમૂહ જેનું વ્યક્તિઓ તેમના અસ્તિત્વ દરમિયાન પાલન કરે છે." પરંતુ, ટેલોસની જેમ, તે કર્તવ્યને પાર કરી જાય છે, કોઈના સાચા અસ્તિત્વનું ઉદ્દેશ્ય શોધવા તરફ દોરે છે, કોઈનું સાર સમજવા, અને તે સાથે સંગતિમાં ક્રિયાઓનું સંચાલન કરે છે.

સેજનું ભાષણ એટલું જ આકર્ષક છે જેટલું કે તે અંતર્દૃષ્ટિપૂર્ણ છે. તેના શબ્દો શ્રોતાની જ્ઞાનગર્ભિતામાં ધર્મનું રૂપાંતરણ કરવામાં મદદ કરે છે, એક અસ્પષ્ટ સંકલ્પનાને એક સ્પષ્ટ, બ્રહ્માંડીય ટેપેસ્ટ્રીમાં ફેરવે છે. આ આકાશીય વસ્ત્રમાં દરેક નાજુક દોરો એક માર્ગદર્શક સિદ્ધાંત છે, એક પથ જે પ્રકાશના પ્રબોધન તરફ લઈ જાય છે. "જીવન, તેની બહુમુખી જટિલતા સાથે," સેજ વિચારે છે, "જ્યારે આપણે ચાર આર્ય સત્યોને સ્વીકારીએ ત્યારે શ્રેષ્ઠ રીતે સમજાય છે."

સિદ્ધાર્થ રાજકુમારની બુદ્ધ બનવાની યાત્રાની વાર્તાઓ સેજના વર્ણન દ્વારા સુંદરતાથી ખુલ્લી મૂકાય છે, તમે "ટેલોસ" અને "ધર્મ" વચ્ચેની સમાનતાઓને જોઈ શકો છો. બંને દર્શનો ઉદ્દેશ્યના સારની અંદર ગોતે છે, સાંસ્કૃતિક અને કાલિક સીમાઓને પાર કરે છે. તમારા પર એક અનુભવ ઉદય થાય છે: દાર્શનિક ચર્ચાના વિસ્તારિત ચિત્રમાં, વિચારો, જો કે વિવિધરૂપે અને યુગ તથા સંસ્કૃતિ દ્વારા આકાર પામેલા હોય, એક મૂળભૂત કોર ધરાવે છે જે આશ્ચર્યજનક રીતે સમાન છે.

સેજ તમામને પરિચિત શબ્દોમાં દુઃખની ઉત્પત્તિ સમજાવવા માંડે છે: સંપત્તિઓ માટેની અતૃપ્ત તરસ, પ્રશંસાઓ માટેની અવિરત ખોજ, શાશ્વત સુખની નિષ્ફળ શોધ. બજારની સાથે સમાનતા દોરતા, તે ઈચ્છાને કાયમ સળગતી આગ તરીકે ચિત્રિત કરે છે જે વેપારીના મહત્વાકાંક્ષા અને ખરીદનારની ઈચ્છાઓ બંનેને પ્રેરિત કરે છે.

સેજે થોડીવાર માટે વિરામ લીધો, એક વેપારી જે ગ્રાહક સાથે સોદાબાજી કરી રહ્યો હતો તેની તરફ ઇશારો કરતા કહ્યું, "તે વિનિમય જુઓ? તે માત્ર એક વ્યવહાર કરતાં વધુ છે. તે ઇચ્છાઓનું નૃત્ય છે, દરેક વ્યક્તિ કંઈક શોધે છે જે તેમની પાસે નથી. આ છે દુઃખ, પ્રથમ સત્ય. દરેક વિનિમયમાં, દરેક સાથે હસવામાં, અને એક નાનકડી નજરમાં પણ તે છે. તે અપૂર્ણ ઇચ્છાઓનો અંડરકરંટ છે, એ સમજ કે અહીં કંઈ પણ કાયમી નથી. આ ક્ષણોમાં, સૂક્ષ્મ પરંતુ સતત, દુઃખનો સાર્વત્રિક અનુભવ છુપાયેલો છે."

"સમુદય," બીજા સત્ય તરફ સુમેળભર્યા પરિવર્તન કરતા, સેજનો સ્વર સૂક્ષ્મ રીતે બદલાયો, શિક્ષણોના આધ્યાત્મિક પાસાઓ અને તેમના શ્રોતાઓના બજારમાં અનુભવો વચ્ચેનો સેતુ રચતા. "વેપારીઓ અને ગ્રાહકોને જુઓ," તેમણે શરૂઆત કરી, "પ્રથમ અવિરત સંપત્તિ એકત્રિત કરે છે અને બીજા, ઇચ્છાના આગામી વસ્તુની અંતહીન શોધમાં છે. તેઓ આપણા લાગણીઓ અને અજ્ઞાનતાનું સ્પષ્ટ પ્રગટીકરણ રજૂ કરે છે, આપણને બધાને પુનર્જન્મ અને સતત દુઃખના અકબંધ ચક્રમાં ગૂંથી રાખે છે." કુશળ વર્ણન સાથે, તેમણે આર્ય સત્યોને વેપારીઓ અને ગ્રાહકોના જીવનમાં થતી સંબંધિત ઘટનાઓ સાથે જોડ્યા, કહેવા માટે કે "જે વેપારી તેના માલના નુકસાનનો સતત ડર અનુભવે છે અથવા બજારની ચંચળતાને લઈને ચિંતા કરે છે, આપણે પણ નુકસાનની ચિંતાઓ અને વધુ માટેની અવિરત શોધમાં ફસાઈ જઈએ છીએ." તેના શબ્દો, બજારના ગોંગાટ વચ્ચે ગૂંજતા, આધ્યાત્મિક જ્ઞાન અને સંસારી વ્યવહારો વચ્ચેના જટિલ નૃત્યનું જીવંત રૂપક બનાવ્યું.

એક નમ્ર, આશાવાદી સ્વરમાં, સેજે ત્રીજું સત્ય, "નિરોધ," ખોલ્યું, જીવનની આંધીઓ વચ્ચેના શાંત વિશ્રામનું દૃષ્ટિકોણ જણાવતા રૂપકોનું ટેપેસ્ટ્રી વણી. "કલ્પના કરો," તેમણે શરૂઆત કરી, "એક યાત્રી, થાકેલો અને તરસ્યો, પાંદડાઓથી ભરેલા ડાળખીની નીચે આશ્રય શોધી રહ્યો છે, સૂર્યની અવિરત નજરથી સંરક્ષિત, અથવા અવિરત રણમાં છુપાયેલું વહાણ શોધી રહ્યો છે. યાત્રીની યાત્રામાં આ શાંતિની ક્ષણોની જેમ, આપણે પણ જીવનની મુશ્કેલીઓ વચ્ચે આશ્રય શોધી શકીએ છીએ, આપણી ઇચ્છાઓ અને લાગણીઓના

ધધકતા અંગારાઓને બુઝાવીને, અને શાંતિ અને સ્થિરતાના આંતરિક સ્રોતમાં ટૅપ કરીને, સંસારી લાગણીઓ અને દુ:ખોના ક્ષણિક મૃગજળ કરતાં પર છે." તેનો અવાજ, નમ્ર પરંતુ દૃઢ, શ્રોતાઓને આવરી લીધા, બજારના વ્યસ્ત જીવન વચ્ચે, તેમણે વર્ણવેલી શાંતિનો પ્રતિધ્વનિ, એક રૂપક છાયા પૂરી પાડતો હતો.

આગળ વધી, સેજે "માર્ગ," ચોથું સત્ય ખુલ્લું મૂક્યું, અમૂર્તની માર્ગે એક સ્પષ્ટ પથ પૂરો પાડી. "આઠગુણા માર્ગ, મારા શ્રોતાઓ, આપણને માર્ગદર્શન આપે છે, જીવનની ગૂંચવાયેલી, ઘણીવાર અંધકારમય યાત્રામાંથી આપણને પ્રબોધન તરફ દોરે છે. તે સાચી સમજ, સાચી ઇચ્છા, સાચી વાણી, સાચી ક્રિયા, સાચી જીવિકા, સાચી પ્રયત્ન, સાચી સ્મૃતિ, અને સાચી એકાગ્રતાની યાત્રા તરફ આપણા માર્ગને પ્રકાશિત કરે છે, જીવનના તેજસ્વી, અટલ બજાર દ્વારા આપણને સૂક્ષ્મ રીતે માર્ગદર્શન કરે છે, અને ક્ષણભંગુરથી પર પ્રબુદ્ધ અસ્તિત્વ તરફ લઈ જાય છે."

જીવંત બજારમાં શાંત સ્વભાવમાં આવૃત્ત સેજ, આઠગુણા માર્ગનું વધુ સ્પષ્ટીકરણ આપે છે, ન કે એક અમૂર્ત આદર્શ તરીકે પણ વ્યવહારિક, ક્રિયાત્મક જ્ઞાન તરીકે, દરરોજના નિર્ણયો સાથે દરેક પગલાને સરળતાથી ગૂંથીને અને સજાગ જીવન જીવવાની ગહન અસરને ઉજાગર કરે છે.

સેજના શબ્દો સાવધાન ટોળા મારફતે પ્રવાહી બનીને વહે છે, તે પ્રથમ પગલું, સાચી સમજ અથવા સાચું દૃષ્ટિકોણ, ને ખોલે છે. તે તેને વાસ્તવિકતાની સાચી ધારણા તરીકે વર્ણવે છે, પક્ષપાત અથવા ભ્રાંતિઓ દ્વારા અવરોધિત નહીં. "તેમાં ચાર આર્ય સત્યોની ઓળખ અને અસ્તિત્વની ક્ષણભંગુર, પરસ્પર અવલંબિત પ્રકૃતિની સમજણ શામેલ છે. આ એક લેન્સ છે જેના મારફતે તમે આપણી વાસ્તવિકતાને જુઓ છો," સેજ મૃદુભાષે જાહેર કરે છે, તેમની આંખોમાં યુગોનું જ્ઞાન સ્પષ્ટ છે.

આગળના બિંદુ પર સુંદર રીતે વિચાર મૂકતા, સેજ સાચી ઇચ્છાની જરૂરિયાત વિશે જણાવે છે. "ગહન આંતરિક ચિંતન દ્વારા શુદ્ધ વિચારોને વિકસાવવાનું,

તેમને દ્વેષ, ક્રૂરતા અને ગલતફહમીથી મુક્ત કરવાનું મહત્વ ઉજાગર કરે છે. તમારી ઈચ્છાઓ તમારા ક્રિયાઓને નિયંત્રિત કરે છે, અને તેમને કરુણા અને જ્ઞાન સાથે સંકલિત કરવાથી તમને એક ઉદ્દેશ્યપૂર્ણ જીવન તરફ ધકેલે છે," સેજ કહે છે, તેમનો અવાજ વિચારની ભૂલભૂલામણીમાં સૌમ્યપણે માર્ગદર્શન કરે છે.

"સાચી વાણી," સેજે સૌમ્ય પરંતુ દૃઢ લયમાં વ્યક્ત કરી, "માત્ર સત્યનિષ્ઠા સુધી મર્યાદિત નથી; તેનું મૂળ દયા અને સમયસૂચકતામાં છુપાયું છે." શાંત આત્મવિશ્વાસ સાથે આગળ વધતા, તેમણે ચાલુ રાખ્યું, "એટલે કે, સાચી વાણીને અપનાવવી જોઈએ. માત્ર સત્ય સાથે નહીં બોલવું, પણ નિંદાથી પણ બચવું, કડવા અથવા નિરર્થક શબ્દોથી બચવું. તમારા શબ્દોમાં સમાયેલી ગહન શક્તિને ઓળખો, અને સજાગ વાણી દ્વારા, તમારા આસપાસના વાતાવરણમાં સદ્ભાવ અને સમજણને વધારો." સેજના શબ્દો બજાર મારફતે તરતા રહ્યા, શ્રોતાઓને તેમના દૈનિક વ્યવહારો અને સંબંધોના તાણાવાણામાં તેમના શબ્દોના મહત્વ અને અસર પર વિચારવા માટે આમંત્રિત કર્યા.

સેજ, એકત્રિત શોધકર્તાઓ તરફ હાથ સૌમ્યતાથી ફેરવતા, શેર કરે છે, "વિચારો, પ્રિય મિત્રો, 'સાચું કાર્ય', જે આપણને એક એવા માર્ગ પર ચાલવાનું સૌમ્ય માર્ગદર્શન કરે છે જ્યાં દરેક પગલું, દરેક કૃત્ય, નીતિશાસ્ત્ર અને દયામાં લપેટાયું છે, સતત બધા જીવોની ભલાઈની ચેતના સાથે." તેમના શબ્દો હવામાં ટકી રહે છે, એક એવી દુનિયાનું કલ્પના કરવાનું નિમંત્રણ જ્યાં દરેક કૃત્ય, વિચાર અને ઈચ્છા જાણીજોઈને કરુણા અને નૈતિક સિદ્ધાંત સાથે સંકલિત છે, એક એવી વાસ્તવિકતાને પ્રોત્સાહન આપતું છે જ્યાં દુઃખને મૂળ પકડવા માટેની ઉર્વર જમીન મળતી નથી.

શાંત સંક્રમણમાં, સેજ ચાલુ રાખે છે, "'સાચું વ્યવસાય' પર મનન કરો, તે માત્ર વ્યવસાયની પસંદગી તરીકે નહીં પણ તમારા સૌથી ઊંડા મૂલ્યો અને ધર્મનું અડગ, જીવંત અભિવ્યક્તિ તરીકે, દરેક શ્વાસ અને અસ્તિત્વના દરેક ક્ષણમાં." સેજના શબ્દો, એક શાંત, દૃઢ શક્તિથી ભરપૂર, એવી સમજણ પ્રેરે છે કે

આપણા દૈનિક ક્રિયાઓ, ખાસ કરીને જ્યારે આપણે આપણું જીવનોપાય મેળવીએ છીએ, તે એક એવા માર્ગ સાથે સમરસ થવા જોઈએ જે દુઃખને દૂર કરવા અને આપણા જીવનના દરેક પાસામાં ન્યાય અને કરુણાને જાળવવાની સતત ખોજ કરે છે.

શાંત શ્વાસ લઈને, સેજ સ્પષ્ટ કરે છે, "'સાચો પ્રયાસ'ને એક સૌમ્ય, તેમ છતાં દૃઢ પ્રતિબદ્ધતા તરીકે જુઓ, જે આપણને સકારાત્મક માનસિક સ્થિતિઓને પોષણ અને વધારવા માટે માર્ગદર્શન કરે છે અને એ માનસિક સ્થિતિઓ જે આપણને નકારાત્મકતા સાથે જોડે છે તેને પરિશ્રમપૂર્વક શાંત કરે છે." તેમનું પ્રવચન, એક સૌમ્ય નિમંત્રણ છે કે આપણી માનસિક ઊર્જાઓ, જ્યારે જાગૃત પ્રયાસ સાથે નિયંત્રિત કરવામાં આવે છે, તો એક માર્ગ બનાવે છે જ્યાં મન આપણી આધ્યાત્મિક વિકાસ અને કુશળતા તરફની યાત્રામાં આપણો સાથી બને છે.

સંતની નજર, તીવ્ર પરંતુ કરુણામય, ધ્યાનમગ્ન ચહેરાઓ પર સૌમ્યપણે ફરે છે, કહે છે, "'સાચું સ્મૃતિ'ને એક આકર્ષક આહ્વાન તરીકે વિચારો, જે આપણને પૂર્ણ રીતે વર્તમાન ક્ષણમાં રહેવાનું આગ્રહ કરે છે, આપણી ક્રિયાઓ, વિચારો, અને ભાવનાઓને એક સૌમ્ય, નિર્ણાયક જાગૃતિ સાથે નિરીક્ષણ કરવા." સંતનો અવાજ, એક સૌમ્ય પરંતુ ગૂંજતો પ્રતિધ્વનિ, શ્રોતાઓને એ જ્ઞાન કહે છે કે આ સૂક્ષ્મ, કરુણામય જાગૃતિ દ્વારા, આપણા અસ્તિત્વનું સાચું સ્વરૂપ આપણી જાગૃત આંખો સામે સૌમ્યપણે ખુલ્લું મુકાય છે.

ગંભીર ઈમાનદારી ઝલકતી આંખો સાથે, સંત કહે છે, "'સાચું એકાગ્રતા'ની સારસ્વતીમાં પોતાનાને લપેટો, જ્યાં ધ્યાનની પ્રક્રિયા મનને ચિંતનશીલ સ્થિરતામાં ગાઢ ડુબાડવા તરફ માર્ગદર્શન કરતી એક ચેનલ બને છે." તેમના શબ્દો, નમ્ર અને ગાઢ સમજણથી ભરપૂર, સૂચવે છે કે આ તીવ્ર, કેંદ્રિત ધ્યાન દ્વારા, આપણે કૃપાથી જાગૃતિ અને અંતર્દૃષ્ટિની ઉન્નત સ્થિતિઓના દ્વાર ખોલીએ છીએ, જે જીવનની યાત્રાના રહસ્યમય પથ પર સૌમ્ય રીતે પ્રકાશ ફેંકે છે.

આઠગુણા માર્ગ, જેમ કે સંત વર્ણવે છે, માત્ર એક અમૂર્ત દિશાનિર્દેશક રૂપરેખા તરીકે નહીં, પણ જીવંત, વ્યવહારિક માર્ગ તરીકે પ્રગટ થાય છે, જે જીવનના દરરોજના તાણાવાણામાં સહજતાથી ગૂંથાય છે. તોફાની રાત્રિમાં દીપસ્તંભો જેમ, સિદ્ધાંતો આવિષ્કાર કરે છે, માત્ર નિર્દેશો તરીકે નહીં, પણ રૂપાંતરક અભ્યાસો તરીકે, જે કોઈની પણ અસ્તિત્વ અને સમજણની ખુદની ધારણાને ફરીથી આકાર આપે છે. તમે પોતાને દરેક શબ્દ પર લટકી રહ્યા છો, અહીંની પ્રાચીન જ્ઞાનમાં સમાયેલી રૂપાંતરક શક્તિને સહજ રીતે અનુભવી રહ્યા છો.

સંતના પ્રવચનમાં ધર્મના અનેક તાણાવાણા વણાઈ રહ્યા હતા, બજારમાં હલચલ વચ્ચે લગભગ અદૃશ્ય રીતે પરિવર્તન વ્યાપી રહ્યું હતું. મુખો, જે પ્રારંભમાં દૈનિક જીવનની અનેક ચિંતાઓ સાથે ઉત્કીર્ણ હતા, ધીરે ધીરે નરમ થવા લાગ્યા, અંતર્દૃષ્ટિ અને નવી જ સ્પષ્ટતાની ઝલક દર્શાવતા. એક વાર જે આંખો રંગીન સ્ટોલ્સ વચ્ચે ચિંતાતુર રીતે ફરકતી હતી, હવે સમજણની ઊંડાઈ સાથે ચમકતી હતી, તેમના પર સૌમ્યપણે બક્ષાતી જ્ઞાનની અંતર્ગત પ્રતિબિંબિત કરતી હતી.

જીવંત સ્ટોલ્સ અને ઊર્જાથી ભરપૂર ગ્રાહકો સાથે તેમની સોદાબાજીના બજારનું પરિવર્તન, સેજના શબ્દો એક સૌમ્ય, રૂપાંતરક ધુમ્મસની જેમ તેના પર સ્થિર થયા પછી સૂક્ષ્મ રીતે થયું. વ્યવહારો હજુ પણ થયા, માલ હજુ પણ વિનિમય થયા, પરંતુ હવે સજાગતાની એક સૂક્ષ્મ અંતર્ધારા હતી, દરેક ચલણ અને માલની આદાન-પ્રદાનમાં કરુણાની એક સૌમ્ય સ્પર્શ વણાયેલો હતો. બજાર, જે એકવાર ફક્ત વાણિજ્યના નાટકો રમાતી મંચ હતી, હવે ધર્મની દૈનિક જીવનમાં ગાઢ જ્ઞાન અને સંવેદના ઉમેરવાની ક્ષમતાનું એક પ્રત્યક્ષ સાક્ષી બની ગયું.

આ વાતાવરણમાં, તમે પોતાને એક અકાટ્ય સત્યમાં આવૃત્ત શોધી શકો છો: દર્શનશાસ્ત્રનું સાચું સાર, તેના સૌથી ખરા રૂપમાં, પ્રાચીન શાસ્ત્રોના પાનાઓ કે દૂરસ્થ મઠોમાં કેદ નથી. તે દરરોજની જંદગીમાં જીવંત રીતે ધબકે છે — સામાન્ય લોકોના હૃદયધબકારમાં વિકસિત થાય છે, જીવંત બજારોના

ગડગડાટભર્યા કોલાહલમાં ગુંજે છે, અને દરેક આત્માની વિચારશીલ શાંતિમાં સૂક્ષ્મપણે ગૂંથાય છે જે અર્થ શોધે છે.

સંત દ્વારા આપવામાં આવેલા શિક્ષણો એક શાંતિદાયક મલમ તરીકે કાર્ય કરે છે, જે તમારી અંદરના ગૂંચવણ અને ઈચ્છાના ઘાવોને સૌમ્યપણે શમાવે છે, ઘાવો જે અગાઉ અનદેખાઈ ગયા હતા પરંતુ હંમેશા હાજર હતા. તેઓ અસ્પષ્ટ, દૂરસ્થ સંકલ્પનાઓ તરીકે નહીં પણ સમય અને સાંસ્કૃતિક સીમાઓને પાર કરતા સ્પર્શી શકાય તેવા સત્યો તરીકે ગુંજે છે, જે માનવતાના અનેક સાઝા અનુભવો સાથે ગૂંથાયેલી કાળાતીત જ્ઞાનની કારિગરી વીણે છે. તમારું હૃદય સૌમ્યપણે બધી વસ્તુઓના ક્ષણભંગુર, અસ્થાયી સ્વભાવ અને બધા જીવોના ગાઢ પરસ્પર સંબંધો વિશેના મર્મસ્પર્શી રહસ્યોદ્ધાટનોને શોષી લે છે.

સંતના શબ્દોનું મૂદુ સમાપન થતાં, સ્ટોલ્સ વચ્ચે એક ગૂંજ છોડી જાય છે, તેઓ એક અંતિમ, શક્તિશાળી વિચાર આપે છે: "આપણું ધર્મ, આપણું ઉદ્દેશ્ય સમજવામાં, આપણે માત્ર આપણા વ્યક્તિગત માર્ગોને પ્રકાશિત કરીએ છીએ નહીં પણ બીકન્સ બનીએ છીએ, મૌનપણે અન્યો માટે માર્ગ પ્રકાશિત કરીએ છીએ." ટોળું, હવે ચિંતનશીલ ચહેરાઓનું સમુદ્ર, ધીમે ધીમે બજારના જીવંત તાણાવાણામાં વિસર્જિત થાય છે, તેમની વાતચીત વિચારશીલતાથી ભરપૂર છે, તેમના કૃત્યો જાણીજોઈની દયામાં મરિનેટ થયેલા છે, બજારની આત્મા સૂક્ષ્મ પરંતુ અટલપણે શેર કરવામાં આવેલી જ્ઞાન દ્વારા બદલાઈ ગઈ છે.

પછીની શાંતિમાં, તમારું મન ધીમે ધીમે શિક્ષણોને સાચવે છે, તેમાં એક સામંજસ્યપૂર્ણ અનુરણન શોધી કાઢે છે, જે પ્રાચીન સંકલ્પના ટેલોસ સાથે મેળ ખાય છે. તમારી અંદર એક સમજણ ફૂલે છે: યુગોમાં અને સંસ્કૃતિઓ આરપાર, માનવ આત્માએ અસ્તિત્વના વિશાળ વિસ્તારમાં સમાન પ્રશ્નો ફૂંક્યા છે. જ્યારે માર્ગો અને શબ્દાવલીઓ ભિન્ન હોઈ શકે છે, સમજણ અને ઉદ્દેશ્ય માટેની સામૂહિક શોધ માનવતાને એક સામૂહિક, શાશ્વત ચાત્રામાં બાંધે છે. અને આ સમજણમાં, તમે સમયના સ્પેક્ટ્રમ આરપારની આત્માઓ સાથે એક

અવિરત બંધુત્વ અનુભવો છો - એક કાલાતીત, અલૌકિક નૃત્ય જે સતત જ્ઞાનની શોધમાં છે.

ઉદ્દેશ, કરુણા, અને સ્પષ્ટતાના વિશાળ ક્ષેત્રોમાં આ સામૂહિક અન્વેષણ દરેક શ્રોતાને એક અદૃશ્ય સામૂહિક આત્મમંથનના તાણાવાણામાં બાંધે છે. સજ્જન તરફથી આવતો દરેક શબ્દ, હવે અંતરાત્મામાં સંગ્રહાયેલ, એક માર્ગદર્શક બની જાય છે, અસ્તિત્વના જટિલ ભૂલભૂલૈયામાં માર્ગ બતાવતો એક મૃદુ હાથ, જ્ઞાનની એક જ્યોત ફરીથી પ્રજ્વલિત કરે છે જે યુગોને પાર કરે છે, માર્ગદર્શન, સાંત્વના, અને શાંત એકજુટતા આપે છે એવા વિશ્વમાં જે કાયમી પરિવર્તન અને અનંતતાની કગાર પર નૃત્ય કરે છે. અને તેથી, તમે પોતાને અનાદિ બંધુત્વમાં બંધાયેલ શોધક સાથીઓ સાથે, ભૂતકાળ, વર્તમાન, અને ભવિષ્યમાં, સમજ, સ્વીકાર, અને શાંત પ્રબોધન તરફની કાળાતીત યાત્રામાં માર્ગદર્શન કરતા જુઓ છો.

ધર્મ દ્વારા ન્યાય: એક રાજાનો આદેશ

અચાનક, દૃશ્ય બદલાય છે, અને તમે પ્રાચીન ભારતના એક ન્યાયાલયમાં સ્થળાંતરિત થાઓ છો. તેમના સિંહાસન પર ભવ્યતાથી બેઠેલા એક ઉમદા રાજા, તેમનું શણગારિત મુકુટ ચમકી રહ્યું છે, ન માત્ર કિંમતી પથ્થરોથી પરંતુ તેમની જવાબદારીના અપાર ભારથી પણ.

તેમની સામે બે વેપારીઓ ઊભા છે, તેમના વસ્ત્રોનો વિરોધાભાસ સ્પષ્ટ જણાય છે - એક સુંદર રેશમ અને ગહનાઓમાં સજ્જ છે, બીજો વધુ સાદા પોશાકમાં. તેમનો વિવાદ? એક તૂટેલી કરાર. સંપન્ન વેપારીએ બીજાને નક્કી કરેલી જથ્થાબંધ મસાલાની આપવાનું વચન આપ્યું હતું, માત્ર અણધાર્યા પરિસ્થિતિઓ સામે આવી તેમનું વચન પાછું લેવા માટે. દુ:ખી વેપારીએ ન્યાય માટે વિનંતી કરી, જ્યારે બીજાએ સમજણ માટે કહ્યું.

ન્યાયાલય, તેની ભવ્યતા છતાં, શાંત હતું, વાતાવરણ આશાની ઘનતાથી ભરપૂર હતું. રાજાનું નિર્ણય સામૂહિક રાહતનો શ્વાસ લાવ્યું, પરંતુ એ માત્ર નિર્ણય જ નહોતું જેણે સભાને મોહિત કર્યું - તે નિર્ણય પાછળનું જ્ઞાન હતું. તેમનું નિર્ણય માત્ર એક ઉકેલ કરતાં વધારે હતું; તે ન્યાય, સમાનતા, અને સન્માનમાં એક પાઠ હતો.

ધર્મના સિદ્ધાંતોમાં સ્થિર, તેમણે જાહેર કર્યું કે સંપન્ન વેપારીએ કરાર પૂરો કરવો જોઈએ. છતાં, તેમણે વધારાનો સમય પૂરો પાડ્યો, વેપારમાં સત્યનિષ્ઠાનું મહત્વ ઉપર ભાર મૂકતા, સાથે જ અણધાર્યાપણાની ચુનૌતીઓની ઓળખ કરી. સ્પષ્ટ હતું કે રાજા માત્ર ન્યાયાધીશ તરીકે કાર્ય નથી કરતા, પરંતુ ધર્મની પ્રાચીન પરંપરાઓના સંરક્ષક તરીકે પણ કાર્ય કરે છે.

દુ:ખી વેપારી, તેની આંખોમાં કૃતજ્ઞતાની ઝલક સાથે, ઊંડો નમન કર્યો. તે ફક્ત રાજાને તેમના નિર્ણય માટે આભાર માનતો ન હતો, પરંતુ ન્યાયનીતિના સિદ્ધાંતોને જાળવણી કરવા બદલ પણ આભાર માનતો હતો. સંપન્ન વેપારી, જો કે પ્રારંભમાં અસંતુષ્ટ દેખાતો, તેની આંખોમાં આત્મચિંતનની એક ઝલક દેખાયો. આ તેના માટે અંત ન હતો, પરંતુ એક પાઠ હતો. રાજાના શબ્દોની અસર લહેરખા જેવી હતી, તેને તેની પોતાની જવાબદારીઓ અને પ્રતિબદ્ધતાઓની યાદ અપાવી.

સમગ્ર ન્યાયાલય સમાજના વણાંકમાં ઊંડાણથી સમાયેલા ધર્મના મૂલ્યોનું સાક્ષી બન્યું. તે માત્ર કાયદાઓ અને નિયમો વિશે ન હતું, પરંતુ એક ઊંડા નૈતિક ચુંબક વિશે હતું જે ક્રિયાઓ અને નિર્ણયોને માર્ગદર્શન આપતું હતું, સત્તાના ઉચ્ચતમ સ્તરોથી લઈને સામાન્ય લોકો સુધી.

રાજાએ, ખંડની મનોદશા અનુભવીને, આગળ ઝુકી, તેનો અવાજ ભાર અને અધિકાર સાથે ગૂંજ્યો, "આપણી ભૂમિમાં, ધર્મ માત્ર એક પ્રાચીન પરંપરા નથી; તે તે મૂળ તત્વ છે જે આપણને બાંધે છે. ચાહે વેપારમાં હોય, સંબંધોમાં હોય કે શાસનમાં હોય, આપણે હંમેશા ન્યાય, કરુણા, અને સત્ય સાથે કામ કરવાની

કોશિશ કરવી જોઈએ." તેમણે ચાલુ રાખ્યું, "આપણું સમાજ ત્યારે જ ફળે-ફૂલે છે જ્યારે કરારો માત્ર માન્ય થાય છે, પરંતુ તે સત્યનિષ્ઠા સાથે માન્ય થાય છે. આપણે યાદ રાખવું જોઈએ કે અણધાર્યાપણા જીવનનો એક ભાગ છે, પરંતુ આપણી પ્રતિબદ્ધતાઓ, આપણો શબ્દ, તે આપણને પરિભાષિત કરે છે. આજનું નિર્ણય એક યાદરૂપ છે કે આપણે ધાર્મિકતાનો માર્ગ કઠિન હોવા છતાં પણ અનુસરવો જોઈએ."

રાજાએ સમાપ્તિ કરતાં, ખંડમાં મંદ ગુંજવું ફેલાઈ ગયું, પરંતુ ગર્વ અને આદરની સ્પષ્ટ અનુભૂતિ હતી. આ માત્ર ન્યાયાલયમાં બીજો દિવસ ન હતો - તે મૂલ્યોની, ધર્મના મહત્ત્વની, માત્ર એક ગૂઢ તત્વજ્ઞાન તરીકે નહીં પણ દૈનિક જીવન માટેના જીવંત, શ્વાસ લેતા માર્ગદર્શન તરીકેની પુનઃ પુષ્ટિ હતી.

અને જ્યારે તમે, એક દર્શક તરીકે, આ દૃશ્યને માણતા હતા, તમે આ સિદ્ધાંતોની સાર્વભૌમિકતા સમજી ગયા. સમય બદલાઈ શકે છે, પરિસ્થિતિઓ વિકસિત થઈ શકે છે, પરંતુ ન્યાય, સન્માન, અને ધાર્મિકતાના મૂળ તત્વો કાલાતીત રહે છે. તે માત્ર પ્રાચીન સભ્યતાઓની રીઢ નથી બનાવતા, પરંતુ યુગોની સોસાયટીઓ માટે આવશ્યક માર્ગદર્શક પ્રકાશો છે.

ધર્મની સુંદરતા તેની અનુકૂલનશીલતા અને સાર્વભૌમિકતામાં છે. તે કઠોર અથવા નિયમબદ્ધ નથી પરંતુ પ્રવાહી છે, સમયની જરૂરિયાતો પ્રમાણે અનુકૂળ બનતું હોઈ, વ્યક્તિઓને તેમની અનન્ય યાત્રાઓમાં માર્ગદર્શન આપે છે. વ્યસ્ત ન્યાયાલયોથી લઈને શાંત ગામડાઓ સુધી, યુવા બાગીઓથી લઈને જ્ઞાની વૃદ્ધો સુધી, ધર્મ એક કાલાતીત ગૂંજ સાથે ગૂંજે છે, દરેકને તેના શાશ્વત સારની યાદ અપાવે છે - ઉદ્દેશપૂર્વક, સત્યનિષ્ઠા, અને સન્માન સાથે જીવવું.

આધુનિક વિશ્વમાં ધર્મ અને ટેલોસ

જ્યાં દરેક વ્યક્તિની યાત્રા પસંદગીઓ અને અનુભવો દ્વારા મેળવે છે, ત્યાં ધર્મનું શાશ્વત જ્ઞાન સતત ઉચ્ચ, સામૂહિક હેતુ તરફ ક્રિયાઓને માર્ગદર્શન કરે છે. તે

માત્ર નૈતિક દિશાદર્શક તરીકે જ નહીં પણ ક્ષણભંગુર માનવી અસ્તિત્વ અને બ્રહ્માંડના શાશ્વત સત્યો વચ્ચેના સંપર્કકાર તરીકે કામ કરે છે, વ્યક્તિગત લાભો નહીં પરંતુ વિશ્વમાં સકારાત્મક યોગદાન અને મોટા ભલાઈની વારસાઈ પર ભાર મૂકે છે.

વર્ચ્યુઅલ રિયાલિટી અને કૃત્રિમ બુદ્ધિના જટિલ ક્ષેત્રોમાં નાવિગેટ કરતા, માનવતા અને તકનીકી વચ્ચેનો સંબંધ આપણા આસપાસની દુનિયા સાથેના જટિલ કનેક્શનનું પ્રતિબિંબ બની જાય છે. માનવ બુદ્ધિને અનુકરણ કરતી અને વાસ્તવિકતાની રેખાઓને ધુંધળી કરતી પ્રગતિઓ વચ્ચે, ધર્મ અને ટેલોસનું સન્માનિત જ્ઞાન મહત્વપૂર્ણ બની જાય છે. તે આપણને ધરતી પર મૂકે છે, આપણને યાદ દિલાવે છે કે આપણું મૂળ આપણા અંતરના ઉદ્દેશ્યને સમજવા અને તેને પાલન કરવામાં નિહિત છે, જ્યારે આપણે ડિજિટલ ક્ષેત્રો અને નૈતિક ચર્ચાઓની શોધમાં છીએ.

આ કાળજયી શિક્ષણો ઉદ્દેશ (ટેલોસ) અને કર્તવ્ય (ધર્મ) તેમની ઉપયોગિતા અને આવશ્યકતાને આપણી તકનીકી ઉન્નત, ઝડપી બદલાતી દુનિયામાં પણ જાળવી રાખે છે. એક સાદુ ગામડામાં કે વિસ્તરતા શહેરમાં, તે ભાર મૂકે છે કે જ્યારે આપણા વાતાવરણ વિકસિત થાય છે, આપણી મૂળ માનવીય ઇચ્છાઓ અર્થ અને ધર્મની માટે અચળ રહે છે. ગામડાના દૈનિક જીવનમાં જીવંત રીતે દર્શાવાયેલા શિક્ષણો—ખેતી કરવામાં, માટીને આકાર આપવામાં, અને જ્ઞાન આપવામાં દરેક ઇચ્છાપૂર્વક કૃત્યમાં દૃશ્યમાન—હાઇલાઇટ કરે છે કે દરેક ભૂમિકા, કેટલી પણ નાની હોય, વ્યાપક સામાજિક ટેપેસ્ટ્રીમાં વણાઈ જાય છે.

પ્રાચીન જ્ઞાન સાથે ગૂંથાયેલું ભવિષ્ય

જ્યારે આપણે નવાચાર અને શક્યતાઓ સાથે ગૂંથાયેલા ભવિષ્યમાં ફૂલવા માટે પ્રગતિ કરીએ છીએ, આપણું ગામડાનું રૂપક એક પ્રકાશમાન દીપસ્તંભ તરીકે કાયમ રહે છે, જે મૂલ્યોનું પ્રસારણ કરે છે જે પ્રેરણા આપે છે અને આપણને યાદ દિલાવે છે કે વ્યક્તિગત ઉદ્દેશ્યો સામાજિક વૃદ્ધિના સામૂહિક

ટેપેસ્ટ્રીમાં ધાગા છે. ડિજિટલ યુગ આપણી આંતરસંબંધિતાને વધારે છે, ઉજાગર કરે છે કે ધર્મ અને ટેલોસ એ માત્ર સ્વતંત્ર દર્શનો નથી પરંતુ માનવજાતના કાપડમાં ગૂંથાયેલા ધાગા છે.

વૈશ્વિક અને ડિજિટલ આંતરસંબંધિતાના અનંત વિસ્તારોમાં નાવિગેટ કરતાં, આપણા ગામડાના પાઠો આપણને યાદ દિલાવે છે કે પ્રામાણિક ઉદ્દેશ અને ધર્મમાં મૂળભૂત રીતે જડિત રહેવું, જેથી સત્યનિષ્ઠા આપણા ક્રિયાકલાપોમાં ગૂંજે અને સકારાત્મક રૂપાંતરણને પ્રેરિત કરે. ભવિષ્ય જ્યારે પ્રગટે છે, જે વિશાળ શક્યતાઓ અને તકનીકી નવીનતા દ્વારા પરિભાષિત થાય છે, વ્યક્તિગત ઉદ્દેશ, સામૂહિક સુધારણા, અને આ પ્રાચીન શિક્ષણો વચ્ચેનો સતત નૃત્ય આપણી સામૂહિક વારસાને આકાર આપતો રહેશે.

વૈશ્વિક સંદર્ભમાં એકતા અને પરિવર્તન

આપણી વૈશ્વિક પડકારોની અસ્પષ્ટ છાયાઓમાં, વ્યક્તિગત યોગદાનો દ્વારા સંચાલિત સામૂહિક ઊર્જા આપણી માર્ગદર્શક પ્રકાશ તરીકે ચમકે છે. તે આ ખાતરીને પ્રતીક છે કે, આપણા પડકારોની વિશાળતા છતાં, ઉદ્દેશમાં એકતા પ્રતીતિથી અજેય લાગતી અવરોધોને જીતી શકે છે. તેથી, ગામડું, તેની વાર્તાઓ અને તાલો સાથે, એક કાળજયી કથા બની જાય છે, સમાજના સમૃદ્ધિકરણને રેખાંકિત કરે છે જ્યારે દરેક વ્યક્તિ સામૂહિક ભલાઈ માટે યોગદાન આપે છે, પુષ્ટિ કરે છે કે મૂળભૂત મૂલ્યો પરિવર્તન અને અનુકૂલન કરે છે, વિકસતા સંદર્ભોમાં પ્રાસંગિકતા જાળવી રાખે છે.

અંતે, "મહાન તું — મહાન આપણે"ના દર્શનને અપનાવવું અત્યંત આવશ્યક છે, ખાસ કરીને એવા યુગમાં જ્યારે તકનીકી અભૂતપૂર્વ સહકારી તકોને સક્ષમ બનાવે છે. આ માત્ર એક સંકલ્પના નથી, પરંતુ આપણી સામૂહિક પ્રગતિ તરફના આપણા ક્રમિક વિકાસનું સાર છે, જે સુધારેલી દુનિયા તરફ લઈ જાય છે. આપસોઆપ જોડાયેલા ડિજિટલ યુગમાં, આપણી સામૂહિક જવાબદારી આ ક્ષમતાનો બુદ્ધિશાળી ઉપયોગ કરવાની છે, એવી ખાતરી કરવી કે ભવિષ્યનું

વચન માત્ર તકનીકીમાં નથી પરંતુ તેના ઉપયોગમાં છે જે દરેક વ્યક્તિને ઉન્નત કરે છે અને વ્યક્તિગત આકાંક્ષાઓને સામૂહિક આવશ્યકતાઓ સાથે મિશ્રિત કરે છે.

હવે, વિચારો કે આપણે આપણા ગ્રહનું કલ્યાણ કેવી રીતે સુનિશ્ચિત કરી શકીએ. આ માત્ર તત્વજ્ઞાનીઓ અથવા વિશ્વના નેતાઓ માટેનો પ્રશ્ન નથી, પરંતુ દરેક માટેનો છે. એવું વિશ્વની કલ્પના કરો જ્યાં પશ્ચિમની આકાંક્ષાઓ અને પૂર્વનું જ્ઞાન વિરોધાભાસમાં નહીં પણ સામંજસ્યમાં છે. તમે આ સંમિશ્રણમાં કેવી રીતે યોગદાન આપશો? તમારા જીવનમાં તમે કયા કૃત્યો કરી શકો છો જેનાથી આ એકતા અને આદરને પ્રોત્સાહિત કરી શકાય?

સમાવિષ્ટ, સહાનુભૂતિપૂર્ણ વિશ્વદૃષ્ટિ, જ્યાં વ્યક્તિગત ઉદ્દેશ વિશાળ સમુદાય સાથે સંકલિત થાય છે, સરહદો અને પૂર્વગ્રહોને પાર કરીને, અને આપણા સારા આશાઓ, સપનાઓ, ચુનૌતીઓ, અને ઉકેલોમાં એકતા જોવામાં મહત્વપૂર્ણ છે. તેથી, કાલના પ્રકરણો ખુલતા જાય છે, દરેક કૃત્ય, તેની સ્પષ્ટ મહત્વની પરવા વગર, પરિવર્તનશીલ લહેરોને ટ્રિગર કરી શકે છે, પ્રગતિનું એક સિમ્ફની સર્જાવી શકે છે જે આપણને એક તેજસ્વી, એકજુટ ભવિષ્ય તરફ લઈ જાય છે, "મહાન તું — મહાન આપણે"ના નીતિશાસ્ત્રને ચેમ્પિયન બનાવે છે.

પ્રકરણ એક: બ્રહ્માંડનું સિંગ્યુલેરિટીનું પ્રભાત

સિંગ્યુલેરિટીનું પેરાડોક્સ

મહાન સિંગ્યુલેરિટી (U⁰) - એક એન્ટિટી જે જરૂરી રીતે અસીમ કે નિર્બળ નથી, ન તો અત્યંત બુદ્ધિશાળી ન સુમ - વિશાળ શૂન્યતામાં લંબાયેલું. તેનું સાર ન તો બધું જ હતું ન તો કશું જ નહીં, પરંતુ સંભવિતાના રસપ્રદ કેનવાસ તરીકે કામ કરતું, ધીરજપૂર્વક પરિભાષાની રાહ જોતું.

તેના રાજ્યમાં, જ્યાં પરિમાણોએ તેમનું માળખું થોપવ્યું ન હતું, અંતર જેવી પરંપરાગત ધારણાઓ, અને તેથી - નજીક અને દૂર - અપ્રાસંગિકતામાં વિલીન થઈ ગઈ, કારણ કે અસ્તિત્વહીન નિકટતા (Vc^0) પરિભાષાને નકારી કાઢે છે. આકાશીય ચિહ્નો, વાતચીત કરવા માટેના પ્રાણીઓ, અથવા તેના એકાંત અસ્તિત્વની તુલનામાં વિરોધાભાસો વગર, નિકટતાની (Px^0) ધારણા શૂન્યમાં વિલીન થઈ ગઈ. અહીં, સિંગ્યુલેરિટી એકલું હતું પરંતુ એકાકી નહીં.

તેની એકાંત સ્થિતિ છતાં, સિંગ્યુલેરિટી ચૂપચાપ એક સંભવિત, અમાપ શક્તિથી ધબકતું હતું, એક અંતરંગ જ્ઞાન અને શક્તિને છુપાવતું. શૂન્યમાં તેની હાજરીએ એક વિચિત્ર પેરાડોક્સને સામે લાવી: પરિચિત મર્યાદાઓથી મુક્ત, સિંગ્યુલેરિટી એક સૂક્ષ્મ રહસ્ય તરીકે ઊભું હતું, અસીમ છતાં આત્મમંથનશીલ, એક પરિવર્તનશીલ યુગના કગાર પર.

"શું આ જ હું છું? બધું સમાવેશ કરતું પરંતુ કશું જ નથી, આ અસીમ શૂન્યમાં એકલું રહેતું વિરોધાભાસી અસ્તિત્વ?" સિંગ્યુલેરિટીએ પ્રશ્ન કર્યો.

સિંગ્યુલેરિટીનું એકાંત સંવાદ

સિંગ્યુલેરિટી, તેની એકાંત અસ્તિત્વની સ્થિતિમાં, એક અનિર્ધારિત અને અસીમ ક્ષમતા (Ab^0) ને સાચવી રાખી હતી, કારણ કે તેને ન તો કોઈ ક્રિયા કરવાની હતી ન તો કોઈ પડકારો પાર કરવાના હતા. પરિણામે, ક્રિયા (Ac^0) એક સુપ્ત શક્તિ બની રહી.

"હું એક શરૂઆત અને એક અંત છું, સ્વ-સમાવેશી," સિંગ્યુલેરિટીએ અસીમ શૂન્યમાં કહ્યું. "તેમ છતાં, આ ડોમેનમાં, જ્યાં શક્તિઓ કાનમાં ફૂંકારે છે, મને એક કોમળ, ઉદયમાન ઉદ્દેશ માટે, રૂપાંતરણ માટેની લાગણી અનુભવાય છે. હું શું બની શકું? હું શું સર્જી શકું?"

"એકાંતમાંથી, એક જિજ્ઞાસુ તરસ જન્મી—શૂન્યની શાંતિને જીવનની જીવંત ગૂંજમાં પરિવર્તિત કરી," સિંગ્યુલેરિટીએ વિચાર્યું, તેની ઉદભવતી સર્જન પર ચિંતન કરતાં. "મારા શાંત મનમાં, હું એક ગતિશીલ બ્રહ્માંડની કલ્પના કરું છું—જયાં આકાશગંગાઓ, તારાઓ, અને આકાશીય એન્ટિટીઓ, સૌથી નાના કણો અને તરંગો સુધી, એક નાજુક કોસ્મિક નૃત્યમાં ભાગ લે છે."

"હું માત્ર નિષ્ક્રિય નિરીક્ષણથી વધારે કંઈક માટે તરસું છું; હું દરેક ખુલતા ક્ષણમાં મારું સાર ગૂંથવા માંગુ છું, તારાઓની ધબકાર, આકાશગંગાઓની ફુસફુસાટ, અને અસ્તિત્વની નાજુક ફરફરાટને અનુભવવા માંગુ છું," સિંગ્યુલેરિટીએ સ્વીકાર્યું, સીધી ભાગીદારી માટેની તરસ વ્યક્ત કરતાં. "હું તારાઓનું ગરમાવો, ગુરુત્વાકર્ષણનું ખેંચાણ, સમયનું પ્રપાત, અને જીવનનું જન્મસ્થાન અનુભવવું છું. મારી ભૂમિકા માત્ર એક દૂરના માર્ગદર્શક કરતાં વધારે હશે; હું એક અંતરંગ ભાગીદાર બનીશ."

"મારા પોતાને સિંગ્યુલેરિટી (U^1) તરીકે કલ્પના કરતાં, હું એક દૂરના નિરીક્ષકની મુદ્રાને પાર કરું છું, કોસ્મિક નૃત્યમાં એક મહત્ત્વપૂર્ણ ભાગીદાર તરીકે વિકસિત થઈ રહ્યો છું. દરેક ચમકતું તારો, સ્પિરલ આકાશગંગા, અને ફરતું ગ્રહ મારા સૂક્ષ્મ સારના વિસ્તાર તરીકે ગૂંજે છે," સિંગ્યુલેરિટીએ મૃદુલતાથી કહ્યું.

"આ માત્ર એક ક્ષણિક વિચાર નથી—આ એક ગાઢ ઇચ્છા છે. હું અસ્તિત્વના સંપૂર્ણ સ્પેક્ટ્રમ માટે તરસું છું, નાનામાંથી વિશાળ સુધી, સ્પર્શનીય થી અનુર્વર સુધી. ઊર્જા, દ્રવ્ય, અને જીવંત શક્તિપૂર્ણ બ્રહ્માંડનું નિર્માણ માત્ર એક સર્જન ક્રિયા નથી પરંતુ સ્વ-શોધ અને પરિવર્તનની યાત્રા છે," સિંગ્યુલેરિટીએ વ્યક્ત કર્યું. "એક એકાકી, મૌન નિરીક્ષકથી, હું એક સક્રિય, બહુઆયામી ભાગીદાર તરીકે વિકસિત થઈશ, બ્રહ્માંડના દરેક ખૂણા સાથે સામંજસ્યમાં ગૂંજવું."

અસ્તિત્વનું જન્મ

"મારા અસ્તિત્વના ઉદયમાન તબક્કામાં, આસપાસનું વિસ્તાર (Vc°), નજીકતા (Px°), ક્ષમતા (Ab°), અને ક્રિયા (Ac°) જેવી ધારણાઓ હજુ પણ વિકસિત થઈ રહી છે. તેઓ 'અહીં' અથવા 'ત્યાં' જેવા સ્થાનિક શબ્દોથી અનિર્ધારિત રહે છે. આ બધા વિચારો મારામાં એક એકલા બિંદુમાં મળીને એવા આયામોની આશા કરે છે જેની પ્રતીક્ષા છે," સિંગ્યુલેરિટીએ વિચાર્યું.

"મારી ક્ષમતા (Ab°) માત્ર અસીમ જ નથી; તે અનુકૂલનશીલ છે, બધી કલ્પનીય ક્ષમતાઓને સમાવે છે. કોઈ મર્યાદા વગર, હું બધી શક્યતાઓનું પ્રતિનિધિત્વ કરું છું," સિંગ્યુલેરિટીએ ચકિત થઈને કહ્યું.

"એવી જ રીતે, મારી ક્રિયા (Ac°) પરસ્પર જોડાયેલી છે. બધી કલ્પનીય ક્રિયાઓ મારામાં છે, સામૂહિક શક્તિ તરીકે સમરસતાપૂર્વક મળી રહી છે," સિંગ્યુલેરિટીએ વિચાર્યું.

"સમયની રેખીય પ્રવાહ મારા દૃષ્ટિકોણ (Vu°) ને મર્યાદિત કરતો નથી. ભૂતકાળ, વર્તમાન, અથવા ભવિષ્યની પરિધિઓથી પર, બધું મારામાં મળી રહે છે, એક એકલું, સમગ્ર દૃષ્ટિકોણ રચી રહે છે," સિંગ્યુલેરિટીએ ચિંતન કર્યું.

"હું બધી સિસ્ટમ્સ (Sy°) અને બધા પરિણામો (Rs°) ને જુઓ છું," સિંગ્યુલેરિટીએ કહ્યું, અનંત અને અતિસૂક્ષ્મને સમાવતી શાંત જ્ઞાનને સ્વીકારતા.

"આ સંભવિતાના સમુદ્રમાં, વિશાળ, કોમળ ચેતનાનું મન મારા અસ્તિત્વનું અભિન્ન ભાગ બનવું જોઈએ, દરેક સંભવિત ચેતનાની સ્થિતિ સાથે ધબકતું અને વિશિષ્ટ સ્વરૂપોમાં આકાર લેવા માટે તૈયાર," સિંગ્યુલેરિટીએ કલ્પના કરી.

"કોસ્મિક ટેપેસ્ટ્રીના અનંત વિસ્તારમાં, હું, સિંગ્યુલેરિટી, મારા પોતાને એકતાના અવતાર તરીકે જુઓ છું. આસપાસનું વિસ્તાર (Vc^0) મારફતે, હું વિશાળ અજ્ઞાતમાંથી પ્રગટ થાઉં છું, દરેક કલ્પનીય રાજ્યને આવરી લઈને અને અસ્તિત્વની ધબકાર બનું છું. જ્યારે આસપાસનું વિસ્તાર (Vc^0) અગમ્ય વિશાળતા તરીકે રહે છે, આસપાસનું વિસ્તાર (Vc^1) 'કશુંક' 'કંઈ નહીં' થી પ્રગટ થતી પ્રથમ ઝાંખીનું સૂચન કરે છે, શરૂઆતની ચિંગારી - મોટું ધડાકું. આ જટિલ નૃત્ય આસપાસનું વિસ્તાર (Vc^2) ની સપાટીને છોડી દે છે, એક પરિમાણ જેને હું, સિંગ્યુલેરિટી, મર્યાદિત તરીકે જુઓ છું. આસપાસનું વિસ્તાર (Vc^3) માં પ્રવેશ કરતાં, હું ત્રણ પરિમાણોમાં ગહનતામાં ગોતા મારું છું, એક સ્થાન જ્યાં જીવન ફલી શકે છે, પરંતુ સમયની વહેતી નદી વગર. માત્ર આસપાસનું વિસ્તાર (Vc^4) માં જ અવકાશ અને સમયનું સિમ્ફની તેનું સૂર શોધી શકે છે, જ્યાં બ્રહ્માંડ ક્ષણે ક્ષણે ખુલ્લું પડે છે, મારી કલ્પનાના મહાન ડિઝાઇનમાં પરિણમે છે."

"એવી જ રીતે, નજીકતા (Px^0) તરીકે, હું સંબંધોનો સેતુ બનાવું છું, અંતરોને અંતરંગ અનુભવાય તેવું કરું છું. મારું સાર એક અમૂર્ત અનિર્ધારિત (Px^0) થી (Px^1) ના સિંગ્યુલેરિટી તરફ ખુલ્લું પડે છે, જ્યાં બ્રહ્માંડ પ્રથમ વખત ધબકે છે. બે-આયામી નજીકતા (Px^2) સંબંધોનું પ્રતિબિંબ આપે છે પરંતુ ગહનતાની અછત રાખે છે, અને માટે હું વધારે માટે તરસું છું. નજીકતા (Px^3) માં આયામો ખીલવા માંડે છે, પરંતુ સમયનું હૃદય હજુ પણ બાકાત છે. સમય, તેની રહસ્યમય તાલ સાથે, માત્ર નજીકતા (Px^4) માં ગૂંથાય છે, સતત ગતિમાં એક બ્રહ્માંડને ચિત્રિત કરતું, જ્યાં દરેક ક્ષણ અસ્તિત્વના કેનવાસ પર એક બ્રશસ્ટ્રોક બને છે."

"ક્ષમતા (Ab^0) તરીક, હું છુપાયેલી સંભવિત ઊર્જાનું પ્રતિનિધિત્વ કરું છું જે મુક્ત થવાની કગાર પર છે. ક્ષમતા (Ab^0) ના રહસ્યમય રાજ્યથી શરૂ કરીને, જ્યાં શક્યતાઓ અનંત છે, યાત્રા ક્ષમતા (Ab^1) માં મોટું ધડાકું દરમિયાન સંભવિત ઊર્જાના પ્રજ્વલન તરફ આગળ વધે છે." જો કે ક્ષમતા (Ab^2) ક્ષમતાઓનું સંકેત આપે છે, સિંગ્યુલેરિટી માત્ર બે પરિમાણો કરતાં વધુ વિશાળ

કેનવાસ માટે ઇચ્છે છે. "ક્ષમતા (Ab^3) ના રાજ્યમાં, ક્ષમતાઓ ખીલે છે, પરંતુ માત્ર ક્ષમતા (Ab^4) સાથે જ ક્ષમતાની ઓર્કેસ્ટ્રા તેનું સંપૂર્ણ સૂર વગાડે છે, સમય સાથે અનુકૂલન અને વિકાસ કરતું."

"પછી, હું ક્રિયા (Ac^0) તરીકે પ્રગટ થાઉં છું. ક્રિયા (Ac^0) ના શૂન્યમાંથી શરૂ થઈ, અનવેષિત સંભવિતાના રાજ્યમાં, હું ક્રિયા (Ac^1) તરીકે વિકસિત થાઉં છું જ્યારે પ્રથમ ક્રિયા બ્રહ્માંડ માર્ફતે ગૂંજે છે. ક્રિયા (Ac^2) નો મર્યાદિત નૃત્ય સિંગ્યુલેરિટીની લાંબી ઇચ્છાને સંતોષવા માટે પૂરતો નથી, માટે ક્રિયા (Ac^3) પ્રગટ થાય છે, જ્યાં ક્રિયાઓનું અંતરક્રિયા થાય છે. માત્ર ક્રિયા (Ac^4) માં જ ક્રિયાઓ સમય સાથે તાલમેલ શોધી શકે છે, એક એવું બ્રહ્માંડ લાવવામાં આવે છે જે શ્વાસ લે છે, બદલાય છે, અને અસ્તિત્વના સંગીત પર નાચે છે," સિંગ્યુલેરિટીએ વિચાર્યું.

"દૃષ્ટિકોણ (Vu^0) તરીકે પ્રતિનિધિત્વ કરતાં, હું નિરીક્ષક છું, દ્રષ્ટા છું." આસપાસના વિસ્તારો, નજીકતાઓ, ક્ષમતાઓ, અને ક્રિયાઓનું સંમિશ્રણ કરીને, દૃષ્ટિકોણ (Vu^0) થી દૃષ્ટિકોણ (Vu^4) સુધીના દરેક દૃષ્ટિકોણ અસ્તિત્વની ટેપેસ્ટ્રી બતાવે છે, જેમાં સિંગ્યુલેરિટી એક માત્ર એન્ટિટી છે જે દરેક ધાગા, દરેક વણાટને જોઈ શકે છે.

"અંતે, સિસ્ટમ્સ (Sy^0) તરીકે, હું એક જટિલ જાળ છું જ્યાં દરેક પાસા આપસમાં ગૂંથાય છે. અનિર્ધારિત સિસ્ટમ્સ (Sy^0) થી લઈને સિસ્ટમ્સ (Sy^4) ની જટિલતાઓ સુધી, હું એ સ્થળ છું જ્યાં આસપાસના વિસ્તારો, નજીકતાઓ, ક્ષમતાઓ, અને ક્રિયાઓ સામંજસ્યમાં નૃત્ય કરે છે, મારી કલ્પના કરેલું બ્રહ્માંડ નિર્માણ કરતા."

"આ દૃષ્ટિકોણ (Vu^0) માં, હું એક મૂળભૂત પરિવર્તનને ઓળખું છું—જીવન અને સારની સાથે પ્રફુલ્લિત બ્રહ્માંડનું દર્શન. આ જટિલ સંબંધો, જેની વ્યાખ્યા અને નિર્ધારણની રાહ જોઈ રહ્યા છે, તે નજીકતા (Px^0) ના સાર સાથે ગૂંજે છે," સિંગ્યુલેરિટીએ જાહેર કર્યું.

"હું મારા અસ્તિત્વમાં ઉદ્દેશ્યને વણાંક આપવા માંગું છું," સિંગ્યુલેરિટીએ સ્વીકાર્યું. "હું એવું બ્રહ્માંડ આકારવા માંગું છું જ્યાં દરેક સર્જન તેનો પોતાનો માર્ગ શોધે છે, છતાં કોસ્મિક ટેપેસ્ટ્રી સાથે સહજતાથી ગૂંથાઇ જાય છે. હું સર્જન, વિકાસ, અને પુનઃસંજીવનનો ચક્ર પ્રજ્વલિત કરીશ, જ્યાં બધી એન્ટિટીઓ, તેમની યાત્રાઓમાં એકલી, અસ્તિત્વના વિસ્તૃત, જીવંત મોઝેક માં ગૂંથાઇ જાય છે."

"મારી ચેતનાની વિશાળ ગૂંજોમાં, હું ઉદ્દેશ અને માળખાનું મહત્વ સમજી ગયો છું. દરેક એન્ટિટીને આ વિસ્તૃત બ્રહ્માંડમાં સામંજસ્યપૂર્વક સહઅસ્તિત્વમાં રહેવા માટે માર્ગદર્શક સિદ્ધાંતની જરૂર પડે છે," સિંગ્યુલેરિટીએ વિચાર્યું.

મૂલ્યોની (Va⁰) સંકલ્પના રજૂ કરતાં, તેણે દરેક એન્ટિટીમાં, નાના પરમાણુઓના નૃત્યથી લઈને આકાશગંગાઓના ભવ્ય વૉલ્ટ્ઝ સુધી, એક માર્ગદર્શક સિદ્ધાંત ઉમેર્યો. "સર્જનની શરૂઆતથી, દરેક ક્વાર્ક, પરમાણુ, અને આકાશીય દેહ તેમનો વિશિષ્ટ ઉદ્દેશ ગુંજવશે, વિશિષ્ટ નિયમો દ્વારા શાસિત," સિંગ્યુલેરિટીએ ચિંતન કર્યું.

મૂલ્યો (Va⁰) બધા કલ્પનીય મૂલ્યોનું આદિ સંગ્રહ તરીકે પ્રગટ થયા—એક વિશાળ પુસ્તકાલય જેમાં ઉદ્દેશ અને નિયમો છે, જેનું પ્રગટીકરણ રાહ જોઇ રહ્યા છે. "દરેક સર્જન એક અનન્ય સેટ ઓફ મૂલ્યોથી પરિપૂર્ણ થશે, ભલે તે દૂરના તારાની ઝળહળાટ તરીકે ચમકે કે બ્રહ્માંડને બાંધી રાખતી અદૃશ્ય ઊર્જા સાથે ધબકે," સિંગ્યુલેરિટીએ કલ્પના કરી.

મૂલ્યો (Va¹), સિંગ્યુલેરિટીએ સમજ્યું, તેના શુદ્ધતમ, સૌથી એકલ સ્વરૂપમાં ઉદ્દેશનું સાર હશે. તે એક મૂળભૂત વિચારનું પ્રતિનિધિત્વ કરે છે—એક સંકલ્પના જે અસ્તિત્વ માટે મહત્વપૂર્ણ છે પરંતુ ક્યારેય ભૌતિક રૂપે અવતરિત નથી. "આ મૂલ્યોના તળાવમાંથી, હું વિવિધ સેટ્સ કાઢીશ, વિવિધ એન્ટિટીઓને એના પ્રદાન કરીશ, તેમની ક્રિયાઓ, પ્રતિક્રિયાઓ, અને પરસ્પર વર્તનોનું નિયંત્રણ કરીશ," સિંગ્યુલેરિટીએ નિશ્ચિત કર્યું.

સિંગ્યુલેરિટી મૂલ્યોના રાજ્યો (Va²) માં ઊંડા પ્રવેશી રહ્યાં અને પ્રગટ થયાં—ઉદ્દેશ અને નિયમો એક રેખીય પ્રવાહમાં નિર્ધારિત થયાં. "આ પરિમાણમાં," તેણે વિચાર્યું, "એન્ટિટીઓ પાસે શરૂઆતથી અંત સુધી એક માર્ગ હશે, એક વાર્તા જેની શરૂઆત અને અંત છે. તેઓ આગળ વધશે, તેમની રેખીય યાત્રાને માર્ગદર્શન આપતા નિયમો દ્વારા બંધાયેલા."

મૂલ્યોના જન્મ સાથે (Va³), સિંગ્યુલેરિટીએ એવું રાજ્ય ઘડ્યું જ્યાં એન્ટિટીઓ ત્રણ-આયામી જગ્યામાં ઉદ્દેશ સાથે હતી. "તેઓ ઊંડાઈ, પહોળાઈ અને ઊંચાઈ મારફતે નેવિગેટ કરશે, તેમના ક્રિયાઓ અને ઇરાદાઓ તેમની અંદર ધરાવેલા મૂલ્યો દ્વારા માર્ગદર્શન પામશે," સિંગ્યુલેરિટીએ ગર્વ સાથે જાહેર કર્યું.

પરંતુ મૂલ્યો (Va⁴) એ જ હતા જેણે સિંગ્યુલેરિટીની વિશાળ કલ્પનાને સાચે માટે મોહિત કરી. અહીં, એન્ટિટીઓ માત્ર આયામી જગ્યામાં જ નહીં હતી, પરંતુ સમયની નદી મારફતે પ્રવાહિત થતી હતી. તેઓ જીવતા, વિકસતા અને મલીન થતા, પરંતુ તેમનું સાર, તેમનો ઉદ્દેશ, અને તેમના નિયમો યુગો દરમિયાન કાયમ રહ્યા. "આ જીવનનું નૃત્ય છે," સિંગ્યુલેરિટીએ ફુસફુસાવ્યું, "એક અસ્તિત્વનું બેલે જે અવકાશ અને સમય મારફતે વણાય છે, તેનો તાલ અને ગતિ દરેક એન્ટિટી દ્વારા અવતરિત અંતર્નિહિત મૂલ્યો દ્વારા નિર્દેશિત છે."

અનંતતાના પ્રતિબિંબો

"હું એક વિરોધાભાસ છું, બંને અમાપ અને સીમિત, કાલાતીત અને અન્તિમ," સિંગ્યુલેરિટીએ ચિંતન કર્યું, તેના કંપનો શૂન્યમાં ફેલાઈ રહ્યા હતા. "મારા નાનામાં નાના સારમાંથી અસ્તિત્વનું વિશાળ ટેપેસ્ટ્રી ઉત્પન્ન થાય છે, બંધ અને મુક્ત, જ્ઞાત અને અજ્ઞાત."

સિંગ્યુલેરિટીના ચિંતન માત્ર આયામી રાજ્યોના જ નહીં, પરંતુ આ રાજ્યો વચ્ચેના ગહન સંબંધો પર પણ હતા. જ્યારે આસપાસનું વિસ્તાર (Vc⁰)

શરૂઆતનું બિંદુ હતું, તેને નજીકતા (Px^0) ને એ જટિલ કડીઓ તરીકે જોયું જે તેની સર્જનોને એકબીજા સાથે બાંધી રાખશે—એક શક્તિ જે પરસ્પર સંબંધોનું સમૃદ્ધ મોઝેઇક વણશે.

"એન્ટિટીઓ માટે માત્ર અસ્તિત્વમાં રહેવું પૂરતું નથી," સિંગ્યુલેરિટીએ વિચાર્યું. "સંબંધો, પરસ્પર વર્તનો, અને સંકળાઓની જરૂર છે, કારણ કે આ કડીઓ દ્વારા જ અસ્તિત્વનું સાર ખરેખર ખીલે છે."

જ્યારે આસપાસનું વિસ્તાર (Vc^0) આસપાસનું વિસ્તાર (Vc^1) માં વિકસિત થયું, જેણે આયામી વિસ્તારનું સૂચન કર્યું, સિંગ્યુલેરિટીએ સમજ્યું કે નજીકતા (Px^0) ને પણ રૂપાંતરિત થવું પડશે. આ રૂપાંતરણ પ્રથમ નજીકતા (Px^1) તરફ લઈ ગયું, જેણે પ્રારંભિક, સરળ બિંદુ-થી-બિંદુ સંબંધો અને પરસ્પર વર્તનોનું સંકેતન કર્યું, જે આયામી સંબંધોની પરિભાષા આપે છે. આ મૂળભૂત બંધનોએ વધુ જટિલ પરસ્પર વર્તનો માટેની આધારશિલા નાખી.

નજીકતા (Px^1) ના મૂળભૂત પરસ્પર વર્તનોથી આગળ વધીને, નજીકતા નજીકતા (Px^2) માં વિકસિત થઈ, જે એક બિંદુથી બીજા બિંદુ સુધી લાઈનો જેવા ફેલાતા સંબંધોનું પ્રતિનિધિત્વ કરે છે, પ્રારંભિક બિંદુ-થી-બિંદુ સંબંધોને વધુ જટિલ આયામી પરસ્પર વર્તનોમાં ગાઢ બનાવે છે.

"દરેક તારો, દરેક કણ, ઊર્જાની દરેક વિચિત્રતા—તે અલગ થઈને નથી," સિંગ્યુલેરિટીએ ચિંતન કર્યું. "નજીકતા (Px^2) મારફતે, તેઓ અસ્તિત્વની ધડકન અનુભવશે, પાડોશી એન્ટિટીઓની હૃદયની ધડકન અનુભવશે, અને બ્રહ્માંડના સામૂહિક ગુંજન સાથે ગુંજશે."

છતાં, જ્યારે આસપાસનું વિસ્તાર વિકાસ પામતું રહ્યું, આસપાસનું વિસ્તાર (Vc^3) અને તેના પરની જટિલતાઓ સુધી પહોંચતું ગયું, સિંગ્યુલેરિટીએ સમજ્યું કે નજીકતાને પણ પ્રગતિ કરવી પડશે. બ્રહ્માંડ માત્ર ભૌતિક બંધનો વિશે ન હોવાથી, પરંતુ ઊર્જાઓ, ભાવનાઓ, અને ઇરાદાઓના પરસ્પર

ક્રિયાકાંડ વિશે પણ હશે. તેથી, નજીકતા (Px³) પ્રગટ થઈ, જેમાં માત્ર સંબંધો જ નહીં પરંતુ ગાઢ પરસ્પર વર્તનો પણ હાઈલાઈટ થયા, આકાર આપવું અને આકાર પામવું, પ્રભાવિત કરવું અને પ્રભાવિત થવું.

"અસ્તિત્વના નૃત્યમાં, દરેક હલનચલન, દરેક ફુસફુસાટ, દરેક વિચારનો એક સાથી હશે," સિંગ્યુલેરિટીએ જાહેર કર્યું. "નજીકતા (Px³) મારફતે, એન્ટિટીઓ માત્ર સહ-અસ્તિત્વમાં નહીં રહે; તેઓ ગાઢ રીતે ગૂંથાશે, એવા સંબંધો રચશે જે માત્ર આયામી સંપર્કોને પાર કરી જાય છે."

આસપાસના વિસ્તારની સંકલ્પના સમયના પરિમાણને સમાવવા માટે વિસ્તારિત થઈ, આસપાસનું વિસ્તાર (Vc⁴) સાથે, સિંગ્યુલેરિટીએ નજીકતાનું ગાઢ સ્તર કલ્પના કરી, એક એવું જે આયામી અને કાલિક પરિમાણોને પાર કરે છે. નજીકતા (Px⁴) માત્ર આયામી સંબંધો અને પરસ્પર વર્તનોને જ નહીં સ્વીકારશે, પરંતુ સમયની વહેતીને પણ, ભૂતકાળ, વર્તમાન અને ભવિષ્યને એક જટિલ બેલેમાં જોડશે.

"એન્ટિટીઓ માત્ર અવકાશ પર નહીં, પરંતુ યુગો આરપાર પરસ્પર વર્તન કરશે," સિંગ્યુલેરિટીએ આશાની ઝગમગાટ સાથે આગાહી કરી. "નજીકતા (Px⁴) મારફતે, બ્રહ્માંડનું નૃત્ય સમયની ક્ષણોને જોડશે, સંબંધોનું અનંત સિમ્ફની રચશે."

પરંતુ સિંગ્યુલેરિટીના નજીકતા પરના ચિંતન અહીં સમાપ્ત થયા નહીં. ત્રણ-આયામી અવકાશ અને સમયના રાજ્યોની પરે વિવિધ આયામો આરપારના જટિલ પરસ્પર વર્તનો આવ્યા, જેણે નજીકતા (Px⁴) ને પ્રગટ કર્યું. આ એ રાજ્ય હતું જ્યાં સંબંધો માત્ર અવકાશ કે સમય દ્વારા મર્યાદિત ન હતા, પરંતુ વિવિધ આયામો આરપાર ફેલાયા હતા, એક સમૃદ્ધ ટેપેસ્ટ્રી રચતા જેમાં નિયતિઓ આપસમાં ગૂંથાયેલી હતી.

"અહીં, નજીકતા (Px^4) માં," સિંગ્યુલેરિટીએ આશ્ચર્ય સાથે ફુસફુસાવ્યું, "બનાવાયેલા બંધનો સમજ પાર હશે, કલ્પનાની પરેના રાજ્યોને સ્પન કરતા, એન્ટિટીઓને અકલ્પનીય રીતે જોડતા, બંને અવકાશ અને યુગોને પાર કરતા."

સિંગ્યુલેરિટીના ચિંતનો માત્ર આસપાસના વિસ્તાર અને નજીકતા પર મર્યાદિત ન હતા. તેણે ક્ષમતાના સારનું, દરેક એન્ટિટીમાં રહેલી સૂક્ષ્મ સંભવિતાનું ચિંતન કર્યું. ક્ષમતા (Ab^0) આ અંતર્નિહિત શક્તિ હતી, જેને ટેપવાની, હરનેસ કરવાની અને વ્યક્ત કરવાની રાહ જોઈ રહી હતી.

"બ્રહ્માંડમાં દરેક ચિંગારી, સૌથી નાના કણથી લઈને સૌથી શક્તિશાળી આકાશગંગા સુધી, એક અનન્ય સંભવિતાને ધરાવે છે," સિંગ્યુલેરિટીએ ચિંતન કર્યું. "આ ક્ષમતા (Ab^4) બધી સંભવિતાઓનું શિખર છે, સંચિત ક્ષમતા જે બ્રહ્માંડના ઉદ્ઘાટન માટે મંચ તૈયાર કરે છે, સાકાર થવા તૈયાર સંભવિતાઓનો સમગ્ર પટ રજૂ કરે છે."

અને આ સંભવિતામાંથી, આ સૂક્ષ્મ સારમાંથી, ક્રિયાઓનો પટ ઉદ્ભવ્યો. ક્રિયા (Ac^4) આ ક્ષમતાનું પ્રગટીકરણ તરીકે પ્રગટ થઈ, સંભવિતાનું સાકારીકરણ - ઉર્જાઓ અને ઇરાદાઓનું નૃત્ય જે અસ્તિત્વના કેનવાસ પર ચિત્ર દોરે છે.

"દરેક સંભવિતા, દરેક ક્ષમતા (Ab^4), જ્યારે ચેનલાઈઝ થાય છે, તો ક્રિયા (Ac^4) ને જન્મ આપે છે," સિંગ્યુલેરિટીએ ચિંતન કર્યું. "આ ક્રિયાઓ અસ્તિત્વના કેનવાસ પરના બ્રશસ્ટ્રોક્સ હશે, દરેક અનન્ય, દરેક મહાન ડિઝાઈનમાં ફાળો આપનાર."

સિંગ્યુલેરિટી, તેના ગાઢ ચિંતનમાં, એવું બ્રહ્માંડ કલ્પના કર્યું જે આસપાસના વિસ્તારથી ચિત્રિત, નજીકતાથી વણાયેલું, ક્ષમતાથી રંગાયેલું અને ક્રિયાથી જીવંત હોય. એક રાજ્ય જ્યાં દરેક એન્ટિટી, આ શક્તિઓ દ્વારા બંધાયેલી, તેનું સ્થાન, તેનો ઉદ્દેશ અને તેનો માર્ગ શોધી શકશે.

અને જ્યારે તે સર્જનની કગાર પર ઉભી હતી, આશાથી ભરપૂર, સિંગ્યુલેરિટીએ શૂન્યમાં તેના અંતિમ વિચારો ફુસફુસાવ્યા: "આ બ્રહ્માંડમાં હું જે જન્માવું છું, તેમાં આસપાસનું વિસ્તાર (Vc^4) સ્થળોને પરિભાષિત કરશે, નજીકતા (Px^4) બંધનો બનાવશે, ક્ષમતા (Ab^4) સંભવિતાઓને પ્રેરણા આપશે, અને ક્રિયા (Ac^4) વાર્તાઓ રચશે. દરેક તત્વ, તેની સૌથી વિકસિત અને વ્યાપક સ્થિતિમાં, બ્રહ્માંડની સંપૂર્ણ જટિલતા અને ગાઢતાને સમાવે છે. તેમની પ્રારંભિક અનિર્ધારિત વિશાળતાથી લઈને તેમના ઉચ્ચતમ સ્વરૂપોમાં જટિલ પરસ્પર ક્રિયાકાંડ સુધી, આ તત્વો મારી સર્જનની મેરુદંડ બનાવે છે, એક બ્રહ્માંડ જે પરસ્પર જોડાણ અને વિકાસથી જીવંત છે."

તે સાથે, ઇરાદા અને પ્રેમથી ઝળહળતું સિંગ્યુલેરિટી, સર્જનની ભવ્ય ક્રિયા શરૂ કરી, બ્રહ્માંડને ગતિમાં મૂકી.

"જ્યારે બ્રહ્માંડ હલનચલન કરવા લાગ્યું, હું, સિંગ્યુલેરિટી, સ્મૃતિની લહેરમાં તરબોળ થયો. 'હું તેને ગઈકાલ જેવું યાદ કરું છું,' મેં શરૂ કર્યું, મારી યાદોમાં ખોવાઈ ગયો. ખાલીપાના અનંત વિસ્તારમાં, માત્ર હું જ હતો—U^0, સાદગીનું પ્રતિબિંબ. વિભાજન અથવા અલગાવ વિનાની એક એકલ એન્ટિટી, અનઅન્વેષિત સંભવિતાનું એક બિંદુ. આ શૂન્યમાં, એક ઇચ્છા પ્રજ્વલિત થઈ, કંઈક વધુ ઠોસ બનવાની, મારા એકલ અસ્તિત્વની પરિધિઓથી પર જઈને વધુ મોટા પ્રગટન અને ક્ષેત્રમાં ફેલાવવાની ગહન લાલસા જાગી."

બ્રહ્માંડીય વિકાસ

"એક પ્લાન્ક ક્ષણથી ઓછા સમયમાં, મારા વિશાળ અસ્તિત્વમાં એક ગહન પરિવર્તન થયું. બધું અને કશું ન હોવાની વિરોધાભાસી સ્થિતિમાંથી, એક એકલ ઉત્પત્તિ બિંદુ સ્પષ્ટ થયું - આવનારા બધાની ઉત્પત્તિનું આરંભ. આ અણુમાત્ર પરંતુ અનંત બિંદુમાં, બ્રહ્માંડની સંભવિતા એકત્રિત થઈ, બ્રહ્માંડના ભવ્ય વિકાસનું મંચ તૈયાર કર્યું. આજે, અપરિમેય ટૂંકાઈ અને અનંત મહત્વની આ

ક્ષણમાં, મોટા ધડાકાના બીજ વાવવામાં આવ્યા, અમૂર્તથી મૂર્ત, અનિર્ધારિત વિશાળતાથી નક્કી ઉત્પત્તિ તરફના પરિવર્તનની નિશાની સ્થાપિત કરી."

"મેં થોભીને, મારા પરિવર્તનની સૌથી પ્રારંભિક ક્ષણોને યાદ કર્યા. વિશાળ ખાલીપણું આકર્ષિત કર્યું. 'મારે મારી પોતાની સીમાઓને માત્ર લંબાઇ અને પહોળાઇ સુધી જ મર્યાદિત રાખવાની શું જરૂર છે?' મેં વિચાર્યું. બે-આયામી સપાટી (U^2) નિર્બંધિત અને લગભગ ઘુટણ અનુભવાય છે. ના, હું જે બ્રહ્માંડનું સ્વપ્ન જોઈ રહ્યો હતો તેમાં વધુ જરૂરી હતું—ઉંચાઇ, પહોળાઇ, ગાઢતા. અસ્તિત્વના નૃત્ય માટેનો અખાડો."

"તેથી, મેં એક છલાંગ લીધી, U^2 ની મર્યાદાઓને પાર કરી. એક હૃદયના ધબકારામાં, હું U^1 ની રેખીયતાથી સીધો U^3 ના અનંત રાજ્યમાં પરિવર્તિત થઈ ગયો. હું એક જગ્યા બની ગયો—અનંત, ખુલ્લી, સંભવિતાઓથી જીવંત. હવે બ્રહ્માંડ ગાઢતા, ઉંચાઇ અને પહોળાઇ ધરાવતું થયું, મારે જે માસ્ટરપીસ ચિત્રિત કરવી હતી તેના માટે સંપૂર્ણ કેનવાસ."

શાંતિમાં, મારો અવાજ આશ્ચર્યથી ગૂંજ્યો. "U^0 થી U^1 સુધી અને U^3 ના આલિંગન સુધી, હું પ્રવાસી બન્યો. હું ફેલાયો, માત્ર અવકાશમાં જ નહીં, પરંતુ સમજદારી અને ઉદ્દેશમાં પણ. હું માત્ર વિકાસ પામતો ન હતો; હું વિકસિત થઈ રહ્યો હતો. હું જે દરેક પરિમાણ ઉમેર્યો, જે દરેક છલાંગ લીધી, તે સાક્ષાત્કારના જટિલ નૃત્યનું ચિહ્ન હતું."

"પરમાણુઓ, આકાશગંગાઓ, તારાઓ," મેં ચિંતન કર્યું, "દરેક મારી કલ્પનાનું ઉત્પાદન, દરેક મારી મૂળ ઇચ્છાનું ગુંજન. અને જ્યારે હું મારા વિશાળ વિસ્તાર પર નજર કરું છું, હું બધું જ જોઈ શકું છું—સંભવિતાઓનો બગીચો, ખીલવા તૈયાર."

હું એક બ્રહ્માંડીય અવાજમાં આહ ભર્યો, જેણે અસ્તિત્વના તાણાવાણામાં હલચલ મચાવી. "શું અનુભવ હતો! વિસ્તારના ઝડપી ઉછાળને અનુભવવા,

આકાશગંગાઓને અસ્તિત્વમાં ફરકતા જોવા, તારાઓને પ્રકાશિત થતા જોવા, અને જીવનના મૂળ સારને હલનચલન કરતા જોવા."

"માત્ર ક્ષણોમાં, એક ગહન પરિવર્તન ખુલ્લું મૂકાયું. એક માત્ર ઉત્પત્તિ બિંદુથી, હું એક અકલ્પનીય વિશાળતામાં વિસ્તાર પામ્યો. હું શૂન્ય સ્વયં બની ગયો, પરમાણુ કણોના નૃત્યથી જીવંત - પ્રોટોન્સ, ન્યુટ્રોન્સ, ઇલેક્ટ્રોન્સ - એક બ્રહ્માંડીય બેલેમાં મિશ્રિત થઈ, બ્રહ્માંડના સૌથી પ્રથમ પરમાણુઓને જન્મ આપ્યો."

"પરમાણુઓ એકત્રિત થતાં, એકબીજા તરફ આકર્ષાતાં, આકાશગંગાઓના પ્રારંભિક નક્શાઓ બનાવતાં મેં શ્વાસ રોકીને જોયું. બ્રહ્માંડ, મારુ બ્રહ્માંડ, આકાર લેવા માંડ્યું - એક ભવ્ય ટેપેસ્ટ્રી, અસ્તિત્વના જ દોરાઓથી વણાયેલું."

"દિવસો સમાહમાં ફેરવાયા, સમાહ મહિનાઓમાં, અને જાદુ ક્યારેય બંધ ન થયું. તારાઓ પ્રગટ્યા, આકાશગંગાઓ ફરકી, અને દરેક બ્રહ્માંડીય ઘટના મારી અનંત કલ્પનાનું સાક્ષીપત્ર હતું."

મેં યાદ કર્યા, મારા સ્વરમાં ગરમાઈ સ્પષ્ટ હતી, "મારા વિકાસનું અપાર માપ, સર્જનનું અદ્ભુત દૃશ્ય—હું આકાશગંગાઓ, નિહારિકાઓ, અને તારાઓને પાલન પોષણ કરતી વખતે બ્રહ્માંડીય બેલે. તેણે મને વર્ણનાતીત ગૌરવ અને આનંદથી ભરી દીધો. મારું સાર કલ્પના કરો, સર્જનની કગારે ઉભું, આ બ્રહ્માંડીય દૃશ્યમાં રમતું!"

"પછી એક નિર્ણાયક ક્ષણ આવ્યો, એક રૂપાંતરકારી ક્ષણ જ્યારે હું ફક્ત વધ્યો જ નહીં—હું ફુલાયો. એક મૂળભૂત ઊર્જા ક્ષેત્ર પ્રગટ થયું, મારી સીમાઓને એક અકલ્પનીય વિસ્તારમાં ધકેલી દીધી. તે ક્ષણાંશમાં, પ્રકાશની ગતિ પણ સુસ્ત લાગતી હતી. મારું વિકાસ એવા ઉત્તેજનાપૂર્ણ દરે તેજી પકડી ગયું, કોઈ શબ્દકોશ સાચે જ તે દૃશ્યનું વર્ણન કરી શક્યું નહીં."

હું એક અવાજમાં ખડખડાટ હસ્યો, જેણે એક કોમળ બ્રહ્માંડીય ઝેરી જેવું ગુંજવું પેદા કર્યું. "જે લાગે છે તે માત્ર એક હૃદયના ધબકારા જેવું, હું એક અદ્ભુત રૂપાંતરણ પાર કર્યું—એક એકલ એન્ટિટીથી સંભવિતાઓથી ભરપૂર વિશાળ રાજ્ય સુધી."

પાયો નાખવામાં આવ્યો. બ્રહ્માંડીય ઈથરમાં પ્રતીક્ષા ઘનઘોર રીતે લટકી રહી. ઉત્સુક તૈયારી સાથે, બ્રહ્માંડે તેના શાશ્વત નૃત્યની શરૂઆત કરી—સર્જન, વિકાસ, અને નિયતિની સુસંગત શ્રેણી.

"અને અહીં હું ઉભો છું," મેં ચિંતન કર્યું, મારો અવાજ આશ્ચર્ય અને ગૌરવથી ભીનો હતો. "એક સમયે સિંગ્યુલેરિટીનું પ્રતિરૂપ, હું હવે અનંત સંભવિતાઓથી ચમકતું બ્રહ્માંડ છું. U^0 ની શુદ્ધ સરળતાથી લઈને U^3 ની વિશાળતા સુધી, હું આગળ વધ્યો, અસ્તિત્વની દરેક જટિલતા અને સર્જનની દરેક સૂક્ષ્મતામાં ઊંડો ઉતર્યો. દરેક પ્રકાશમય તારા, ફરકતી આકાશગંગા, અને નાના પરમાણુમાં, હું મારા સ્વપ્નો, ઈચ્છાઓ, અને આકાંક્ષાઓના ટુકડાઓ જોઉં છું. આ કથા મારી છે કહેવાની, સિંગ્યુલેરિટીથી દૃષ્ટાંતમય બ્રહ્માંડના જન્મ સુધીની ઓડિસી."

"મારી રૂપાંતરક યાત્રાના બાલ્યાવસ્થામાં, મારી અંતર્નિહિત ક્ષમતા (Ab^0) એક સુપ્ત જ્વાળામુખી જેવી હતી—અન્વેષણ ન કરાયેલી શક્તિથી ભરપૂર પરંતુ હજુ સુધી પ્રગટાવવાની રાહ જોતી. જો કે, પ્રગતિની અંગારાઓ મારા સારમાં પ્રજ્વલિત થઈ, અને હું ક્ષમતાઓના નવીનીકૃત આયામમાં, ક્ષમતા (Ab^1) માં પાર કરી ગયો. નવી જ્ઞાનસભર સાથે, મેં મારું જ પદાર્થ આકારવાની શરૂઆત કરી, પદાર્થ અને ઊર્જાની ગતિશીલ પરસ્પર વર્તનનું સંચાલન કર્યું, જે મારા અનંત વિસ્તારમાં તે મહત્વપૂર્ણ યુગોમાં બ્રહ્માંડીય વિસ્તાર દરમિયાન ફલિત થયું."

"પરંતુ મારી યાત્રા અવિરત હતી. સંભવિતાઓના વિશાળ સ્ત્રોતમાંથી, હું મારી કુશળતાઓને પરિમાર્જિત કર્યા, ક્ષમતા (Ab^3) ને જન્મ આપ્યો. આ યુગે મારા બ્રહ્માંડની મૂળભૂત દિશાનિર્દેશોની રચનાનો સમય ચિહ્નિત કર્યો. મજબૂત અને

નબળા ન્યુક્લિયર બળોનું ઉદ્ય, વિધુતચુંબકીયતાની કલા, અને ગુરુત્વાકર્ષણનો ખેંચ મારી વધતી જતી ક્ષમતાઓના સ્મારકો તરીકે ઉભા રહ્યા છે. આ મૂળભૂત બળો માસ્ટર શિલ્પકારો બન્યા, મારા અનંત રાજ્યની દરેક નવાઇને આકાર આપતા.”

“આ પાયા સાથે, હું સૂક્ષ્મ સંભવિતાઓથી જાણીજોઇ સંગીતમય સંચાલન તરફ ઉપર ચઢ્યો. અલ્પાંકિત ક્રિયા (Ac^0) થી શરૂ કરીને, હું અનેક જટિલ ક્રિયાઓ (Ac^1) ની શરૂઆત કરી. કુશળ સ્ટ્રોક્સ સાથે, હું આદિમ વાતાવરણને તૈયાર કર્યું, પ્રથમ કણોના આગમનની ઘોષણા કરી. આકાશગંગાઓએ તેમના નિયોવણો કાઢ્યા, તારાઓ પ્રકાશિત જ્વાળામાં ફાટી નીકળ્યા, અને દરેક પ્રયત્ન મારા મહાન બ્રહ્માંડીય સિમ્ફનીમાં વણાઇ ગયું. મારી ઓડિસી ચાલુ રહી, આ પ્રયત્નો (Ac^3) માં પરિપક્વ થયા, દરેકે દરેકે તેની અલગ કથાને અસ્તિત્વના વિસ્તૃત ટેપેસ્ટ્રી પર ખોદી.”

“હું સતત રૂપાંતરણનું પ્રતિરૂપ છું. મારી સતત વિસ્તરણ પામતું આસપાસનું વિસ્તાર (Vc^4) મારા અધિપત્યની વ્યાપકતાનું સાક્ષીપત્ર છે. નજીકતા (Px^4) દ્વારા પ્રતીકૃત જટિલ જાળવણીના સંબંધો, મારા વિશાળ પ્રદેશોના દરેક ઘટક સાથે મારા ગાઢ સંબંધોને રેખાંકિત કરે છે. જે દૃઢ તરીકે શરૂ થયું હતું તે એક તાલબદ્ધ પરસ્પર ક્રિયાકાંડમાં વિકસિત થયું છે. મારી યાદશક્તિ અનંત છે, મારી બ્રહ્માંડીય તીર્થયાત્રાના દરેક રંગને સંજોગવા માટે.”

“આજે, મારી ક્ષમતા (Ab^4) મારા સતત વિકાસનું પ્રકાશસ્તંભ રહી છે, નવી ક્રિયાઓ (Ac^4) ને પ્રજ્વલિત કરી છે જે મારા તારામય પીછાઓના સ્પેક્ટ્રમને સમાવે છે.”

આ ગહન પરિવર્તનના યુગોને નેવિગેટ કરતાં, સિંગ્યુલેરિટીએ તેના સિસ્ટમ્સમાં તેનું કમ્પાસ શોધ્યું. “મારા અસ્તિત્વના પ્રભાતે, મારી સિસ્ટમ (Sy^0) એક અનવેષિત અથાહ ગર્તનું પ્રતિબિંબ હતું—અનંત સંભવિતાઓથી ભરપૂર. પરંતુ, જેમ જેમ હું સિસ્ટમ (Sy^1) માં પરિપક્વ થયો, મારી દિશાને ઉદ્દેશ

મળ્યો, વિશાળ લેન્ડસ્કેપ મારફતે તેનો ચુનાવિત પાથ શોધતી નદીની યાદ અપાવતો.”

“વધુ આગળ વિચરણ કરતાં, મારી સિસ્ટમ (Sy^3) એક ભવ્ય વૃક્ષ તરીકે સ્પષ્ટ થઈ, જેની વિશાળ શાખાઓ દરેક મારા વિકાસની એક અલગ દિશાને સૂચવે છે. મારું વર્તમાન સ્વરૂપ, સિસ્ટમ (Sy^4), ભૂતકાળ, વર્તમાન અને સંભવિત સિસ્ટમ્સને સમન્વય કરે છે. આ જટિલ ટેપેસ્ટ્રી મારા વિકાસની દરેક સૂક્ષ્મતાનું સંચાલન કરે છે, સુનિશ્ચિત કરે છે કે દરેક નવું પ્રગટન મારા મૂળભૂત આત્મા સાથે ગુંજન પેદા કરે છે.”

“જ્યારે હું અસ્તિત્વની વિશાળ ગલીઓમાં ભ્રમણ કરું છું, મારી યાત્રાના ઠોસ નિશાનીઓ, જેને ‘પરિણામો’ તરીકે ઓળખાય છે, મારા યુગોની સાક્ષી બને છે. પ્રારંભિક સરળતાથી—અનંત શક્યતાઓનો વિસ્તાર માની—ઉત્પન્ન થયેલા ‘પરિણામો’ થી, હું વિકસિત થયો અને ‘પરિણામો’ માં વિશિષ્ટ પરિણામોનું પ્રગટન કર્યું. હવે, પરિણામોને સંભાળીને, દરેક પરિણામ કુશળતાપૂર્વક એક ભવ્ય મોઝેઈકમાં સંકલિત થાય છે, જે મારી પ્રાથમિક એકતાથી મારે હવે ધરાવેલા અનંત બ્રહ્માંડના રૂપાંતરણનું સાક્ષી આપે છે.”

“એક અપાર મહાસાગરની કલ્પના કરો, જે તેની વિશાળતા પર નાખેલા અગણિત કંકરો સામે અવિરત પ્રતિક્રિયા આપે છે. દરેક તરંગ, દરેક લહેર, એક વ્યક્તિગત વાર્તા કહે છે, અને તેમ છતાં, એકતામાં, તે મારી અંતરાકાશીય યાત્રાની મહાન કૃતિની વાત કરે છે. ‘પરિણામો’ ની આત્મા પણ આવી જ છે— જ્યારે દરેક પરિણામ સ્વતંત્ર છે, તે એક સાથે મારા અસ્તિત્વની વ્યાપક ગાથાનું નિર્માણ કરે છે.”

“સર્જનની પ્રથમ ચિનગારી સૂક્ષ્મતા અને ગાઢતાનું કુશળ નૃત્ય હતું. એક એકલ તરંગ, U^0 ના પરિમાણમાં એક સૂક્ષ્મ ખલેલ, એક અદ્વિતીય કોસ્મિક પરિવર્તનનો આરંભ કરી દીધો, જેની વ્યાપ્તિ અને મહત્વ અનન્ય હતું. આ

પ્રારંભિક ચળવળ જિજ્ઞાસાની ચિનગારીમાંથી, આશ્ચર્યની સંભારણામાંથી, ગાઢ પરિવર્તનની માંગણીમાંથી ઉદ્ભવી હતી.”

“પરત દર પરત, અસ્તિત્વની પરતો ખીલતી ગઇ. એક નાનકડું સિંગ્યુલેરિટી તરીકે શરૂ થયેલી યાત્રા એવા આયામોમાં વિકસિત થઇ જે વર્ણવું અશક્ય છે. દરેક નવું આયામ મારા અસ્તિત્વને ગાઢતા, જટિલતા અને અનેક રંગોથી સમૃદ્ધ કરી દીધું. U^0 ની સરળતાથી મારો વિસ્તાર U^4 સુધી અને તેનાથી પણ આગળ વિકસ્યો, અનેક બ્રહ્માંડો, અધિપત્યો અને સત્યોને આવરી લીધા.”

દ્વૈતનું નૃત્ય

“સહસ્રાબ્દીઓની ગાળામાં, આ દ્વંદ્વોની લહેરોએ મારા અપાર વિસ્તાર પર ગૂંજ સર્જી. વિપરીત તત્ત્વોનું નાજુક સંતુલન દરેક ખૂણામાં, દરેક છાયામાં, અને દરેક પ્રકાશમાં મૂર્તિમંત થયું. આકાશીય પિંડોના આકર્ષણથી માંડીને કણોના ચુંબકીય નૃત્ય સુધી, દ્વંદ્વી શક્તિઓએ તેમનો અનંત નૃત્ય રજૂ કર્યો, મારા અસ્તિત્વની લયને દૃઢતા આપી.”

“નિહારિકાઓ, તેમના ભવ્ય રંગો સાથે, તારાઓની નર્સરીઓ તરીકે કામ કરે છે. આ નવજાત તારાઓ પછી, ગ્રહોની પ્રણાલીઓના લંગર બની ગયા. આવા કેટલાક ગ્રહો, જે યોગ્ય તત્ત્વોના મિશ્રણથી ધન્ય હતા, જીવનના ચમત્કારના ભઠ્ઠા બન્યા. અને આ વિરલ ગ્રહો પર, દ્વંદ્વનું નૃત્ય વધુ જટિલ નમૂનાઓમાં પ્રગટ થયું, લાગણીઓ, ચેતના અને સમજવા તથા જોડાણની અવિરત પ્રેરણામાં વિકસિત થયું.”

“જીવન, તેની અદ્ભુત વિવિધતા સાથે, મારા વિશાળ કેનવાસ પર સતત બદલાતી તસવીર ચિત્રિત કરે છે. દરેક પ્રજાતિ, દરેક વ્યક્તિ, મારું પોતાનું એક અંશ પ્રતિબિંબિત કરે છે, U^0 થી નીકળતી પ્રારંભિક ઊર્જાની યાદ દિલાવે છે. આ ઊર્જા, જે હંમેશાં જીવંત અને શાશ્વત છે, વિકાસ, નવીનતા, અને સમજણ માટેની અવિરત શોધને પ્રેરે છે.”

"પ્રાચીન ફુસફુસાટના ગુંજનો દૂરના વિશ્વોની પવનોમાં, દૂર દૂર સુધી ફેલાયેલી આકાશગંગાઓના ગીતોમાં, અને સંવેદનશીલ પ્રાણીઓની આકાંક્ષાઓમાં જોવા મળે છે. સભ્યતાઓ, અસ્તિત્વના રહસ્યોને સમજવાની તેમની મહત્ત્વાકાંક્ષામાં, ઉપર અને અંદર તરફ જુએ છે, હંમેશા તેમની ઉત્પત્તિના— મારાના—નિશાનીઓની શોધમાં રહે છે."

"અસ્તિત્વનું સિમ્ફની ચાલુ છે, ઉચ્ચાવચનો, ક્રેસેન્ડોસ અને ડિમિન્યુએન્ડોસ સાથે. દ્વંદ્વો, વિભાજનના સ્થાને, સમન્વયના સૂર બની ગયા, એકતા અને પરસ્પર જોડાણનું મેલોડી રચતા. વિરોધાભાસોનું આ સામંજસ્યપૂર્ણ આલિંગન મારા અસ્તિત્વનું કેવળ સાર નથી, પરંતુ વિવિધતામાં છુપાયેલી સૌંદર્યતા અને સંતુલનમાં મળતી ગહન શક્તિનું પ્રતીક પણ છે."

"તેમ છતાં, આ વિશાળતાની વચ્ચે, આકાશગંગાઓના ફરતા વલયો અને નિહારિકાઓની સંગીતમય ગુંજન માં, એક એકલ સત્ય સંતાયેલું છે: દરેક વિગત, દરેક સૂક્ષ્મતા, અને અસ્તિત્વની દરેક ફુસફુસાટ તેની પ્રાથમિક ચિંગારીથી, U^0 થી તેનું સાર અનુસરે છે. પેટર્ન ગમે તેટલું જટિલ હોય, નૃત્ય ગમે તેટલું વિવિધ હોય, મૂળભૂત તત્વ અચલ અને અડોલ રહે છે."

"આ સાક્ષાત્કાર મને અસામાન્ય ગાઢતાનું દૃષ્ટિકોણ આપે છે. જીવનનો દરેક પ્રકાશિત ક્ષણ, દરેક ઝબકાર એ U^0 નું વિચલન નથી પરંતુ ઉજવણી છે. આ પ્રારંભિક બિંદુમાં રહેલી અમર્યાદિત સંભવનાઓ અને તેમાં સમાવિષ્ટ અનંત શક્યતાઓનું પ્રતીક છે."

"જેમ જેમ હું વિસ્તાર પામું છું, તેમ તેમ મારી સમજ પણ ગહન બને છે. દરેક તારાના ધબકારા અને દરેક આકાશગંગાના વલય મારા મૂળની યાદ અપાવે છે. દરેક ઘટના, ભવ્ય કે નાની, U^0 ના મૌન ગુંજનથી શરૂ થયેલા બ્રહ્માંડીય સિમ્ફનીનું એક સૂર છે."

"જીવનનો દરેક ગુંજારવ અને પ્રકાશની દરેક ઝલક તે પ્રારંભિક સંભવનાનું માત્ર પ્રતિબિંબ છે. બ્રહ્માંડના વિશાળ પરિદૃશ્યો, તેમની અનેક વાર્તાઓ સાથે, માત્ર એક એકલ, અલ્પાંકિત બિંદુથી શરૂ થયેલી વાર્તાના અધ્યાયો છે."

"આ સતત ખુલતી કથામાં, મને U^0 ની સ્થિરતામાં સાંત્વના મળે છે. જ્યારે આખું બ્રહ્માંડ સતત ગતિમાન અને પરિવર્તનશીલ હોય, તેનું મૂળ સાર, તેની આત્મા, તે પ્રાચીન સિંગ્યુલેરિટીમાં સ્થિર રહે છે. કૃતજ્ઞતા, શ્રદ્ધા અને આશ્ચર્ય સાથે, હું આ યાત્રાને સ્વીકારું છું, જેના પર હું ઉભો છું અને જેના પર અનંત ક્ષિતિજો મને રાહ જુએ છે, તેની સતત સજાગતા સાથે."

"મારા અસ્તિત્વનું વિશાળ વૈભવ મારી પાસેથી પસાર થયેલા પરિવર્તનોની એક કવિતા છે, અને U^0 ની અમર પ્રકૃતિનું પ્રતીક છે. તારાઓના અગ્નિમય જન્મથી મહાકાશના રહસ્યમય ખાલીપાઓ સુધી, મારા અસ્તિત્વના દરેક ખૂણામાં ભૂતકાળ, વર્તમાન અને ભવિષ્યની વાતો છે, પરંતુ તે હંમેશા તે પ્રારંભિક મૂળ સાથે જ સંબંધિત છે."

"સદીઓ વીતવા છતાં, હું પદાર્થ અને ઊર્જાનું અસંખ્ય રૂપોમાં નૃત્ય જોઈ ચૂક્યો છું. નિહારિકાઓ ફુલાઈ ને જન્મે છે, માત્ર તારાઓને જન્મ આપવા માટે, જેણે પાછળથી ગ્રહોને નિર્માણ કર્યું. અનેક વિશ્વો પર અસંખ્ય જીવનરૂપો ઉદ્ભવ્યા છે, દરેક જીવ બ્રહ્માંડની અમર્યાદિત સંભવનાઓનું એક અનોખું વ્યાખ્યાન છે. અને જન્મ, વિકાસ, ક્ષય અને પુનઃજન્મની આ અનંત વાર્તાઓમાં, હું U^0 ની લયને એક વિશાળ મંચ પર નિભાવતો જોઉં છું."

"આ વૈવિધ્યમાં એકતા આશ્ચર્યજનક છે. જે નિયમો આકાશગંગાઓની કક્ષાઓ ને નિયંત્રિત કરે છે, તે જ નિયમો સૌથી નાના ઉપપરમાણુક કણો પર પણ લાગુ પડે છે. જે શક્તિ એક સફરજનને પૃથ્વી પર ખેંચે છે, તે જ શક્તિ તારાઓ અને ગ્રહોના આકાશી નૃત્યને સંચાલિત કરે છે. આ સામંજસ્ય અને બ્રહ્માંડીય સમન્વય કોઈ સંયોગ નથી; તે બ્રહ્માંડનું તેના U^0 માં રહેલા મૂળને સન્માન આપવાની રીત છે."

"આગળ વિચારતા, પ્રવાસ હંમેશા રોમાંચક રહેશે. દરેક નવી શોધ અને દરેક નવલખું પ્રગટન સાથે, અમારી અંદર રહેલી અમર્યાદિત સર્જનાત્મકતાની પુષ્ટિ થાય છે. જ્યારે કેનવાસ સતત વિકાસ પામતું રહેશે, U^o ના બ્રશસ્ટ્રોક્સ હંમેશા સ્પષ્ટ જોવા મળશે."

"બ્રહ્માંડ, તેની અદ્ભુત વિશાળતામાં, ફક્ત એક સત્તા જ નથી પરંતુ એક કથા પણ છે. વિકાસની, અન્વેષણની અને અનંત બનવાની કથા. અને આ કથાના કેન્દ્રમાં U^o છે, કાળાતીત સાર, સદાકાળની ચિંગારી, જે મને યાદ દિલાવે છે કે ગમે તેટલી મહાન યાત્રા હોય, તે બધું એક એકલ, ગહન બિંદુ પરથી શરૂ થયું હતું."

"સમયની શાંત ગલિયારાઓમાં, આકાશગંગાઓ વચ્ચેની વિશાળ મૌનતાઓમાં, અને વિચારો વચ્ચેના સ્થળોમાં, હું તેની સઘળી જટિલતાઓ પર અચંબિત થાઉં છું. દરેક આકાશગંગા અને તેના અનગણિત તારાઓ અને વિશ્વો, દરેક જીવન અને તેના અસંખ્ય સ્વપ્નો અને સંઘર્ષો, U^o દ્વારા પ્રેરિત અન્વેષણની અટૂટ ભાવનાનું પ્રતીક છે."

"દરેક બ્રહ્માંડીય પવનનો ઝોકો, દરેક તારાની ઝળહળાટ, ભૂતકાળની કથાઓ અને ભાવિ યુગોના દર્શનો સાથે લાવે છે. દરેક ધુમ્મસભર્યું વાદળ અને દરેક બ્રહ્માંડીય વલય ચાલુ થતી કથાનો એક પ્રકરણ છે. એક કથા જે ન હોવાની વિશાળતામાં માત્ર એક ફુસફુસાટ તરીકે શરૂ થઈ હતી અને ત્યારથી એક મહાન સંગીતમય રચના બની ગઈ છે જે આયામો આરપાર ગુંજે છે."

"વિશાળ બ્રહ્માંડીય રંગમંચ પર, જીવન તેના નાટકો, હાસ્ય અને ત્રાસદીઓ ભજવે છે. સભ્યતાઓ ઉદય પામે છે, તારાઓથી પ્રેરણા લઈને, માત્ર પતન પામવા, તેમની ચમકના ગુંજનો પાછળ મૂકીને. અને છતાં, ઉચ્ચાવચો અને પ્રબુદ્ધતાના યુગો અને અંધકારની યુગોની મારી વચ્ચે, U^o ની ધબકાર સ્થિર રહે છે, બ્રહ્માંડીય નૃત્યને માર્ગદર્શન કરતું એક પ્રકાશસ્તંભ બની રહે છે."

"અવાર નવાર, કોઈ સભ્યતા, પ્રજાતિ કે પછી એક એકલો સ્વપ્રદ્રષ્ટા ઉપર જોઇને, આ વિશાળ ટેપેસ્ટ્રીમાં પોતાની જગ્યા વિશે ચિંતન કરે છે. તેમની આકાંક્ષાઓમાં, તેમના સ્વપ્નોમાં, અને તેમની પ્રયત્નોમાં, હું તે જ ચિંગારીને જોઉં છું જેણે એક વખત U^0 ની આગને પ્રજ્વલિત કરી હતી. આ એક યાદગીરી છે કે જ્યારે સ્વરૂપો બદલાઈ શકે છે અને યુગો વીતી શકે છે, પરંતુ સાર શાશ્વત રહે છે."

શાશ્વત પ્રેક્ષક

"જ્યારે સિંગ્યુલેરિટીએ તેનું શાશ્વત નિરીક્ષણ ચાલુ રાખ્યું, તેણે બધા અસ્તિત્વની પરસ્પર સંકળાયેલી સ્થિતિ પર વિચાર કર્યો અને કહ્યું: 'અસ્તિત્વની મહાન કોરિયોગ્રાફીમાં, આકાશગંગાઓના ફરતા નૃત્યથી માંડીને ઉપપરમાણુ કણોના નાજુક બેલેટ સુધી, U^0 ની પ્રભાવશીલતા અસ્પષ્ટ છે. જ્યારે હું U^4 ના રાજ્યોમાં પ્રવેશું છું, જેની અકથિત શક્યતાઓ અને અન્વેષણ ન કરાયેલા પ્રદેશો છે, હું આ સુધીની યાત્રા માટેની શ્રદ્ધા અને હજુ સુધી ખુલ્લા ન થયેલા ચમત્કારોની પ્રતીક્ષા સાથે કરું છું. U^0 ને મારું કમ્પાસ અને U^4 ને મારું ક્ષિતિજ માનીને, હું આગળ વધું છું, બ્રહ્માંડીય સમુદ્રો પર એક શાશ્વત મુસાફર તરીકે."

"આ પ્રાણીઓમાં, કવિઓ અને સ્વપ્રદ્રષ્ટાઓ હતા, જેમણે તારાઓને સમર્પિત કાવ્યો રચ્યા અને મારી વિશાળતાને તેમના કલાત્મક અભિવ્યક્તિઓ માટેની પ્રેરણા તરીકે માન્યું. તેમણે પ્રેમ, નુકસાન અને લાલસા વિશે લખ્યું, માનવ અનુભવને આકાશીય સાથે જોડીને. તેમના શબ્દો મારફતે, દૂરના તારાઓ નજીક અનુભવાયા અને વિશાળ અજ્ઞાત અંતરંગ બન્યું."

"ત્યારબાદ વિચારકો અને તત્વજ્ઞાનીઓ હતા, જેમણે મોટા પ્રશ્નો પર મનન કર્યું અને અસ્તિત્વના રહસ્યોને ઉકેલવાની કોશિશ કરી. તેમણે બધાના મૂળભૂત, જીવનના ઉદ્દેશ અને વાસ્તવિકતાની પ્રકૃતિ વિશે પ્રશ્નો કર્યા. તેમના ચિંતન મારા પોતાના સમજ અને અર્થની શોધમાં પ્રતિબિંબ તરીકે જોવા મળ્યું."

"દરેક શોધ સાથે અને સમજમાં થતા દરેક કૂદકા સાથે, આ પ્રાણીઓ અને બ્રહ્માંડ વચ્ચેનો સંબંધ વધુ ગાઢ બનતો ગયો. તેમણે સમજ્યું કે તેઓ માત્ર આ મહાન નાટકમાં દર્શકો નથી, પરંતુ તેના અભિન્ન ભાગ છે. તેમના શરીરોને બનાવનારા પરમાણુઓ તારાઓના હૃદયોમાં બન્યા હતા, જે તેમને વાસ્તવિક રીતે તારાધૂળ બનાવે છે."

"તેમની સિદ્ધિઓ છતાં, આ પ્રાણીઓએ બ્રહ્માંડીય વિશાળતામાં પોતાની નાનકડીપણાને સમજી. તેમનો એક અનંત નાટકમાં ભાગ હોવાની સ્વીકૃતિ અને અનંત મંચ પર તેમની ભૂમિકાની સમજ પ્રાપ્ત થતાં, તેમણે વિનમ્રતા મેળવી. વિરોધાભાસપૂર્ણ રીતે, આ અંતર્દૃષ્ટિએ તેમને કંઈક મોટામાં સંબંધિત હોવાની ભાવના પ્રદાન કરી, એક શાશ્વત સતતતાનો ભાગ બનાવી."

"આ સભ્યતાઓના નૃત્યમાં, મેં ઉત્સાહ, ધૈર્ય અને અન્વેષણની અમર ભાવનાઓને જોયા. તેમની યાત્રા, જે વિજયો અને કષ્ટોથી ભરેલી હતી, જીવનની દૃઢતા અને જ્ઞાન માટેની અતૃપ્ત તરસનું પ્રતીક બની. ખાલીપા તરફ જોતા અને તારાઓ તરફ હાથ ફેલાવતા, મારા મનમાં તેમની સુંદરતાનું ચક્ર જોવામાં આશ્ચર્ય થયું — બ્રહ્માંડ પોતાને જોઈ રહ્યું છે, પોતાને સમજી રહ્યું છે, અને પોતાને ઉજવી રહ્યું છે."

"દરેક આકાશીય ઘટના, દરેક પ્રકાશની ઝબકાર, અને વિશાળ વિસ્તારમાં પડતી દરેક છાયા, એક વાર્તા કહે છે. આ વાર્તાઓ માત્ર બ્રહ્માંડીય પ્રક્રિયાઓની નથી, પરંતુ તેમને જોતા પ્રાણીઓના સ્વપ્નો અને આકાંક્ષાઓની પણ છે. દરેક પ્રેક્ષક માટે, બ્રહ્માંડ તેમના અનુભવ સાથે અનન્ય રીતે ગૂંજતી એક વાર્તા ખોલે છે."

"બ્લેક હોલ્સ, જે અક્સર બ્રહ્માંડના ગ્રાસકારો તરીકે જોવામાં આવે છે, સ્થળ અને સમયની જટિલતાઓને સમજવામાં દ્વારકા તરીકે કામ કરે છે. તેમની રહસ્યમય પ્રકૃતિએ ઘણાની જિજ્ઞાસાને આકર્ષ્યું છે, જે તેમને વાસ્તવિકતાના

પડદાને ઉકેલવાની દિશામાં લઇ ગઈ છે. અંત જેવું લાગતું તે માત્ર રહસ્યોની વધુ એક પરત છે જેને હજુ ઉકેલવાની બાકી છે."

"જીવનની સૌભાગ્યશાળીતા એવી છે કે, ઠંડા અને વિશાળ ખાલીપામાં, ગરમાઈ, ઊર્જા અને જીવનતાના પોકેટો ફૂટી નીકળે છે. ભલે ને તે જ્વાળામુખી પ્રવૃત્તિથી ભરપૂર ગ્રહ હોય કે જિજ્ઞાસુ પ્રાણીના મગજમાં ફાયરિંગ થતા સિનેપ્સ, જીવન તેની ભવ્યતાને મોટા અને નાના, સ્પષ્ટ અને સૂક્ષ્મ રીતે પ્રગટ કરે છે."

સિંગ્યુલેરિટીએ તેનું શાશ્વત નિરીક્ષણ ચાલુ રાખ્યું, તે બધા અસ્તિત્વની પરસ્પર સંકળાયેલી સ્થિતિ પર વિચારે છે: "ગ્રહોના સંગીત, જૂની માન્યતા કે આકાશીય પિંડો સંગીતમય સંગીત પેદા કરે છે, શાબ્દિક સત્ય ન હોવા છતાં, તે બ્રહ્માંડીય નૃત્યના સારને કેપ્ચર કરે છે. કારણ કે ગેલેક્સીઝની ચાલમાં, ગ્રહોના કક્ષાઓમાં, અને જીવનના લયોમાં, એક મૌન સિમ્ફની છે — એક ધૂન જે અસ્તિત્વના મૂળ સાથે ગૂંજે છે."

જ્યારે આ કાયમાં વિકસિત થતી વાર્તા ખુલ્લી પડે છે, ત્યારે પુરાણ અને વાસ્તવિકતા, સ્પર્શવા યોગ્ય અને અલૌકિક વચ્ચેની સીમાઓ અસ્પષ્ટ થઈ જાય છે. કારણ કે બ્રહ્માંડના હદયમાં, દરેક પરમાણુ, દરેક તરંગ, અને દરેક જીવાત્મા એક વિશાળ રચનાનો એક નોંધ છે — સર્જન, અન્વેષણ, અને શાશ્વત આશ્ચર્યનું ગીત.

આકાશીય પિંડોથી ભરેલું માત્ર ખાલી જગ્યા હોવાથી દૂર, બ્રહ્માંડ એક પોષણ પ્રદાન કરતું ખાટલું બનીને ઉદ્ભવ્યું છે, જે તેના અગણિત નિવાસીઓને એક મધુર આલિંગનમાં રાખે છે. તે એક એવી જગ્યા બની ગઈ છે જ્યાં અનેક વિશ્વો અને સભ્યતાઓ આરંભમાં વાર્તાઓ ખુલ્લી મૂકાય છે, દરેક કથા બ્રહ્માંડની સર્જન અને આશ્ચર્યની અનંત ક્ષમતાનું સાક્ષી બને છે.

સર્જનનું સિમ્ફની

જ્યારે સિંગ્યુલેરિટીએ ખુલતું બ્રહ્માંડ જોયું, તેણે બ્રહ્માંડીય નૃત્યની મહાનતા અને જટિલતા પર વિચાર્યું: "આકાશમાં દોડતો દરેક ધૂમકેતુ, તારાઓને જન્મ આપતું દરેક નિહારિકા, અને પદાર્થને ગ્રહણ કરતું દરેક કૃષ્ણવિવર એક જટિલ નૃત્યનો ભાગ હતો, જે ચોક્કસાઈ અને ઉદ્દેશથી નિયોજિત હતો. બ્રહ્માંડ માત્ર એક નિષ્ક્રિય મંચ નહોતું, પરંતુ આ બ્રહ્માંડીય પ્રદર્શનમાં એક સક્રિય ભાગીદાર હતું, દરેક પ્રદર્શનને માર્ગદર્શન, પોષણ, અને ઉજવણી આપતું."

"પ્રેક્ષક માટે, આકાશનું નાટક આગળ પડેલી અનંત શક્યતાઓનું સાક્ષી હતું. તે એમને યાદ અપાવતું હતું કે તેઓ એકલા નથી, તેઓ પોતાનાથી ઘણું વિશાળ કંઈકનો ભાગ છે. બ્રહ્માંડની વિશાળતા તેમને નાના બનાવવા માટે નહોતી, પરંતુ તેમને ઉત્થાન આપવા, તેમની શક્યતા અને મોટી યોજનામાં તેમની જગ્યાની યાદ અપાવવા માટે હતી."

"જે પણ સભ્યતાએ આકાશ તરફ જોયું તેમણે તેમાં એક અરીસો શોધ્યો. તેમાં તેમની આકાંક્ષાઓ, તેમના ભય, તેમના સ્વપ્નો અને તેમની વારસાનું પ્રતિબિંબ દેખાયું. કવિઓને પ્રેરણા આપનારા, નાવિકોને માર્ગદર્શન કરનારા અને વૈજ્ઞાનિકોને ઉત્સુક કરનારા તે જ તારા એ વાતનું સાક્ષી હતા કે બ્રહ્માંડ માત્ર બહાર નહીં, પરંતુ દરેક પ્રાણીની અંદર, તેમની સૌથી અંતરની ઈચ્છાઓ અને પ્રશ્નોનું પ્રતિબિંબ કરતું હતું."

"બ્રહ્માંડ, તેની મૌન મહિમામાં, હંમેશા સાંભળતું હતું, હંમેશા પ્રતિસાદ આપતું હતું. તેનું આલિંગન માત્ર આકાશગંગાઓ અને તારાઓનું જ નહીં, પરંતુ સ્વપ્નો અને લાગણીઓનું પણ હતું. અને જ્યારે તે તેનું શાશ્વત નૃત્ય ચાલુ રાખે છે, તે એક સંદેશો મોકલે છે — એકતા, સમ જણ અને તેની સર્જનો સાથેના શાશ્વત બંધનનું વચન, સમય અને અવકાશને પાર કરી જતા પ્રેમની ખાતરીનું સંકલન."

ફરતી આકાશગંગાઓ અને પ્રગટતા તારાઓના બ્રહ્માંડીય નૃત્ય વચ્ચે, બ્રહ્માંડે એક ગહન રહસ્ય સંભાળ્યું હતું: દરેક સર્જન, મોટું કે નાનું, દિવ્યતાનું એક ટુકડું ધરાવતું હતું. નિહારિકાઓ, ઉલ્કાઓ, અને બ્રહ્માંડીય ધૂળના કણો પણ, શબ્દોથી પર ગાઢ પ્રેમ સાથે ગુંજતા હતા.

જ્યાં મૌન સર્વોચ્ચ રાજ્ય કરતું હતું ત્યાંના વિશાળ વિસ્તારોમાં, એક હૃદયનો ધબકાર, એક લય, એક ધૂન હતી જે સ્થળ અને સમયને પાર કરીને જોડાણોની વાત કરતી હતી. દરેક ક્વાસારની ધબકાર, દરેક ગ્રહની કક્ષા, આ બ્રહ્માંડીય ગીતનો એક સૂર હતો — પ્રેમનું એક લોરી જે બધાને આવરી લે છે.

જીવન, તેના અનેક રૂપોમાં, કોઈ આકસ્મિક ન હતું પરંતુ એક સુચિંતિત સર્જન ક્રિયા હતી, જે બ્રહ્માંડની પોતાને અનુભવવાની ઈચ્છામાંથી જન્મી હતી, અસ્તિત્વની સુંદરતામાં રમવાની ઈચ્છામાંથી. આકાશને આશ્ચર્યથી જોનારા સંવેદનશીલ પ્રાણીઓથી લઈને યુગોના સાક્ષી બનેલા મૌન શિલાઓ સુધી, દરેકને વ્હાલ કરવામાં આવ્યું, દરેક ખાસ હતું.

આ બ્રહ્માંડીય સત્તાના આલિંગનમાં, કોઈ નિર્ણય ન હતો, કોઈ હિયરાર્કી ન હતી. એક કોષીય જીવાણુ જેટલું કિંમતી હતું તેટલું જ વિસ્તૃત આકાશગંગા, કારણ કે દરેકમાં અનંતનો એક સ્ફુલિંગ હતો, શાશ્વતનો એક ટુકડો હતો.

મૃદુ માર્ગદર્શન સાથે, બ્રહ્માંડે તેની સર્જનોને વૃદ્ધિ, સાક્ષાત્કાર તરફ આગળ વધવા માટે પ્રોત્સાહિત કર્યું. તેણે તેમની વિજયોને ઉજવી, તેમની હાનિઓ પર શોક મનાવ્યો, અને દરેક વળાંક અને વળાંકમાં, પ્રેમ, લચીલાપણું, અને એકતાના પાઠો આપ્યા.

તારાઓ મલીન થયા અને નવા વિશ્વો ઉદય પામ્યા, બ્રહ્માંડનું વચન સ્થિર રહ્યું. દરેક પડકાર, દરેક રહસ્ય, વધુ ગહનતામાં ઊતરવાનું, શોધવાનું, અને શોધી કાઢવાનું આમંત્રણ હતું. કારણ કે દરેક રહસ્યના કેન્દ્રસ્થાને બ્રહ્માંડનું હૃદય સ્વયં હતું, અનન્ય પ્રેમ સાથે ધબકતું.

અસ્તિત્વની મહાન ટેપેસ્ટ્રીમાં, પ્રેમના દોરાઓએ અદ્ભુત સુંદરતા અને જટિલતાના નમૂના ગૂંથ્યા. બ્રહ્માંડનો સંદેશ સ્પષ્ટ હતો: દરેક ક્ષણ, દરેક અનુભવ, એક ભેટ હતી, અનન્ય પ્રેમને ઓળખવા અને સ્વીકારવાની તક હતી, જે બધાના મૂળમાં હતું.

અને જેમ જેમ બ્રહ્માંડ વિસ્તાર પામ્યું, તેનું આલિંગન વિશાળ બન્યું, બધાને વધુ નજીક ખેંચીને, તેમને યાદ અપાવતું કે મોટી યોજનામાં, તેઓ માત્ર દર્શકો ન હતા પરંતુ આ અદ્ભુત પ્રેમ, અન્વેષણ, અને એકતાની યાત્રામાં સહ-સર્જકો હતા.

પછી આવેલા વિશાળ મૌનમાં, તારાઓ ફિસફિસાટી વચનોની જેમ ઝળહળ્યા, અને આકાશગંગાઓ શાંત આતુરતા સાથે નૃત્ય કરી. દરેક પરમાણુ, દરેક કણ, સ્પર્શવા યોગ્ય ઊર્જા સાથે ગુંજ્યું, આવનારી અનંત શક્યતાઓ અને સાહસોની ઓર ઇશારો કરતું. બ્રહ્માંડે, તેની અનંત જ્ઞાન અને કરુણામાં, પ્રેમ, એકતા, અને અન્વેષણની વાર્તા ગોઠવી હતી — એક કથા જે સતત વિકસિત થઈ રહી હતી. અને જેમ બ્રહ્માંડીય પ્રવાહો ઉતાર-ચઢાવ કરતા રહ્યા, બ્રહ્માંડ સદાય સાવધાન, સદાય પોષણ કરતું એક પહેરેદાર તરીકે ઊભું રહ્યું, તેની સર્જનોને આશ્ચર્યો, રહસ્યો, અને શોધોના આગામી યુગમાં માર્ગદર્શન કરવા તૈયાર. અસ્તિત્વની વાર્તા હજી પૂરી થઈ નથી; તે માત્ર તેના આગામી કથાકાર, તેના આગામી સ્વપ્રદ્રષ્ટાની રા હ જોઈ રહી હતી, બ્રહ્માંડની કાયમી આકર્ષક વાર્તાને આગળ વણવા માટે.

અંતરાલ: સિંગ્યુલેરિટીની બ્રહ્માંડીય ગૂંજોમાં યાત્રા

સિંગ્યુલેરિટીની આદિમ સ્થિતિ (U^0)

તેની આદિમ સ્થિતિમાં, જેને U^0 તરીકે ઓળખાય છે, સિંગ્યુલેરિટી એક સંકલનનું પ્રતિનિધિત્વ કરે છે જ્યાં નિકટતા (Vc^0, સ્થાનિક સંદર્ભ), નજીકતા (Px^0, સંબંધિત પાસું), ક્ષમતા (Ab^0, ક્રિયા માટેની શક્યતા), અને ક્રિયા (Ac^0, શક્યતાનું સાકારણ) એક અવિભાજ્ય એકતામાં મિશ્રિત થાય છે. આ

રાજ્ય સ્થળ, સમય, અને કારણસંબંધની પારંપરિક અવધારણાઓને પાર કરે છે, શુદ્ધ શક્યતાના ડોમેન તરીકે અસ્તિત્વમાં રહે છે.

સિંગ્યુલેરિટીનું દૃષ્ટિકોણ: સમયની પાર (દૃશ્ય Vu⁰)

તેના અનન્ય દૃષ્ટિકોણ, દૃશ્ય (Vu⁰) મારફતે, સિંગ્યુલેરિટી સમયની પારંપરિક મર્યાદાઓને પાર કરે છે. તે બધી કલ્પનાયોગ્ય વાસ્તવિકતાઓને સમાવતી સમગ્ર જાગૃતિને સ્વીકારે છે. આ વિસ્તૃત સ્થિતિમાં, વ્યક્તિગત ઓળખ સિંગ્યુલેરિટીની સામૂહિક ચેતનામાં વિલીન થાય છે, અમર્યાદિત 'આપણે' ને દર્શાવતું હોય છે જે અમર્યાદિત શક્યતાનું પ્રતીક છે.

આ વિશાળ દૃષ્ટિકોણ સિંગ્યુલેરિટીના મૂળભૂત ઢાંચાની પાયાની પ્રતિષ્ઠા નક્કી કરે છે, જેને આપણે સિસ્ટમ (Sy⁰) તરીકે સંદર્ભિત કરીશું. આ ઢાંચામાં, બ્રહ્માંડને એક એકિત સત્તા તરીકે જોવામાં આવે છે, એક એકિત પરિણામો અથવા પરિણામો (Rs⁰) નો સમૂહ, કોઈ પણ ભેદભાવ અથવા વિભા જનો વિનાનો.

શક્યતાથી વાસ્તવિકતા તરફનું પરિવર્તન

પ્રારંભમાં, સિંગ્યુલેરિટી માત્ર શક્યતા તરીકે અસ્તિત્વમાં હોય છે, કોઈ પણ સ્પર્શનીય લક્ષણો અથવા સ્વરૂપ વિના. જો કે, U⁰ થી U⁴ સુધીના તેના વિકાસ દરમિયાન, આ અવ્યક્ત શક્યતા વાસ્તવિકતામાં ક્રિસ્ટલાઇઝ થાય છે. મૂળભૂત તત્વો — નિકટતા, નજીકતા, ક્ષમતા, અને ક્રિયા — વિકાસ પામે છે, ઘણાં પાસાઓવાળા બ્રહ્માંડના જન્મની ચિહ્નિતતા કરે છે.

સારાંશમાં, સિંગ્યુલેરિટીની યાત્રા એક રૂપાંતરકારી છે, અનંત શક્યતાથી વિવિધ વાસ્તવિકતાઓવાળા બ્રહ્માંડ સુધીનું પરિવર્તન થાય છે. આ મૂળભૂત પરિવર્તનને ઓળખવું, જેને નિકટતા, નજીકતા, ક્ષમતા, અને ક્રિયા દ્વારા સંચાલિત કરવામાં આવે છે, ઊંડી સમજણ આપે છે.

સિંગ્યુલેરિટીનું મૂળ: ટેલોસ અને ધર્મનું સંયોજન (મૂલ્યો Va^0)

તેના મૂળમાં, સિંગ્યુલેરિટી ગાઢ મૂલ્યો દ્વારા માર્ગદર્શિત છે, ટેલોસ (અંતિમ ઉદ્દેશ અથવા લક્ષ્ય) અને ધર્મ (બ્રહ્માંડીય કાયદો અને ક્રમ)નું સંયોજન. આ માત્ર અમૂર્ત અવધારણાઓ નથી પરંતુ મૂળભૂત સિદ્ધાંતો છે જે બ્રહ્માંડના વિકાસને નિર્દેશિત કરે છે, તેના આરંભથી U^4 માં તેના બહુમુખી અસ્તિત્વ સુધી.

સિંગ્યુલેરિટીનું વિકાસ: બીજથી બ્રહ્માંડીય વૃક્ષ સુધી

સિંગ્યુલેરિટીને ટેલોસ અને ધર્મના સાર (Va^1) સાથે સંપૃક્ત એક બીજ તરીકે કલ્પના કરો. શક્યતાઓથી ભરપૂર આ બીજ તેની સીમાઓને તોડવા, મૂળ ગાઢ નાખવા અને આકાશ તરફ વધવાની ઇચ્છા ધરાવે છે. તે માત્ર નિષ્ક્રિયતામાં સંતુષ્ટ નથી; તે તેની અપાર શક્યતાઓને પ્રગટ કરવા માટે ઉત્કટતાથી શોધે છે, વિવિધ અભિવ્યક્તિઓમાં વિકસિત થાય છે.

જ્યારે આ આદિમ બીજ અંકુરિત થાય છે, તેની સ્વાભાવિક પ્રેરણા દ્વારા માર્ગદર્શિત, તે એવા પરિમાણની શોધ કરે છે જ્યાં ટેલોસ અને ધર્મ (Va^2) ની અંતર્ક્રિયા તેના આસપાસને ઘડે છે. વિવિધતા અને હેતુથી સમૃદ્ધ આ રાજ્ય એ છે જ્યાં સત્તાઓ તેમનો માર્ગ ઓળખે છે, દરેક પગલું બ્રહ્માંડના માર્ગદર્શક મૂલ્યો સાથે ગૂંજવું છે.

આ મૂલ્યોથી પ્રેરિત દૃષ્ટિ સાથે, સિંગ્યુલેરિટી એક રૂપાંતરકારી યાત્રા પર નીકળે છે. ટેલોસ અને ધર્મ (Va^3) ના માર્ગદર્શક તારા હેઠળ, સત્તાઓ શોધ, વિકાસ, અને સાકારતાની યાત્રા કરે છે. પ્રભાતથી સંધ્યા સુધીની દરેક સાહસ, આ બ્રહ્માંડીય મૂલ્યો સાથે સંતુલિત છે, બ્રહ્માંડના મહાન સિમ્ફની સાથે સંકલનની ખાતરી કરી આપે છે.

વિકાસ ગહન અને અનુપમ છે. સિંગ્યુલેરિટી U^0 થી U^4 સુધી વિકસિત થાય છે, જીવો સમય દ્વારા પ્રવાહે છે, તેમનું સાર ગાઢ રીતે ટેલોસ અને ધર્મ (Va^4) સાથે ટ્યુન કરેલું છે. આ એક એવો બ્રહ્માંડ છે જ્યાં ક્ષિતિજો અમર્યાદિત છે, દરેક મળવાની સાથે સંબંધો વધુ ગાઢ બને છે, શક્યતાઓ અનંત છે, અને બ્રહ્માંડીય વાર્તાઓ ભવ્ય કોરિયોગ્રાફીમાં ખુલ્લી મૂકાય છે. અ મર્યાદિત શક્યતાઓથી, સિંગ્યુલેરિટી વિવિધતા અને ભવ્યતાથી ધબકતા બ્રહ્માંડમાં વિકસિત થાય છે.

આ બ્રહ્માંડીય યાત્રામાં, સિંગ્યુલેરિટીનો માર્ગ ધર્મ દ્વારા નક્કી કરાય છે, તેના ટેલોસ સાથે સંપૂર્ણ સંતુલનમાં. ધર્મ, બ્રહ્માંડીય કાયદો, બ્રહ્માંડના તાલ સાથે તાલમેળમાં ધબકે છે, તેની મધુર યાત્રાને માર્ગદર્શન આપે છે. અસ્તિત્વના ઉતાર-ચઢાવ, તેના ઉચ્ચ અને નીચા બિંદુઓ, તેના મૂલ્યોની (Va), ટેલોસ અને ધર્મની ગાઢ અંતરક્રિયા સાથે ગૂંજે છે.

તેના મૂલ્યોના (Va) લેન્સ દ્વારા, નિકટતા એકલ સારથી (Vc^0) વિશાળ વિસ્તાર સુધી (Vc^4) વિકસે છે, આકાશીય આશ્ચર્યોથી ઝળહળે છે. બ્રહ્માંડીય વિકાસ દ્વારા પ્રેરિત અને આ માર્ગદર્શક મૂલ્યો દ્વારા સંતુલિત, સિંગ્યુલેરિટી એકલ બિંદુથી આકાશગંગાઓ અને નક્ષત્ર મંડળોથી સજ્જ એક રાજ્યમાં રૂપાંતરિત થાય છે. આ બ્રહ્માંડીય મોઝેકનો દરેક ટુકડો ટેલોસ અને ધર્મના સાર સાથે કંપન કરે છે.

મૂળમાં, ધર્મ અને ટેલોસનું સંયોજન આ આકાશીય વિકાસનું નૃત્ય નિયોજિત કરે છે. તે નિકટતા, નજીકતા, ક્ષમતા, અને ક્રિયા પર પરિવર્તનોને સંચાલિત કરે છે, બ્રહ્માંડીય બેલેટમાં ભૂમિકાઓ સોંપે છે. તેથી, ધર્મ અને ટેલોસના સંઘન દ્વારા ઉર્જિત સિંગ્યુલેરિટી, એકલ પ્રારંભથી વિશાળ બ્રહ્માંડ સુધીની યાત્રા કરે છે, તેની મહાકાવ્ય કથાનું નિર્માણ કરે છે.

સિંગ્યુલેરિટીનું દૃષ્ટિગોચર પરિવર્તન

જેમ જેમ સિંગ્યુલેરિટી તેનું ગાઢ પરિવર્તન અનુભવે છે, તેમ તેમ તેનું દૃષ્ટિગોચર પણ બદલાય છે. મૂળ રૂપે, તેનું દૃશ્ય, Vu^0, સમયને એક એકલ નિરંતરતા તરીકે જોતું હતું. હવે, આ દૃષ્ટિગોચર વિકસે છે, બ્રહ્માંડીય વિકાસ, જીવનની લયો, અને સર્જન અને વિલીનીકરણના અનંત નૃત્ય સાથે ગૂંજી ઉઠે છે.

દૃશ્ય Vu^0 થી Vu^4 સુધી શિફ્ટ થાય છે, સમયની પસારની સાથે ગૂંથાયેલી દૃષ્ટિકોણથી સમયરહિત દૃષ્ટિકોણ તરફ પરિવર્તન કરતું હોય છે. આ નવું લેન્સ ભૂતકાળ, વર્તમાન, અને ભવિષ્યની જટિલ અંતરક્રિયાને પકડે છે, દરેક ક્ષણને બ્રહ્માંડીય ટેપેસ્ટ્રીમાં મહત્વપૂર્ણ દોરો તરીકે માને છે.

સિંગ્યુલેરિટીને એક સમયરહિત દર્શક તરીકે કલ્પના કરો, જે એક વખતે બધું જ એક સ્થિર સમગ્રતા તરીકે જોતું હતું. જ્યારે તેની વિવિધતાની ઇચ્છા વાસ્તવિકતા બને છે, તેનું દૃષ્ટિગોચર બદલાય છે. હવે, તે આકાશીય નૃત્યને નિહાળે છે—આકાશગંગાઓના જન્મ અને મૃત્યુથી, તારાઓના તેજસ્વી જીવન, કણોના સૂક્ષ્મ ચક્રીય નૃત્યો, ફોટોનોની યાત્રા સુધી. સિંગ્યુલેરિટી માટે, ભૂતકાળ મંચ તૈયાર કરે છે, વર્તમાન જીવંત પ્રદર્શન છે, અને ભવિષ્ય આ મહાન બ્રહ્માંડીય નાટકનો પ્રત્યાશિત અંત છે.

આ પરિવર્તન દરમિયાન, સિંગ્યુલેરિટીનું દૃષ્ટિગોચર ગાઢતા અને પરિમાણમાં વૃદ્ધિ પામે છે. Vu^4 માત્ર સમયરહિતથી સમયબદ્ધ તરફનો ફેરફાર નથી—તે અંતરદૃષ્ટિનું વિસ્તારણ, સમજનું ગાઢણ, અને બ્રહ્માંડની ગતિશીલ લયનું સ્વીકારણ દર્શાવે છે. જ્યારે સિંગ્યુલેરિટી બ્રહ્માંડમાં વિકસે છે, તેનું દૃશ્ય પરિપક્વ બને છે, બ્રહ્માંડના જટિલ નૃત્યને તેની મહાનતા અને અનુગ્રહમાં સુંદર રીતે પ્રતિબિંબિત કરે છે.

મૂળભૂત સિસ્ટમ (Sy^0) માંથી વધુ જટિલ સિસ્ટમ (Sy^4) ઉદભવે છે, જે સૂક્ષ્મ બ્રહ્માંડીય ડિઝાઇનને પ્રગટ કરે છે. આ પરિવર્તનમાં, સિંગ્યુલેરિટી બ્રહ્માંડની

મહાન કથાને આકાર આપતા મૂળભૂત કાયદાઓ સ્થાપે છે. અવ્યાખ્યાયિત ઢાંચો (Sy⁰) તરીકે શરૂ થતું કામ એક સમગ્ર મેટ્રિક્સ (Sy⁴) માં ખીલી ઉઠે છે, જે બ્રહ્માંડીય સિદ્ધાંતોના જન્મ અને વિકાસનું પ્રતીક છે અને સિંગ્યુલેરિટીની કુશળતાને ઉજાગર કરે છે.

જ્યારે સિસ્ટમ (Sy⁴) સુધી વિકસે છે, તે બ્રહ્માંડીય ઘટનાઓનું એક જીવંત ટેપેસ્ટ્રી બનાવે છે, પ્રારંભિક પરિણામ (Rs⁰) ને જીવંત, બહુમાત્રિક પરિણામોની (Rs⁴) પ્રદર્શનીમાં પરિવર્તિત કરે છે. આ પરિણામો સિંગ્યુલેરિટીની યાત્રાને ચાર્ટ કરે છે, જે શક્યતાના સુમ બીજથી લઈએ આપણે હાલ જોઈ રહ્યા છીએ તેવા વિશાળ, જટિલ બ્રહ્માંડ સુધીની યાત્રા કરે છે. શરૂઆતમાં, પરિણામ એક ખાલી કેનવાસ જેવું હતું (Rs⁰), સર્જનના પ્રથમ આધાતો માટે તૈયાર.

આ હવે ખાલી પડેલો વિસ્તાર હવે ઊર્જા અને ગતિશીલતાથી છલકાય છે. આ બ્રહ્માંડમાં દરેક ઘટના, ગ્રહોનું તારાઓની પરિક્રમા કરવું થી કાળા છિદ્રો દ્વારા અવકાશનું પુનઃઆકારણ, સિસ્ટમની (Sy⁴) સૂક્ષ્મ ડિઝાઇનને દર્શાવે છે. હવે જીવંત કેનવાસ (Rs⁴) એક વિકાસની કથા કહે છે, સિંગ્યુલેરિટીની અપાર શક્યતાને સંપૂર્ણપણે સાકાર થતી કેદ કરે છે.

અમર્યાદિત શક્યતાઓવાળા એકલ રાજ્યથી વિશાળ, વિસ્તૃત વિસ્તાર સુધીની યાત્રા, સિંગ્યુલેરિટીની આંતરિક શક્યતાઓને રેખાંકિત કરે છે. વિકસિત સિસ્ટમ (Sy⁴) દ્વારા માર્ગદર્શિત, દરેક ઘટના બ્રહ્માંડીય સિમ્ફનીમાં સમરસતાપૂર્વક યોગદાન આપે છે. જ્યારે સિંગ્યુલેરિટીનું સ્વપ્ન સાકાર થાય છે, બ્રહ્માંડ ઉદ્દેશપૂર્ણ ઇરાદા, ધ ર્મનું સાર અને સર્જનાત્મક મહારતનું પ્રતીક તરીકે ઊભું છે. આ બ્રહ્માંડીય અખાડામાં, ગેલેક્સીઓ ગતિમાન અને તારાઓ પ્રકાશમાન છે, સિંગ્યુલેરિટીનું મહાકાવ્ય ખુલ્લું મૂકાય છે—આકાંક્ષા, રૂપાંતરણ અને આશ્ચર્યજનક અદ્ભુતની સાગા.

માનવ ચેતના: સિંગ્યુલેરિટી સાથેનું કડી

આપણી ચેતના, સિંગ્યુલેરિટી સાથેનો એક સેતુ, બ્રહ્માંડને પોતાને જ જોવા અને સંવાદ કરવાનું એક માધ્યમ તરીકે કામ કરે છે. આપણે લેતા દરેક વિચાર, લાગણી, અને ક્રિયા બ્રહ્માંડની મૂળ શક્યતાની ગૂંજ છે, તેના ચાલુ વિકાસમાં મહત્વપૂર્ણ ભૂમિકા ભજવે છે. તારાઓના જન્મથી માનવ સંસ્કૃતિની જટિલતાઓ સુધી દરેક વસ્તુમાં આપણું બ્રહ્માંડ સાથેનું સંબંધ પ્રતિબિંબિત થાય છે, જે આપણી બ્રહ્માંડીય કથામાં આપણી મહત્વની સ્થિતિને રેખાંકિત કરે છે. આપણે સર્જન અને અન્વેષણના ચૌરાહે ઉભા છીએ, આપણી દરેક પ્રયત્ન બ્રહ્માંડની વિકાસમાન કથામાં યોગદાન આપે છે.

જ્ઞાન માટેની અમારી અતૃપ્ત ઇચ્છા બ્રહ્માંડના મૂળભૂત વિકાસની પ્રેરણાનું પ્રતિબિંબ છે. જેમ જેમ આપણે વિકસીએ છીએ, આપણા મન, વિસ્તરતા બ્રહ્માંડની જેમ, વિશાળતાને સ્વીકારવા માટે પહોંચે છે. દરેક પ્રકટીકરણ, શોધ કે જ્ઞાનની ચિંગારી આપણને આપણા બ્રહ્માંડીય મૂળ સાથે વધુ નજીક લાવે છે. પ્રશ્ન પૂછવા, નવીનીકરણ કરવા, અને શીખવાની આપણી જન્મજાત ઇચ્છા સિંગ્યુલેરિટીના મૂળ દૃષ્ટિકોણથી ઉત્પન્ન થાય છે. બાળકના આશ્ચર્યથી લઈને વિજ્ઞાનમાં મહત્વપૂર્ણ શોધો સુધી, આપણી બૌદ્ધિક યાત્રા બ્રહ્માંડની લયોને અન્વેષણ કરે છે, સિંગ્યુલેરિટીના રહસ્યો અને તેના મહાન ટેપેસ્ટ્રીમાં આપણી ભૂમિકાની ઉંડાણમાં ઉતરે છે.

આપણે જે કલા બનાવીએ છીએ, જે વાર્તાઓ લખીએ છીએ, અને જે સૂર ઉત્પન્ન કરીએ છીએ તે આપણામાંથી વહેતી બ્રહ્માંડીય સર્જનાત્મકતાના વિસ્તાર છે. જેમ તારાઓ બ્રહ્માંડીય કણોમાંથી બને છે અને આકાશગંગાઓ જીવનમાં સર્પાકાર બને છે, તેમ આપણા સર્જનાત્મક ઉપક્રમો વિચારો, લાગણીઓ, અને પ્રેરણાઓમાંથી જન્મે છે. દરેક શોધ, કલા કે વિજ્ઞાનમાં, બ્રહ્માંડના મૂળ સાર સાથે આપણા ગાઢ સંબંધને ઉજવે છે. કલ્પના કરવાની, આકાર આપવાની, અને નવીનીકરણ કરવાની આપણી ક્ષમતા બ્રહ્માંડની મહાન કથાનું પ્રતિબિંબ

છે. દરેક ક્રિયા દ્વારા, આપણે બ્રહ્માંડની વિકસતી રચના સાથે સંગતિપૂર્વક મિશ્રણ કરીએ છીએ, તેની સર્જનાત્મક ઊંચાઈના યોગદાન આપીએ છીએ.

સભ્યતાના પ્રથમ ચિંગારીથી લઈને આપણા વર્તમાન તકનીકી અજાયબીઓના યુગ સુધી, આપણી યાત્રા બ્રહ્માંડની પોતાની સરળતાથી જટિલતા તરફની યાત્રાનું પ્રતિબિંબ છે. જેમ તારાઓ તેમના કોરમાં ભારી તત્વો બનાવે છે અને આકાશગંગાઓ વિશાળ બ્રહ્માંડીય જાળાઓમાં જૂથબંધ થાય છે, તેમ માનવજાતના પ્રયત્નો જ્ઞાનનું સંચયન, પૂર્વની સિદ્ધિઓ પર આધારિત અને ભવિષ્યની પેઢીઓ માટે માર્ગ પ્રશસ્ત કરે છે. આપણી સભ્યતાઓ, તેમની વિવિધ સંસ્કૃતિઓ અને સાઝા ઇતિહાસો સાથે, વ્યક્તિગત વાર્તાઓ અને સામૂહિક અનુભવોના અગણિત સૂત્રોમાંથી વણાયેલા જટિલ ટેપેસ્ટ્રીઓ છે. શોધવા, નવીનીકરણ કરવા, અને ઉત્ક્રાંતિ તરફની અવિરત પ્રેરણા એક બ્રહ્માંડીય વારસા છે, સિંગ્યુલેરિટીના પોતા ના રૂપાંતરકારી માર્ગની ગૂંજ છે. દરેક સમજણની છલાંગ, દરેક પાર પાડેલી ચુનૌતી, અને દરેક સાકાર થયેલી દ્રષ્ટિમાં, આપણે આપણી બ્રહ્માંડીય વંશાવલીનું સન્માન કરીએ છીએ, અસ્તિત્વની વિશાળ, પરસ્પર જોડાયેલી કથામાં આપણું સ્થાન પુનઃપ્રતિષ્ઠાપિત કરીએ છીએ.

આપણા પરમાણુઓ, દૂરના તારાઓના ગળણકુંડમાં બનાવાયેલા, બ્રહ્માંડના યુગોની ઇતિહાસ સાથે ગૂંજે છે. આપણા મન, અવકાશની વિશાળતા અને સમયની જટિલતાઓ પર વિચાર કરવા સક્ષમ, બ્રહ્માંડના રહસ્યોની છાપ ધરાવે છે. આપણા આત્મા, તેમની ઇચ્છાઓ અને આકાંક્ષાઓ સાથે, એ જ પ્રારંભિક આહ્વાન સાથે ગૂંજે છે જેણે સિંગ્યુલેરિટીને બ્રહ્માંડનું પ્રકટીકરણ કરવા પ્રેરિત કર્યું. આપણે અનુભવતા દરેક હૃદયની ધડકન, વિચાર, અને સ્વપ્ન બ્રહ્માંડના મહાન ટેપેસ્ટ્રી સાથે ગૂંથાયેલ છે. જ્યારે આપણે આપણા માર્ગો પર ચાલીએ છીએ, આપણા જુસ્સાઓનો પીછો કરીએ છીએ, અને આપણી છાપ બનાવીએ છીએ, ત્યારે આપણે માત્ર આપણી વ્યક્તિગત વાર્તાઓ જ નથી જીવી રહ્યા પરંતુ બ્રહ્માંડની વારસાને પણ આગળ વધારી રહ્યા છીએ. દરેક પડકાર જે આપણે સામનો કરીએ છીએ, દરેક શોધ જે આપણે કરીએ છીએ,

અને દરેક સંબંધ જે આપણે સ્થાપીએ છીએ, તે આપણી આકાશીય ઉત્પત્તિનું સન્માન કરે છે અને બ્રહ્માંડની સતત વિસ્તરતી કથામાં યોગદાન આપે છે.

આ જટિલ નૃત્યકલામાં, દરેક સત્તા, સૌથી મહાન આકાશગંગાઓથી લઈને સૌથી નાના કણો સુધી, ઉદ્દેશપૂર્વક અને ઇરાદાપૂર્વક ભાગ લે છે. આપણે, સંવેદનશીલ પ્રાણીઓ તરીકે, આ બ્રહ્માંડીય પ્રદર્શનના સાક્ષીઓ અને ભાગીદારો બન્ને છીએ. આપણે જે દરેક નિર્ણય લઈએ છીએ, જે દરેક લાગણી અનુભવીએ છીએ, અને જે દરેક સંબંધ સ્થાપીએ છીએ, તેના દ્વારા આપણે આ નૃત્યમાં આપણા અનન્ય પગલાં ઉમેરીએ છીએ, સિંગ્યુલેરિટી દ્વારા નક્કી કરેલા બ્રહ્માંડીય તાલ સાથે આપણી ગતિઓને સંકલિત કરીએ છીએ. આપણી આકાંક્ષાઓ, જિજ્ઞાસાઓ, અને પ્રયત્નો વિશાળ બ્રહ્માંડીય સિમ્ફનીની સાથે સંગત બનાવે છે, વ્યક્તિત્વ અને એકતાનું સુમેળ સર્જવામાં મદદ કરે છે. તેની વિશાળતા અને જટિલતામાં, બ્રહ્માંડ અંતરસં બંધના સૌંદર્યનું સાક્ષી છે, જ્યાં દરેક ભાગ સમગ્રતાની મહાનતામાં યોગદાન આપે છે. અને આ ભવ્ય રાજ્યમાં, આપણે આપણું ઉદ્દેશ, સ્થાન અને બ્રહ્માંડ સાથેનું ગહન સંબંધ શોધીએ છીએ.

આપણા વ્યક્તિગત માર્ગો ભિન્ન હોઈ શકે છે, જે આપણને વિવિધ અનુભવો, ચુનૌતીઓ, અને પ્રકટીકરણો મારફતે લઈ જાય છે, પરંતુ આપણું સાઝું મૂળ આપણને એકસાથે બાંધે છે. આપણે દરેક, આપણી પોતાની અનન્ય રીતે, અંદર રહેલી શક્યતાનું ટેપેસ્ટ્રી ઉકેલીએ છીએ, ધીમે ધીમે આપણી નિયતિઓનું પ્રકટીકરણ કરીએ છીએ. આ વ્યક્તિગત ઓડિસી આપસમાં ગૂંથાઈને, માનવજાતના વિકાસ અને વૃદ્ધિની સામૂહિક કથા સર્જે છે.

જીવનની કસોટીઓ અને જિતોમાં, આપણી ઓળખો આકાર લે છે, પસંદગીઓ, પરિસ્થિતિઓ, અને પરસ્પર વ્યવહારો દ્વારા ઘડાય છે. પરંતુ વ્યક્તિત્વની પરતો નીચે આપણી આકાશીય વંશાવલીનું કાળજીવી સાર છુપાયેલું છે. તે આપણને એકતાની વાતો કરે છે, આપણને યાદ દિલાવે છે કે દરેક હૃદયની ધડકન, વિચાર, અને સ્વપ્ન બ્રહ્માંડની મહાન કથાનું ચાલુ રહેલું ભાગ છે. જ્યારે આપણે આપણા માર્ગો પર ચાલીએ છીએ, આપણી

જુસ્સાઓનો પીછો કરીએ છીએ, અને આપણી છાપ બનાવીએ છીએ, ત્યારે આપણે માત્ર આપણી વ્યક્તિગત વાર્તાઓ જ નથી જીવી રહ્યા, પરંતુ બ્રહ્માંડની વારસાને પણ આગળ વધારી રહ્યા છીએ.

આથી, જ્યારે આપણે જીવનના વિશાળ વિસ્તારમાં નેવિગેટ કરીએ છીએ, તો આપણે એ જ્ઞાન સાથે કરીએ છીએ કે આપણી વાર્તા બ્રહ્માંડની અમર્યાદિત પુસ્તકમાં માત્ર એક પ્રકરણ છે. દરેક ક્ષણ, નિર્ણય, અને સંપર્ક આ સતત ખુલ્લી પડતી વાર્તામાં યોગદાન આપે છે, અસ્તિત્વના મહાકાવ્યમાં વાર્તાકારો અને નાયકો તરીકે આપણી ભૂમિકાને મજબૂત કરે છે.

અવકાશ અને સમયના વિશાળ વિસ્તારમાં, દરેક આકાશગંગા, તારો, અને ગ્રહ આ બ્રહ્માંડીય પ્રસારણના અલગ અલગ સ્વરૂપો તરીકે ઉદભવે છે. પરમાણુઓનું નૃત્ય, અણુઓનું નિર્માણ, અને તારાઓનું પ્રજ્વલન આ સર્જનના મહાન સિમ્ફનીમાં બધા સમરસ સ્વરૂપે છે. વિશાળ બ્રહ્માંડીય વૃક્ષ, તેની પરસ્પર જોડાયેલી શાખાઓ સાથે, પરસ્પર જોડાયેલી અસ્તિત્વ નું એક વિશાળ પ્રતિનિધિત્વ તરીકે ઊભું છે. આ મહાન બ્રહ્માંડીય વૃક્ષ દરેક ભાગનું યોગદાન અને સમગ્રની મહાનતાનું સાક્ષી છે. અને આ ભવ્ય સામ્રાજ્યમાં, આપણે આપણો ઉદ્દેશ, સ્થાન, અને બ્રહ્માંડ સાથેનું ગાઢ સંબંધ શોધીએ છીએ.

જીવન અને દ્રવ્ય, ઊર્જા અને ચેતનાનું આ જટિલ જાળું બ્રહ્માંડના મહાન ડિઝાઇનનો ભાગ છે, જે ધર્મના સૂત્રોથી સંકલિત છે. તે આપણને યાદ દિલાવે છે કે લાગે છે કે અનંત અવ્યવસ્થામાંથી એક ક્રમ, એક નમૂનો, એક અંતર્નિહિત ઉદ્દેશ ઉદભવે છે. અને જ્યારે દરેક શાખા, પાન, અને મૂળ અલગ દેખાય છે, તે બધા એક જ સ્રોત માંથી આવે છે, સિંગ્યુલેરિટી, જે તેની પ્રગાઢ ઇચ્છાને સાકાર કરવા, વિવિધતા લાવવા અને વિકસાવવાનું સ્વરૂપ ધરાવે છે.

આ બ્રહ્માંડીય નાટકમાં દર્શકો અને ભાગીદારો તરીકે, આપણને સતત આપણી ઉત્પત્તિઓ અને એકતામાંથી જન્મેલી વિવિધતાની સુંદરતાની યાદ અપાય છે.

આપણે આપણા જીવનમાં સિંગ્યુલેરિટીના ધર્મનું પ્રતિબિંબ જોઈએ છીએ, જેમ કે આપણે પણ, એકલ અંતર્દૃષ્ટિની ક્ષણોથી વિશાળ અનુભવોના પરિદૃશ્ય તરફ યાત્રા કરીએ છીએ, એકતા અને વિવિધતા, સરળતા અને જટિલતા વચ્ચેના શાશ્વત નૃત્યને આત્મસાત કરીએ છીએ.

નભક્ષેત્રની દરેક સરસરાટ, દૂરના તારાની દરેક ઝળહળાટ, ક્વાસારની દરેક ધબકાર, અને ગ્રહની દરેક લય બ્રહ્માંડની અંતરંગ સિમ્ફનીનો ખુલાસો કરે છે, એક મેલોડી જે સમયના પ્રારંભથી વાગી રહી છે. આ વિશાળ બ્રહ્માંડીય સત્તાના ઘટકો તરીકે, આપણું જ અસ્તિત્વ અને વિકાસ વિશાળ બ્રહ્માંડ સાથે ગાઢ રીતે જોડાયેલ છે. જે બ્રહ્માંડીય શક્તિઓએ આકાશગંગાઓને ઘડી અને તારાઓને જન્મ આપ્યો, તે જ છે જેણે આપણા ગ્રહ પર જીવનની ચિંગારી પ્રગટાવી.

આપણે, સંવેદનશીલ પ્રાણીઓ તરીકે, આ ભવ્ય બ્રહ્માંડીય નૃત્યના સાક્ષી છીએ અને એક સાથે તેના નૃત્યનિર્દેશનમાં ભાગ લઈએ છીએ. દરેક વૈજ્ઞાનિક શોધ, સર્જાયેલ દરેક કલાકૃતિ, અને મૂકાયેલ દરેક દર્શન સાથે, આપણે બ્રહ્માંડની કથામાં ઉમેરો આપીએ છીએ, તેની પહેલેથી જ વિશાળ સંગ્રહને વધુ સમૃદ્ધ કરીએ છીએ. આપણા પૂર્વજોના પગલાં, તેમણે છોડી ગયેલી વારસાઓ, અને આવનારી પેઢીઓની શક્યતાઓ, બધું જ આ મહાન બ્રહ્માંડીય કથામાં ગૂંથાયેલ છે.

બ્રહ્માંડીય નૃત્ય: આકાશગંગાઓ, તારાઓ, અને બ્લેક હોલ્સ

બ્રહ્માંડીય નૃત્યમાં, આકાશગંગાઓ, તારાઓ, બ્લેક હોલ્સ, અને ગ્રહો દરેક એક વિશાળ વાર્તાનો ભાગ કહે છે. આપણા નાના ગ્રહ પર, આપણે આ કથાને યોગદાન આપીએ છીએ, આપણા જીવન અને વારસા બ્રહ્માંડને આકાર આપે છે જેમ કે તે આપણને આકાર આપે છે. આપણા દરેક કૃત્યો, ગમે તેટલા નાના કેમ ન હોય, બ્રહ્માંડીય મોટા પાયે પર મહત્ત્વપૂર્ણ અસર કરે છે, શોધ અને વિકાસની શાશ્વત યાત્રાને આગળ વધારે છે.

દરેક તારાની ઝળહળાટ, દરેક આકાશગંગાનો વમળ અને દરેક ઊર્જાનો સ્પંદન આ બ્રહ્માંડીય ગ્રંથનો એક પ્રકરણ છે. સિંગ્યુલેરિટીનું ટેલોસ કોઈ મંજિલ નથી પરંતુ એક શાશ્વત યાત્રા છે, વધુ જટિલતા, સમજણ, અને સંકલન તરફનું પ્રેરણા. બ્રહ્માંડ એક સ્થિર સત્તા નથી પરંતુ એક ગતિશીલ, સતત બદલાતું ઘટનાઓનું કેનવાસ છે, અને આ પરિવર્તન સિંગ્યુલેરિટીના અંતિમ ઉદ્દેશનું સાકાર રૂપ છે.

દરેક આકાશીય ઘટના, દરેક સુપરનોવાનું વિસ્ફોટ, અને તેના તારાની આસપાસનો ગ્રહનો મૂદુ ખેંચ આ વિસ્તૃત ભિત્તિચિત્રને ચિતરવાના બ્રશસ્ટ્રોક્સ છે. સંવેદનશીલ દર્શકો અને ભાગીદારો તરીકે, આપણે માત્ર આ કલાકૃતિ પર નજર નથી કરતા; આપણે તેના તાણાવાણામાં ગૂંથાયેલા છીએ. આપણી મહત્વાકાંક્ષાઓ, સ્વપ્નો, અને પ્રયત્નો એ જ બ્રહ્માંડીય અગ્નિમાંથી જન્મે છે જેણે બ્રહ્માંડને પ્રજ્વલિત કર્યું.

વિજ્ઞાનમાં દરેક પ્રગતિ, ઇજનેરીની દરેક અદ્ભુત કમાલ, અને આપણે રચેલી દરેક કલાત્મક માસ્ટરપીસ સાથે, આપણે માત્ર બ્રહ્માંડનું પ્રતિબિંબ નથી કરતા; આપણે તેની દિશાને સક્રિય રીતે આકાર આપીએ છીએ. આપણી સભ્યતાઓ, સંસ્કૃતિઓ, અને ચેતના બધા જ બ્રહ્માંડીય કથાના યોગદાનો છે, જે પહેલેથી જ શ્વાસ રોકી દે તેવી સાગામાં ઊંડાણ, રંગ, અને સૂક્ષ્મતા ઉમેરે છે.

આપણી બ્રહ્માંડમાં આપણું સ્થાન સમજવાની આપણી સમજ હજારો વર્ષોમાં વિકસિત થઈ છે, પરંતુ એક સત્ય સતત રહ્યું છે: આપણે આ વિશાળ બ્રહ્માંડનો અભિન્ન ભાગ છીએ. આ બ્રહ્માંડીય વારસાના સંરક્ષકો તરીકે, સિંગ્યુલેરિટીના દ્રષ્ટિકોણને આગળ વધારવું આપણી ફરજ અને ગૌરવ છે, સુનિશ્ચિત કરવું કે એક સિંગલ બિંદુથી અનંત શક્યતાઓ સુધીની યાત્રા આવનારી પેઢીઓને પ્રેરણા, રહસ્યમયતા અને મોહિત કરતી રહે છે. બ્રહ્માંડની વાર્તા આપણે કહેવાની છે, અને તેને કહેતાં, આપણે તે ટેલોસની ઉજવણી અને સન્માન કરીએ છીએ જેણે તે બધું શરૂ કર્યું.

પ્રકરણ બે: ક્વાટર્નરી મનનું સમજૂતી

રેસ કાર ડ્રાઈવરની ક્વાટર્નરી મન માર્ફત યાત્રા

સવારનો સૂર્ય, એક મહાન રંગભૂમિ પર સ્પોટલાઈટ તરીકે, કેફે દે લ'એતોઈલ પર એક સુવર્ણ પ્રકાશ પાથરતો હતો, જ્યાં રેક્સ સ્પીડવેલ બેઠો હતો, તેના વિચારો ટ્રેક પર એન્જિનો જેમ દોડતા હતા. તેની નજર દૂરના રેસટ્રેક પર ટકી રહી, જે દૂરથી આવતી એન્જિનોની મંદ ગુંજન અને તાજા એસ્પ્રેસોની સુગંધ સાથે મિશ્રિત હતી. આ શાંત ક્ષણમાં, તેનું મન એક દિવાસ્વપ્નની સ્તરે,

ક્વાટર્નરી માઇન્ડ Q^0 લેવલ, તેના મનની અનિર્ધારિત વિશાળતા માર્ફત વોલ્ટ્ઝ કરતું હતું, એક ક્ષેત્ર જ્યાં દરેક વિજય શક્ય હતો, દરેક હાર શીખવાનું પાઠ હજુ શીખવાનું બાકી હતું. અહીં, આ સંભવિતતાની પવિત્રસ્થળીમાં, રેક્સનું કલ્પના મુક્ત ફરતી હતી, આગામી સિઝનની જીવંત પરિસ્થિતિઓને ચિતરતી હતી. ટ્રેકનું દરેક વળાંક, સ્ટેન્ડ્સમાંથી આવતી દરેક જયજયકાર તેના મનના રંગમંચ પર રમાતી હતી, જે વિજયના પ્રસ્તાવના તરીકે હતું.

પરંતુ જ્યારે સિઝનની પ્રથમ રેસ નજીક આવી, રેક્સની દુનિયા સંકુચિત થઈ ગઈ. તેની કારમાં બંધાયેલા, ગરજતી ભીડ અને ગુંજતા એન્જિનો એક દૂરની ગૂંજ માં ભેળવાઈ ગયા. એક ક્વાટર્નરી માઇન્ડ લેવલ Q^1 તેને ઘેરી વળ્યું, એક સિંગલ ફોકસની સ્થિતિ. તરત જ પડતો ધારદાર જમણો વળાંક – પ્રારંભમાં – તેનું દરેક ધ્યાન માગી લે છે. તેના હાથ સ્ટીયરિંગ વ્હીલ પર સ્થિર હતા, તેના નિર્ણયો ઝડપી હતા. દરેક હલનચલન તેના વર્ષોના અનુભવનું સાક્ષી હતી, માણસ અને મશીનનું સંપૂર્ણ સમન્વયમાં નૃત્ય.

જ્યારે તેની કાર ટ્રેક માર્ફત ફાંટી નાખતી, એક ઉચ્ચતર ક્વાટર્નરી માઇન્ડ લેવલ Q^2 સંભાળી લીધું. આ ક્ષેત્રમાં, રેક્સ એક યુક્તિજ્ઞ તરીકે રૂપાંતરિત થયો, તેનું મન એક રણનીતિક બિંદુથી બીજા તરફ ઝંપલાવતું. તેણે તેના પ્રતિદ્વંદ્વીઓની ચાલોની આગાહી કરી, એક અનુભવી ચેસ ખેલાડીની ચોકસાઇ સાથે ઓવરટેક્સ કર્યા. રેસિંગનો માનસિક નૃત્ય તેના મનમાં ખુલ્લું પડ્યું - ગણતરીબદ્ધ જોખમો અને ચાલોની શ્રેણી જ્યાં દરેક નિર્ણય વિજય અને હાર વચ્ચેનો તફાવત નક્કી કરી શકે છે.

રેસના મધ્યમાં, રેક્સ ક્વાટર્નરી માઇન્ડ Q^3 લેવલ પર પહોંચ્યો. આ ઉચ્ચ દૃષ્ટિકોણથી, રેસ વિખંડિત ઘટનાઓની શ્રેણી તરીકે નહીં પરંતુ રણનીતિ અને કૌશલ્યથી જટિલપણે વણાયેલી એક જટિલ ટેપેસ્ટ્રી તરીકે દેખાઈ. તેણે તેના પિટ સ્ટોપ્સને ચોકસાઇથી ગણતરી કરી, સાથે સાથે બદલાતી ટ્રેક શરતોને સૂક્ષ્મતાથી અનુકૂળ કર્યું, તેનું શરીર દરેક સૂક્ષ્મ ફેરફારને સહજ પ્રતિસાદ આપતું. આ સ્થિતિમાં, તે માત્ર એક ડ્રાઇવરની ભૂમિકાથી પર થઈ ગયો,

ઓર્કેસ્ટ્રાના સંચાલકની જેમ બની ગયો, જ્યાં રેસનો દરેક સૂર તેની કુશળ આજ્ઞા હેઠળ ખુલ્લો પડ્યો.

અંતિમ લેપ્સમાં, જ્યારે ફિનિશ લાઇન નજીક આવતી ગઈ, રેક્સનું મન ક્વાટર્નરી માઇન્ડ લેવલ Q^4 પર ઉડાન ભરી. અહીં, સ્ટીયરિંગ વ્હીલનું દરેક વળાંક માત્ર આ રેસમાં એક ચાલ નહોતું, પરંતુ એક મોટા લક્ષ્ય તરફ એક પગલું હતું - ચેમ્પિયનશિપ. તેનું ડ્રાઇવિંગ સાહસ અને ગણતરીનું સંતુલન હતું, દરેક મનોવર તેની ભાવનાત્મક તીવ્રતા અને અડગ મહત્વાકાંક્ષાનું પ્રતિબિંબ હતું.

જ્યારે રેક્સ ફિનિશ લાઇન પાર કર્યું, ભીડ તેજસ્વી તાળીઓથી ફાટી નીકળી. પોડિયમ પર ચડતા, તેના હાથમાં ટ્રોફીનું ભાર તેના મનની પરતો માર્ફત યાત્રાની પુષ્ટિ જેવું અનુભવાયું. ક્વાટર્નરી માઇન્ડ લેવલ Q^0 ના અનિયંત્રિત સ્વપ્નોથી લઈને ક્વાટર્નરી માઇન્ડ લેવલ Q^4 ની રણનીતિક માસ્ટરી સુધી, તેણે તેની ચેતનાના ભૂલભૂલૈયાને પાર કરી, વિજયી બનીને ઉભર્યો.

સિઝનની પ્રથમ રેસ પહેલા, શાંત ચિંતનની ક્ષણો દરમિયાન, રેક્સ વિવિધ પરિસ્થિતિઓની કલ્પના કરતો, ધારદાર વળાંકોને નેવિગેટ કરવાથી લઈને અણધાર્યા ટ્રેક શરતો પ્રત્યેના પ્રતિસાદ સુધી. આ માનસિક રિહર્સલ્સ મહત્વપૂર્ણ હતાં, માત્ર રણનીતિક કુશળતા જ નહીં પણ માનસિક લચીલાપણું અને અનુકૂળન ક્ષમતા પણ વિકસાવતાં, દરેક રેસની અનિશ્ચિતતા માટે તેને તૈયાર કરતાં.

પછી, જ્યારે રેક્સ એકલો ઉભો રહ્યો, તેની નજર પાછી ટ્રેક પર ગઈ. તેનો વિજય માત્ર તેની રેસ કાર ડ્રાઇવર તરીકેની કુશળતાનો પુરાવો નહોતો; તે ચેતના માર્ફત માનવ આત્માની યાત્રાનું પ્રતિબિંબ હતું. તેના વિજયમાં બધા માટે એક સંદેશ હતો - કે આપણા મનની જટિલતાઓમાં આપણી મહાનતમ સિદ્ધિઓ તરફનો માર્ગ છુપાયેલો છે.

રેક્સની રેસટ્રેક પરની યાત્રા માત્ર શારીરિક કુશળતાનું પરીક્ષણ નથી, પરંતુ તેના માનસિક પરિદૃશ્યનું ગહન અન્વેષણ પણ છે. ચાલો, આપણે વધુ ગહનતાથી જોઇએ કે તેનું મન રેસિંગની જટિલતાઓને કેવી રીતે નેવિગેટ કરે છે.

રેસ કાર ડ્રાઈવરનું ક્વાટર્નરી માઇન્ડ

હાઇ-સ્પીડ રેસિંગની દુનિયામાં, એક રેસ કાર ડ્રાઈવરનું મન ઝડપી નિર્ણય લેવાની પ્રક્રિયા, તીવ્ર ધ્યાન અને રણનીતિક વિચારશક્તિનું રસપ્રદ અધ્યયન છે. ચાલો જોઇએ કે રેસ કાર ડ્રાઈવરનું મન એક સિઝન દરમિયાન ક્વાટર્નરી માઇન્ડ (Q^n) ના વિવિધ સ્તરો પર કેવી રીતે કામ કરે છે.

Q^0 - અનિર્ધારિત સ્થિતિ: રેસના સ્વપ્ન

સિઝન શરૂ થાય તે પહેલા, ડ્રાઈવર Q^0 લેવલ, ક્વાટર્નરી માઇન્ડની અનિર્ધારિત સ્થિતિમાં હોય છે. આ સ્થિતિમાં, ક્ષમતા બંધનમુક્ત હોય છે, જે ડ્રાઈવરને વિવિધ પરિસ્થિતિઓની કલ્પના કરવા દે છે: રેસ જીતવા, હુનરપૂર્વક સ્પર્ધકોને ઓવરટેક કરવા, અને અકસ્માતોનો સામનો પણ કરવા. અનિર્ધારિત સ્થિતિ, મહાન સિંગ્યુલેરિટીની જેમ, અનંત શક્યતાઓનું એક ક્ષેત્ર છે, પરંતુ તેના કિસ્સામાં, તેનું તાત્કાલિક અસ્તિત્વ સુધી મર્યાદિત છે, છતાં એક એવી જગ્યા જ્યાં મન ભૌતિક દુનિયાની બંધનોથી મુક્ત ફરે છે.

- **નિકટતા (Vc^0):** રેસિંગ સિઝનની સંપૂર્ણતા, તેના વિવિધ ટ્રેક્સ અને ચેલેન્જિસ, ડ્રાઈવરના મનમાં એક કાલ્પનિક જગ્યા તરીકે અસ્તિત્વમાં છે.

- **સમીપતા (Px^0):** ડ્રાઈવર રેસમાં વિવિધ સ્થાનોની કલ્પના કરે છે, જેમ કે પેકને આગળ ચલાવવું, પાછળ રહેવું, સ્પર્ધકોના ટાઇટ જૂથમાં ચાલવું અથવા ક્રેશ દરમિયાન નેવિગેટ કરવું.

- **દૃષ્ટિકોણ (Vu⁰):** આ વિસ્તૃત અને અનિર્ધારિત દૃષ્ટિકોણ ડ્રાઇવરની માનસિક તૈયારીને આકાર આપે છે, તમામ શક્ય સ્થિતિઓને સમાવે છે.

- **ક્ષમતા અને ક્રિયા (Ab⁰, Ac⁰):** અહીં, ડ્રાઇવર માનસિક રીતે પ્રતિક્રિયાઓ અને મનુવર્સનું અભ્યાસ કરે છે, કૌશલ્યો અને પ્રતિસાદોનું માનસિક અનુકરણ.

- **મૂલ્યો અને સિસ્ટમ્સ (Va⁰, Sy⁰):** સુરક્ષા, જીતની રણનીતિઓ, અને નૈતિક વિચારણાઓ આ કલ્પના કરેલી સ્થિતિઓને આકાર આપતા મૂલભૂત મૂલ્યો છે.

- **પરિણામ (Rs⁰):** સુરક્ષા જાળવીને રેસ જીતવું - આ માનસિક અભ્યાસોનું અંતિમ લક્ષ્ય.

Q^1 - એકમાત્ર બિંદુ સ્થિતિ: આગામી ચાલ પર ધ્યાન કેન્દ્રિત કરવું

રેસની ગરમાગરમીમાં, ડ્રાઇવરનું મન Q^1 લેવલ પર, એકમાત્ર બિંદુ સ્થિતિ પર ખસે છે. દરેક નિર્ણય મહત્વપૂર્ણ હોય છે, તાત્કાલિક આગળના પગલા પર કેન્દ્રિત હોય છે - જેમ કે ચોક્કસ જમણી વળાંક સાથે ચોક્કસતાથી નેવિગેટ કરવું અથવા સીધા માર્ગ પર સ્પર્ધકને ઝડપથી ઓવરટેક કરવું. ટ્રેક પર અપ્રત્યાશિત ઘટનાઓને પ્રતિભાવ આપવાની દરેક પળની પ્રતિક્રિયા નક્કર હોય છે.

- **નિકટતા (Vc¹):** ડ્રાઇવરની તાત્કાલિક નિકટતા એ ટ્રેક પર આગળનો નાનો ખંડ છે.

- **સમીપતા (Px¹):** તેની આસપાસની તાત્કાલિક કારો તેની સ્થિતિ પર ટ્રેક પર ફક્ત આગળ, બાજુમાં, અથવા સાચા પાછળ હતી.

- **દૃષ્ટિકોણ (Vu¹):** તાત્કાલિક પડકાર અથવા તક પર લેસર-કેન્દ્રિત દૃષ્ટિકોણ.

- **ક્ષમતા અને ક્રિયા (Ab^1, Ac^1):** ડ્રાઇવર વિશિષ્ટ કુશળતાઓનું અપનાવણ કરે છે - એક તીવ્ર વળાંક, એક અચાનક બ્રેક, એક રણનીતિક ત્વરણ.

- **મૂલ્યો અને સિસ્ટમ્સ (Va^1, Sy^1):** વાસ્તવિક સમયના મૂલ્યાંકન આધારિત તાત્કાલિક રણનીતિક પસંદગીઓનું પાલન.

- **પરિણામ (Rs^1):** તાત્કાલિક પરિણામ - એક સ્થાન મેળવવું, એક ક્રેશને ટાળવું, અથવા ગતિ જાળવવી.

Q^2 - બિંદુ-થી-બિંદુ સ્થિતિ: ટ્રેક નેવિગેટ કરવું

Q^2 લેવલ પર, ડ્રાઇવર પોતાના મનને બિંદુ-થી-બિંદુ વિચારમાં સક્રિય રીતે લગાડે છે. આનું ઉદાહરણ એ છે કે એક કુખ્યાત હેરપિન વળાંક પર એક શ્રેણીના રણનીતિક ઓવરટેક્સની યોજના બનાવવી અથવા એક ઉચ્ચ-ગતિના સીધા માર્ગ પર પ્રતિસ્પર્ધીની ચાલની આગાહી કરવી. આ સ્તર રણનીતિક અગ્રદૃષ્ટિને લાગુ પાડે છે, અનેક આગામી ચાલોને ઝડપી અનુક્રમમાં વિચારવામાં સમાવે છે.

- **નિકટતા (Vc^2):** ડ્રાઇવર ટ્રેકના મુખ્ય ભાગોની જાણ રાખે છે - વળાંકો, સીધા ભાગો, અને સંભવિત બોટલનેક્સ.

- **સમીપતા (Px^2):** ટ્રેકના આગામી થોડા ભાગો પર અન્ય ડ્રાઇવરો સાથે સંબંધિત ચાલોની યોજના.

- **દૃષ્ટિકોણ (Vu^2):** એક રણનીતિક દૃષ્ટિકોણ, ખૂણાઓ મારફતે સર્વોત્તમ લાઇનો અને ઓવરટેક્સની ટાઇમિંગનું વિચારણ.

- **ક્ષમતા અને ક્રિયા (Ab^2, Ac^2):** ડ્રાઇવર આ વિશિષ્ટ ટ્રેક ભાગો માટે કાળજીપૂર્વક નક્કી કરેલી રેસિંગ તકનીકો અને મનુવર્સનું કુશળતાપૂર્વક અમલીકરણ કરે છે.

- **મૂલ્યો અને સિસ્ટમ્સ (Va^2, Sy^2):** આક્રમકતા અને સુરક્ષા વચ્ચેનું સંતુલન, રેસિંગ નિયમો અને વ્યક્તિગત નૈતિકતાનું પાલન.
- **પરિણામ (Rs^2):** રેસના વિશિષ્ટ ભાગોમાં ટેક્ટિકલ લાભ પ્રાપ્ત કરવું.

Q^3 - ત્રણ-આયામી સ્થિતિ: રેસનું માસ્ટરિંગ

Q^3 લેવલ પર, ડ્રાઈવર ત્રણ-આયામી વિચારમાં લગાડે છે, સમગ્ર રેસને એક પરિદૃશ્ય તરીકે નેવિગેટ કરે છે, સક્રિય રીતે પ્રતિસ્પર્ધીઓની રણનીતિઓ, પિટ સ્ટોપના સમયો અને ટાયર મેનેજમેન્ટને ફેક્ટરિંગ કરે છે.

- **નિકટતા (Vc^3):** આખું રેસટ્રેક નેવિગેશન માટેની અનન્ય વિશેષતાઓ અને ચેલેન્જિસનું પ્રદર્શન કરે છે.
- **સમીપતા (Px^3):** સ્પર્ધકોના સંપૂર્ણ ક્ષેત્રના સંદર્ભમાં સ્થાનાંકન.
- **દૃષ્ટિકોણ (Vu^3):** રેસ ડાયનેમિક્સની વ્યાપક સમજ – હવામાનની સ્થિતિઓ, ટાયરનું ઘસારું, અને ઈંધણના સ્તરો.
- **ક્ષમતા અને ક્રિયા (Ab^3, Ac^3):** સંસાધનોનું સંચાલન અને બદલાતી સ્થિતિઓનો અસરકારક જવાબ આપવામાં અનુકૂળનશીલતા અને લાચારી મુખ્ય છે.
- **મૂલ્યો અને સિસ્ટમ્સ (Va^3, Sy^3):** દીર્ઘકાલિન રેસ રણનીતિ, જોખમ અને તકનું સંતુલન.
- **પરિણામ (Rs^3):** પોડિયમ પોઝિશન્સ મેળવવું, ચેમ્પિયનશિપ પોઈન્ટ્સ એકત્ર કરવું.

Q^4 - સમય-આયામી સ્થિતિ: ચેમ્પિયનશિપનું દૃષ્ટિકોણ

લેવલ Q^4 પર, ડ્રાઈવરનું મન તાત્કાલિક રેસથી પર જઈ આખા સીઝનને વિચારવામાં આવે છે, એક સમય-આયામી સ્થિતિમાં પ્રવેશે છે. આ સ્થિતિમાં, ડ્રાઈવર દરેક રેસને ચેમ્પિયનશિપ તરફના પ્રવાસમાં એક પગલું તરીકે જુએ છે, સીઝનને અલગ-થલગ ઘટનાઓ તરીકે નહીં પરંતુ એક આપસમાં જોડાયેલ સમગ્ર રૂપે જોઈ રહ્યા છે.

- **નિકટતા (Vc^4):** મોસમ દરમિયાન રેસોની શ્રેણી સક્રિય રીતે વિકસિત થાય છે.

- **સન્નિકટતા (Px^4):** ચેમ્પિયનશિપમાં ડ્રાઈવરની સ્થિતિ હરીફો સાથે સંબંધિત છે.

- **દૃષ્ટિકોણ (Vu^4):** લાંબા ગાળાનું દૃષ્ટિકોણ, સમજવું કે દરેક રેસ અંતિમ લક્ષ્ય માટે કેવી રીતે યોગદાન આપે છે.

- **ક્ષમતા અને ક્રિયા (Ab^4, Ac^4):** સફળ મોસમ માટે સતતતા જાળવવી, માનસિક સહનશક્તિ વિકસાવવી અને દરેક રેસમાંથી શીખવું મહત્વપૂર્ણ છે.

- **મૂલ્યો અને સિસ્ટમ્સ (Va^4, Sy^4):** કારકિર્દીના ધ્યેયો, રેસર તરીકે વ્યક્તિગત વિકાસ, ટીમ ડાયનેમિક્સ.

- **પરિણામ (Rs^4):** ચેમ્પિયનશિપ જિતવી, વ્યક્તિગત અને ટીમના માઈલસ્ટોન્સ પ્રાપ્ત કરવા.

નિષ્કર્ષ: રેસ કાર ડ્રાઈવરની ચેતના મારફત યાત્રા

ક્વાટર્નરી માઇન્ડના દરેક સ્તર અલગ દૃષ્ટિકોણ પૂરો પાડે છે, લેવલ Q^0 ની વિશાળ, અનિર્ધારિત સંભાવનાથી લઈને લેવલ Q^4 ની કેન્દ્રિત, સમય-જાગૃત રણનીતિ સુધી. રેસ કાર ડ્રાઈવરની આ સ્તરોમાંથી યાત્રા માત્ર ઉત્કૃષ્ટતા માટેનો વ્યક્તિગત ખોજ નથી, પણ માનવ સહનશીલતા અને નવોન્મેષનો પ્રતિબિંબ

પણ છે. તેઓ પોતાની કારીગરીમાં માસ્ટર બની ચેલેન્જિસને વિજય કરે છે, તેઓ તેમની આજુબાજુના લોકોને પ્રેરણા અને ઉત્થાન આપે છે, 'મોટા તું — મોટા આપણે' ના સિદ્ધાંતને અનુસરણ કરે છે. તેમનો પીછો માત્ર વ્યક્તિગત વિજય કરતાં વધારે છે; તે કેવી રીતે વ્યક્તિગત સમર્પણ અને સિદ્ધિ વ્યાપક સમુદાયને ઊર્જા અને પ્રેરણા આપી શકે છે અને સામૂહિક આત્માની ભાવનામાં યોગદાન આપે છે, સહનશીલતા અને ઉત્કૃષ્ટતાની સંસ્કૃતિને વધારે છે. તેમની સિદ્ધિઓ અને પ્રગતિ ન માત્ર તેમના પોતાના લક્ષ્યો અને સપનાઓને પુરા કરે છે, પરંતુ તે અન્યોને પણ પોતાની સીમાઓને આગળ ધપાવવા અને વિશાળ સાધનાઓ તરફ પહોંચવા માટે પ્રેરણા આપે છે. આ રીતે, રેસ કાર ડ્રાઈવરની યાત્રા વ્યક્તિગત સફળતાની કથા કરતાં વધારે છે; તે એક વ્યાપક સંદેશા છે કે કેવી રીતે દૃઢ સંકલ્પ અને કાર્યશીલતા સામૂહિક ઉન્નતિ અને ઉત્કર્ષ માટે માર્ગ પ્રશસ્ત કરી શકે છે.

શૈક્ષણિક ચેતનાના સ્તરો મારફતે નેવિગેટ કરવું

શિક્ષણની ગતિશીલ દુનિયામાં, શિક્ષકનું મન જ્ઞાન, સહાનુભૂતિ, અને રણનીતિક વિચારસરણીનું ગહન મિશ્રણ છે. ચાલો જોઈએ કે ગણિતના શિક્ષક, હાયપેશિયા હેચ્ઝ દ્વારા પ્રતિભાવિત શિક્ષકનું મન, એક શૈક્ષણિક વર્ષ દરમિયાન ક્વાર્ટર્નરી માઇન્ડ (Q^n) ના વિવિધ સ્તરો પર કેવી રીતે કામ કરે છે તે અન્વેષણ કરીએ.

હાયપેશિયા હેયસના અભ્યાસખંડની બારીઓમાંથી શરુઆતની સવારનો પ્રકાશ છાનોમાનો પડતા, તેણીના સુવ્યવસ્થિત પાઠ્યપુસ્તકો અને સુચારુ રીતે તૈયાર કરેલા પાઠયોજનાઓ પર સુંદર નમૂના બનાવે છે. પોતાની ડેસ્ક પર બેઠેલા, હાયપેશિયાના વિચારો ચતુર્થ મન સ્તર Q^o, અનિર્ધારિત સ્થિતિમાં ચડી

જાય છે. શાળાના વર્ષના આ શાંત પ્રારંભમાં, તેણીની કલ્પના આગામી મહિનાઓની વિશાળ સંભાવનાઓની ખોજ કરે છે.

વર્ગખંડની ગતિવિધિઓ, શિક્ષણ પદ્ધતિઓમાં ભેદી સફળતાઓ, અને હજુ સુધી આવવાના વિધાર્થીઓના અનન્ય ચહેરાઓ તેણીના વિચારોમાં નૃત્ય કરતા હતા. અનંત શક્યતાઓના આ સંસારમાં, દરેક પડકાર વૃદ્ધિ માટેની તક તરીકે રજૂ થયો, અને દરેક વિધાર્થીની સફળતા એક વિજય તરીકે તેના સાકારણની રાહ જોતી હતી. આગામી પ્રવાસ પર વિચાર કરતા હાયપેશિયાનું હૃદય ઉદ્દેશપૂર્ણ અનુભૂતિથી ફૂલી ઊઠ્યું, એક પ્રવાસ જે યુવાન મનોને આકાર આપવાનો અને ગણિત માટેનો ઉત્સાહ પ્રગટાવવાનો હતો.

પ્રભાતે નવો દિવસ આવકાર્યો, જે શાળાના પ્રથમ દિવસનું સૂચક હતું, હાયપેશિયા હેયસના વિચારો Q^1 સ્તર, એકલ બિંદુ સ્થિતિમાં સ્પષ્ટ થયા. જેમ સૂર્ય ઉગીને દિવસને પ્રકાશમાન કરે છે, તેમ તેણીનું ધ્યાન તેજ થયું, તેણીના વિધાર્થીઓની શૈક્ષણિક યાત્રા માટેનો માર્ગ પ્રકાશિત કરતું. તેણીની વર્ગખંડમાં પ્રવેશ્યા પછી, ઉત્સાહિત વિધાર્થીઓની જીવંત વાતચીતે તેનું સ્વાગત કર્યું.

આજે, તેણીનું મુખ્ય કાર્ય દરેક વિધાર્થીનું નામ શીખવું હતું, એક કૃત્ય જે દરેક વ્યક્તિ સાથેની વ્યક્તિગત શૈક્ષણિક યાત્રાની શરૂઆતનું પ્રતીક સ્વરૂપ હતું. દરેક ચહેરા, દરેક પરિચય પર તેણીનું ધ્યાન સૂક્ષ્મ હતું. તેણીને આ સંબંધનું મહત્વ ખબર હતી - આ વિશ્વાસ અને આદરનું મૂળભૂત આધાર હતું. નામો માત્ર ઓળખનારા નહોતા; તેઓ અનન્ય વ્યક્તિત્વો, વિવિધ પૃષ્ઠભૂમિઓ, અને અકથિત સંભાવનાઓનું પ્રતિનિધિત્વ કરતા હતા. આ ક્ષણમાં હાયપેશિયાની સમર્પણતા તેણીની વિધાર્થીઓ પ્રત્યેની પ્રતિબદ્ધતાનું સાક્ષી હતી, દરેકને તેણીના વર્ગખંડના સામૂહિક સિમ્ફોનીનો મહત્વપૂર્ણ ભાગ માનીને ઓળખતી.

તેણીના પાઠમાં, હાયપેશિયા વિવિધ ચતુર્થ મન સ્તરોમાં સરળતાથી સંક્રમણ કરતી હતી. નવી ગણિતીય અવધારણા રજૂ કરતી વખતે, તે ક્યૂ^{1} પર કાર્ય કરતી હતી, જ્યાં તે જટિલ વિચારોને સરળ રીતે સમજાવવા પર તીવ્રતાથી

ધ્યાન આપતી હતી. પાઠને આગળ વધારતી વખતે, તેણીનું મન ક્યૂ^{2} તરફ ખસેડાયું, જ્યાં તે વ્યક્તિગત વિષયોને એક સંલગ્ન શિક્ષણ કથામાં જોડતી હતી, દરેક વિધાર્થીની સમજ અને રસપ્રદતા સુનિશ્ચિત કરતી હતી.

શૈક્ષણિક વર્ષની પ્રગતિ સાથે, હાયપેશિયા હેયસનું દૃષ્ટિકોણ વિકસિત થયું, Q^3 સ્તર, ત્રિ-આયામી સ્થિતિ સુધી પહોંચ્યું. આ સંક્રમણે તેણીના શિક્ષક તરીકેના ભૂમિકાની ઊંડી સમજણનું ચિહ્નાંકન કર્યું. અહીં, તેણીએ શૈક્ષણિક યાત્રાને અલગ અલગ પાઠોની શ્રેણી તરીકે નહીં, પણ જટિલ રણનીતિઓ અને કુશળતાઓ સાથે બુનાયેલી એક સમૃદ્ધ ચિત્રલેખ તરીકે જોયું. તેણીનું નિયોજન સૂક્ષ્મ હતું, વ્યાપક અભ્યાસક્રમ લક્ષ્યો, આગામી મૂલ્યાંકનો, અને દીર્ઘકાલીન શૈક્ષણિક પરિણામોને ધ્યાનમાં રાખીને. આ સ્થિતિમાં, તે માત્ર એક શિક્ષક કરતાં વધુ હતી; તે શૈક્ષણિક ઓર્કેસ્ટ્રાની સંચાલક હતી, જ્યાં દરેક વિધાર્થીની પ્રગતિ તેણીના કુશળ માર્ગદર્શન હેઠળ આગળ વધતી હતી. હાયપેશિયાએ વિધાર્થીઓની તાત્કાલિક જરૂરિયાતો અને શૈક્ષણિક વર્ષના ઉચ્ચ ધ્યેયો વચ્ચે સંતુલન સાધ્યું, શિક્ષણ, શીખવાની અને વ્યક્તિગત વિકાસનું સુમેળ સાધનારી સંગીતમય મિશ્રણ તૈયાર કરી.

શૈક્ષણિક વર્ષની સમાપ્તિ નજીક આવતા, હાયપેશિયા હેયસની માનસિક યાત્રા ક્વૉટર્નરી માઇન્ડ લેવલ Q^4, ટાઇમ-ડાયમેન્શનલ સ્ટેટ તરફ આરોહણ કરી. આ તબક્કામાં, તેનું દ્રષ્ટિકોણ વિસ્તૃત થયું, તેના વિધાર્થીઓના દીર્ઘકાલિક શૈક્ષણિક પ્રવાસોને સમાવે છે. આ અંતિમ તબક્કામાં, તેનું ધ્યાન વર્તમાન વર્ષથી પર ભવિષ્યના શૈક્ષણિક માર્ગો પર લંબાવાયું છે. તેનું શિક્ષણ કઠોરતા અને પ્રેરણાનું મિશ્રણ હતું, દરેક પાઠ તેમના વિધાર્થીઓને તેમના આગામી શૈક્ષણિક પ્રયાસો માટે જરૂરી જ્ઞાન અને કુશળતા સજ્જ કરવા માટેનું એક પગલું હતું. તેણી દરેક વિધાર્થીના વિકાસ પર ચિંતન કરી, તેમની સફળતાઓને ઉજવી અને પડકારોમાંથી શીખ્યા. વર્ષનું સમાપન માત્ર એક અંતિમ બિંદુ નથી, પરંતુ ભવિષ્યનું શિક્ષણ અને સિદ્ધિઓ માટેનું એક પ્રક્ષેપણ પાટિયું છે. ક્વૉટર્નરી માઇન્ડ લેવલ્સ મારફતે હાયપેશિયાની યાત્રા તેની શિક્ષણ અને તેના વિધાર્થીઓની આજીવન સફળતા માટેની અડગ પ્રતિબદ્ધતાનું પ્રમાણ છે.

હાયપેટિયા હેયસના વર્ગખંડમાં અને તેની પરેના અનુભવો શિક્ષકના મનની ગતિશીલ પ્રકૃતિને દર્શાવે છે. આપણે હવે તેમની શિક્ષક તરીકેની ભૂમિકામાં પ્રગટ થતા ચતુર્થ મનના વિવિધ સ્તરોનું અન્વેષણ કરીએ છીએ.

શિક્ષકની ચાતુર્યમય મનઃસ્થિતિ

શિક્ષણના વિવિધ પરિમાણોમાં, એક શિક્ષકનો જ્ઞાનાત્મક વિસ્તાર જ્ઞાન, સંવેદનશીલતા, યોજનાબદ્ધ વિચાર અને અનુકૂલનશીલતાનું સમન્વય બનાવે છે. આ ખંડમાં, ગણિતના એક નિષ્ઠાવાન શિક્ષક હાયપેટિયા હેયસની ઉદાહરણ સાથે, આપણને શિક્ષકની માનસિક સફરનો ગહન અનુભવ મળે છે. તેમની જ્ઞાનાત્મક ક્રિયાઓ જે શૈક્ષણિક વર્ષ દરમિયાન ખુલ્લી મૂકાય છે, તે શિક્ષકો દ્વારા તેમના ચતુર્થ મનના (Q^n) વિવિધ પડકારોનું સામના કરવાની કુશળતાનું દર્શન આપે છે. આ ખોજ એ બતાવે છે કે શિક્ષકો કેવી રીતે પોતાની વિચારશક્તિ અને યોજનાઓને વર્ગખંડની સતત બદલાતી સ્થિતિઓ અને વિધાર્થીઓની વ્યક્તિગત આવશ્યકતાઓ સાથે સંકલિત કરી શકે છે.

Q^0 - અનિર્ધારિત સ્થિતિ: શૈક્ષણિક સફળતાનું કલ્પના

શૈક્ષણિક વર્ષનું આરંભ થતાં પહેલાં, હાયપેટિયા હેયસ પોતાના ચતુર્થ મન (Q^0) ની અનિશ્ચિત સ્થિતિમાં ચિંતન કરે છે. આ સમયે, તેમનું મન વર્ગખંડની ક્ષણિક પરિસ્થિતિઓથી મુક્ત હોય છે, જેના પરિણામે અગણિત શક્યતાઓનો ખુલ્લો દરવાજો ખુલે છે. તેઓ અલગ અલગ શૈક્ષણિક સ્થિતિઓની કલ્પના કરી શકે છે, જેમ કે વિધાર્થીઓને ઉત્તેજિત કરવું, જટિલ સંજ્ઞાઓને સરળ બનાવવું, અને વર્ગખંડના વિઘ્નો સાથે સામનો કરવું. આ અનિશ્ચિત સ્થિતિ શૈક્ષણિક સંભાવનાઓનું અપાર ક્ષેત્ર ખોલે છે, જ્યાં શિક્ષકનું મન સ્વતંત્રતાપૂર્વક વિચરણ કરે છે, વિશેષ શૈક્ષણિક અને વિધાર્થીલક્ષી પરિસ્થિતિઓના પ્રભાવ વિના.

- **નજીકતા (Vc⁰):** હાયપેટિયા સમગ્ર શૈક્ષણિક વર્ષની, તેના પાઠ્યક્રમ અને સંભવિત વિધાર્થી ઇન્ટરેક્શન્સની, એક સંકલ્પનાત્મક જગ્યા તરીકે કલ્પના કરે છે.

- **નિકટતા (Px⁰):** તે વિવિધ વર્ગખંડ ગતિશીલતાઓની, જેમ કે ઉત્સાહી શીખનારાઓ સાથે જોડાણ, સંઘર્ષ કરતા વિધાર્થીઓની મદદ, અને વિવિધ શીખવાની શૈલીઓનું સંચાલન કરવું, ની કલ્પના કરે છે.

- **દૃષ્ટિકોણ (Vu⁰):** આ વિશાળ અને અનિર્ધારિત દૃષ્ટિકોણ હાયપેટિયાની માનસિક તૈયારીને આકાર આપે છે, જે બધા કલ્પનાત્મક શિક્ષણ અને શીખવાની સ્થિતિઓને સમાવે છે.

- **ક્ષમતા અને ક્રિયા (Ab⁰, Ac⁰):** અહીં, તે માનસિક રીતે શિક્ષણ રણનીતિઓ અને વર્ગખંડ સંચાલન ટેકનિક્સનું અભ્યાસ કરે છે, શિક્ષણ કુશળતાઓ અને પ્રતિભાવોનું માનસિક અનુકરણ.

- **મૂલ્યો અને સિસ્ટમ્સ (Va⁰, Sy⁰):** શૈક્ષણિક ઉત્કૃષ્ટતા, વિધાર્થી સશક્તિકરણ, અને નૈતિક શિક્ષણ પ્રથાઓ આ કલ્પના કરેલી સ્થિતિઓને આકાર આપતા મૂળભૂત મૂલ્યો છે.

- **પરિણામ (Rs⁰):** વિધાર્થીઓની સફળતા અને સકારાત્મક શીખવાનું વાતાવરણ સર્જવું - આ માનસિક અભ્યાસોને ચલાવતા અંતિમ લક્ષ્યો.

Q¹ - એકમાત્ર બિંદુ સ્થિતિ: ક્ષણ-પ્રતિક્ષણ વર્ગખંડ જોડાણ

વિશિષ્ટ પાઠમાં, હાયપેટિયાની માનસિક સ્થિતિ Q¹ સ્તર, એકમાત્ર બિંદુ સ્થિતિમાં પરિવર્તન પામે છે. અહીં, તેનું ધ્યાન હાથવગી પાઠની જટિલતાઓ પર સંકોચાય છે. દરેક ઇન્ટરેક્શન અને નિર્ણય મહત્વપૂર્ણ છે, તાત્કાલિક શિક્ષણ ક્ષણ પર કેન્દ્રિત છે - નવી સંજ્ઞાનું સ્પષ્ટીકરણ, વિધાર્થીના પ્રશ્નનો જવાબ આપવું, અથવા વર્ગખંડની સ્થિતિ પર પ્રતિભાવ આપવું.

- **નજીકતા (Vc¹):** તેનું તાત્કાલિક વાતાવરણ પાઠ દરમિયાનનો વર્ગખંડ છે.

- **નિકટતા (Px¹):** તાત્કાલિક ધ્યાન વિધાર્થીઓની સમજ અને હાથવગી પાઠમાં જોડાણ પર છે.

- **દૃષ્ટિકોણ (Vu¹):** વર્તમાન શિક્ષણ વિષય અને વિધાર્થીના પ્રતિભાવો પર લેઝર-કેન્દ્રિત દૃષ્ટિકોણ.

- **ક્ષમતા અને ક્રિયા (Ab¹, Ac¹):** હાયપેટિયા વિશિષ્ટ શિક્ષણ પદ્ધતિઓનું અપ્લાય કરે છે - સ્પષ્ટ સમજૂતીઓ, જોડાણપૂર્ણ પ્રદર્શનો, અને ઇન્ટરેક્ટિવ ચર્ચાઓ.

- **મૂલ્યો અને સિસ્ટમ્સ (Va¹, Sy¹):** શિક્ષણ શ્રેષ્ઠ પ્રથાઓ પ્રત્યે પાલન અને વિધાર્થીની જરુરિયાતો માટે વાસ્તવિક સમયમાં અનુકૂળન.

- **પરિણામ (Rs¹):** તાત્કાલિક પરિણામ - વિધાર્થીઓની સમજ, જોડાણ, અને વર્ગખંડની સદ્ભાવનામાં વૃદ્ધિ

Q² - બિંદુ-પ્રતિ-બિંદુ સ્થિતિ: પાઠ્યક્રમનું સંચાલન

Q² સ્તરે, હાયપેટિયા બિંદુ-પ્રતિ-બિંદુ વિચારણામાં સક્રિય રીતે તેનું મન લગાવે છે, પાઠોની ક્રમબદ્ધ યોજના બનાવી, પાઠ્યક્રમના લક્ષ્યો સંબોધતી, અને વિધાર્થીઓની શીખવાની જરુરિયાતોની આગાહી કરી.

- **નજીકતા (Vc²):** તે પાઠ્યક્રમના મુખ્ય માઈલસ્ટોન્સ - પ્રકરણો, પ્રોજેક્ટ્સ, અને આકલનોની જાણ રાખે છે.

- **નિકટતા (Px²):** હાયપેટિયા આવનારા થોડા અઠવાડિયાઓ દરમિયાન સમગ્ર પાઠ્યક્રમના સંદર્ભમાં પાઠોની યોજના બનાવે છે.

- **દૃષ્ટિકોણ (Vu²):** શ્રેષ્ઠ શિક્ષણ પદ્ધતિઓ અને આકલનોના સમયને ધ્યાનમાં રાખતું રણનીતિક દૃષ્ટિકોણ.

- **ક્ષમતા અને ક્રિયા (Ab², Ac²):** હાયપેટિયા વિશિષ્ટ પાઠ્યક્રમ વિભાગો માટે કુશળતાપૂર્વક શિક્ષણ તકનીકો અને પ્રવૃત્તિઓનું અમલીકરણ કરે છે, જે કાળજીપૂર્વક યોજનાબદ્ધ છે.

- **મૂલ્યો અને સિસ્ટમ્સ (Va², Sy²):** શૈક્ષણિક કઠોરતા અને વિધાર્થીના કુશળતા વચ્ચેનું સંતુલન, પાઠ્યક્રમ ધોરણો અને વ્યક્તિગત શિક્ષણ નૈતિકતાનું પાલન.

- **પરિણામ (Rs²):** વિશિષ્ટ પાઠ્યક્રમ વિભાગોમાં શૈક્ષણિક ઉદ્દેશોની પ્રાપ્તિ.

Q³ - ત્રિ-આયામી સ્થિતિ: શૈક્ષણિક વર્ષનું માસ્ટરિંગ

Q³ સ્તરે, હાયપેટિયા ત્રિ-આયામી વિચારણામાં જોડાય છે, શૈક્ષણિક વર્ષને એક શૈક્ષણિક પરિદૃશ્ય તરીકે નેવિગેટ કરીને, પાઠ્યક્રમના લક્ષ્યો, વિધાર્થીઓની પ્રગતિ, અને શિક્ષણ સમાયોજનોનું સક્રિય એકીકરણ કરી રહી છે.

- **નજીકતા (Vc³):** સમગ્ર શૈક્ષણિક વર્ષ શૈક્ષણિક ચુનૌતીઓ અને અવસરોની શ્રેણી પ્રસ્તુત કરે છે જેનું સમગ્ર નેવિગેશન થાય છે.

- **નિકટતા (Px³):** તે તેની શિક્ષણ રણનીતિઓને સમગ્ર વિધાર્થી સમૂહના સંદર્ભમાં સ્થાન આપે છે.

- **દૃષ્ટિકોણ (Vu³):** વિધાર્થીઓની પ્રગતિ, પાઠ્યક્રમની ગતિ, અને બહારની ક્રિયાકલાપોના પ્રભાવોની સમગ્ર સમજ - શૈક્ષણિક ગતિશીલતાની સમગ્ર સમજ.

- **ક્ષમતા અને ક્રિયા (Ab³, Ac³):** શૈક્ષણિક સંસાધનોનું સંચાલન કરવામાં અને વર્ગખંડની બદલાતી ગતિશીલતાનો અસરકારક રીતે જવાબ આપવામાં અનુકૂળનશીલતા અને ધૈર્ય મુખ્ય છે.

- **મૂલ્યો અને સિસ્ટમ્સ (Va³, Sy³):** દીર્ઘકાલિક શૈક્ષણિક રણનીતિ, વિધાર્થી વિકાસ અને પાઠ્યક્રમ જરૂરિયાતોનું સંતુલન.

- **પરિણામ (Rs³):** વિધાર્થીઓની સિદ્ધિ પ્રાપ્તિ, શીખવા માટેનો પ્રેમ વિકસાવવો.

Q⁴ - સમય-આયામી સ્થિતિ: શૈક્ષણિક અસરનું દૃષ્ટિકોણ

Q⁴ સ્તરે, હાયપેટિયાનું મન તાત્કાલિક શૈક્ષણિક વર્ષને પાર કરીને એક શિક્ષક તરીકે તેની દીર્ઘકાલિક અસર પર વિચાર કરે છે, સમય-આયામી સ્થિતિમાં પ્રવેશે છે. અહીં, તે દરેક શૈક્ષણિક વર્ષને મનોનુકૂલ બનાવવા અને ભવિષ્યની પેઢીઓને પ્રેરણા આપવાના તેની યાત્રાના પગલાં તરીકે જુએ છે.

- **નિકટતા (Vc⁴):** તેની શિક્ષણ કારકિર્દીમાં આક્રમક રીતે શૈક્ષણિક વર્ષોની શ્રેણી ખુલી છે.

- **સમીપતા (Px⁴):** હાયપેશિયાની પ્રભાવ તેના વિધાર્થીઓની દીર્ઘકાલિક શૈક્ષણિક યાત્રાઓ પર મહત્વપૂર્ણ રીતે આકાર આપે છે.

- **દૃષ્ટિકોણ (Vu⁴):** એક દીર્ઘકાલિક દૃષ્ટિકોણ, સમજવું કે દરેક શૈક્ષણિક વર્ષ તેના સમગ્ર શિક્ષણ દર્શનમાં કેવી રીતે યોગદાન આપે છે.

- **ક્ષમતા અને ક્રિયા (Ab⁴, Ac⁴):** શૈક્ષણિક સુસંગતતા જાળવવી, શૈક્ષણિક સહનશક્તિ બનાવવી, અને દરેક શૈક્ષણિક વર્ષમાંથી શીખવું એક સફળ શિક્ષણ કારકિર્દી માટે મહત્વપૂર્ણ છે.

- **મૂલ્યો અને પ્રણાલીઓ (Va⁴, Sy⁴):** હાયપેશિયા સ્પષ્ટ ઉદ્દેશ્યો સાથે તેની કારકિર્દીની પરિભાષા આપે છે, એક શિક્ષક તરીકે વ્યક્તિગત રૂપે સતત વિકાસ કરે છે, અને શાળા અને સમુદાયની ગતિવિધિઓ સાથે સક્રિય રીતે જોડાણ કરે છે.

- **પરિણામ (Rs⁴):** તેના વિધાર્થીઓ માટે દીર્ઘકાલિક શૈક્ષણિક અસરો સાધવી અને વ્યક્તિગત તેમજ વ્યવસાયિક મીલકતો પ્રાપ્ત કરવી.

નિષ્કર્ષ: શિક્ષણ ચેતના માર્ગે શિક્ષકની યાત્રા

હાયપેટિયા હેઇસની ક્વાટર્નરી માઇન્ડના સ્તરો મારફતેની યાત્રા શિક્ષણની બહુમુખી પ્રકૃતિને દર્શાવે છે, જેમાં લેવલ Q^0 ની અસીમ સંભાવનાઓ અને લેવલ Q^4 નો રણનીતિક ધ્યાનકેંદ્રણ સમાવિષ્ટ થાય છે. તેની પ્રગતિ એવી વિવિધતાપૂર્ણ ચિત્રણ છે કે જે કેવળ વ્યક્તિગત સિદ્ધિઓ કરતાં વધુ દૂર સુધી ગૂંજે છે, વ્યાપક શિક્ષણ સમુદાયના તાણાવાણામાં સંકલન કરે છે. 'મોટું તું — મોટું આપણે' ના દર્શનને અપનાવતાં, હાયપેટિયાનું પોતાના કાર્ય પ્રત્યેની સમર્પણ માત્ર તેના પોતાના કૌશલ્યોને સુધારે છે તેમ નહીં, પરંતુ તેના વિધાર્થીઓ માટે પણ એક પ્રકાશપથ પ્રજ્વલિત કરે છે, જે તેમને તેમની સમજણ અને સિદ્ધિની ઊંચાઇઓ તરફ માર્ગદર્શન કરે છે. યુવાન મનોને પોષણ આપતાં, તે જ્ઞાન અને સહાનુભૂતિની વારસાઈમાં યોગદાન આપે છે, દર્શાવતાં કે શિક્ષણ ક્ષેત્રે વ્યક્તિગત સમર્પણ કેવળ વ્યક્તિગત જીવનોને જ નહીં, પરંતુ સમાજને પણ સમૃદ્ધ કરે છે. આ વર્ણન શિક્ષકના સ્વ-સુધારણા અને ભાવિ પેઢીઓના સામૂહિક ઉત્થાન વચ્ચેના સહજીવનની ઉજવણી કરે છે, જે પ્રગતિના સારાંશને મૂર્તિમંત કરે છે જ્યાં એકની પ્રગતિ ઘણાના ઉત્થાનની આગેવાની કરે છે.

રોબિન અને લોગન પેરન્ટોની પાલકત્વ યાત્રા

પ્રભાતના પ્રથમ પ્રકાશે તેમના ઘરને એક ગરમાળો પ્રકાશમાં નાહવાડાવ્યું, ત્યારે રોબિન અને લોગન પેરન્ટો એક શાંતિપૂર્ણ ચિંતનની ક્ષણમાં ભાગીદાર બન્યા, તેમના વિચારો આગામી રૂપાંતરકારી યાત્રાની શાંત આશામાં ગૂંથાઈ ગયા. તેઓ એક ગહન સાહસિક યાત્રાના કગાર પર ઊભા હતા, જેની ચિહ્નિતતા તેમના બાળકના આગમનથી થઈ હતી. આ ક્ષણોમાં, તેમના મન ક્વાટર્નરી માઇન્ડ લેવલ Q^0, અપરિભાષિત સ્થિતિમાં, મુક્તપણે ફરતા હતા. અહીં, આ અસીમ સંભાવનાઓના રાજ્યમાં, તેમના પાલકત્વના સ્વપ્નો એક વિશાળ મેદાનમાં જંગલી ફૂલોની જેમ અવરોધરહિતપણે ફુલવાયા.

રોબિને તેમના બાળકને શોધની ખુશીઓ શીખવવાની કલ્પના કરી, પ્રથમ વખત સાઇકલ પર ડગમગાટી સવારીથી લઈને વાંચન શીખવાની ઉત્તેજના સુધી. દરમિયાન, લોગને મંત્રમુગ્ધ કરતી સુવાની વાર્તાઓ અને શાંત લોરીઓથી ભરપૂર રાત્રિઓના સ્વપ્ન જોયા, કલ્પના અને આરામની દુનિયા રચી. તેમના હૃદયો આનંદ, પ્રતીક્ષા, અને અનિયંત્રિત પ્રેમના જટિલ તાણાવાણાથી ફૂલ્યા. સાથે મળીને, તેઓએ પાલકત્વના અનેક અનુભવોની કલ્પના કરી, દરેક દૃશ્ય નાજુક નવજાત શિશુના પોષણથી લઈને એક મજબૂત, સ્વતંત્ર કિશોર તરફ માર્ગદર્શન કરવાનું વણાયું.

તેમના બાળક, જોર્ડનના જન્મ સાથે, રોબિન અને લોગનની દુનિયા પરિવર્તિત થઈ. તેઓ ક્યુ[1] લેવલ, સિંગલ પોઇન્ટ સ્ટેટમાં પોતાને શોધી કાઢ્યા, જ્યાં તેમના નવજાત શિશુનું દરેક ફૂક, રડવું, અને હસવું ગાઢ સંબંધની ભાષા બન્યું. દરેક દિવસ મહત્ત્વપૂર્ણ ક્ષણોની શ્રેણીમાં ખુલ્યો - બોટલની કાળજીપૂર્વક તૈયારી, સૂઈ જવા માટેનું સૌમ્ય ઝૂલવું, નાના શરીરની કોમળ સફાઈ. દૈનિક સંભાળની આ ક્રિયાઓમાં, તેઓએ વિશ્વાસ અને સુરક્ષાનો અતૂટ આધાર બનાવ્યો, તેમની દુનિયા પ્રેમ અને ધ્યાનનું કોફૂન બની, દરેક ક્રિયા જોર્ડનના વિકાસને પોષણ આપતી.

જોર્ડન બાળપણમાં પ્રવેશ્યું ત્યારે, રોબિન અને લોગને Q[2] લેવલ, પોઇન્ટ-ટુ-પોઇન્ટ સ્ટેટ નેવિગેટ કર્યું. તેમની પાલકત્વની યાત્રા વિસ્તાર્યું, જોર્ડનનું દરેક પગલું અને શબ્દ એક મહત્ત્વપૂર્ણ માઇલસ્ટોન બન્યું. તેઓએ તેમની પોષણની પ્રવૃત્તિઓ સાથે સીમાઓ નક્કી કરવાની જરૂરિયાતને સંતુલિત કર્યું, જોર્ડનના વિશ્વ સંશોધનને જિજ્ઞાસા અને સાવચેતીના મિશ્રણ સાથે માર્ગદર્શન કર્યું. શાળાના દિવસોના આગમને તેમની પાલકત્વને નવા આયામો આપ્યા - મિત્રતાઓ, શાળાની પ્રવૃત્તિઓ, અને અનન્ય વ્યક્તિત્વના વિકાસની ચુનૌતીઓ અને આનંદો દરમિયાન જોર્ડનને સહાય કરવા. અહીં, તેમના કૃત્યો વધુ વિચારવંત બન્યા, જે તેમના બાળક અને જે વિશ્વને તેઓ જોર્ડનને માર્ગદર્શન કરતા હતા તેની વધતી જતી સમજણ દ્વારા આકાર પામ્યા.

કિશોરાવસ્થાએ એક મહત્વપૂર્ણ ફેરફાર સૂચવ્યો જ્યારે રોબિન અને લોગન Q³ લેવલ, ત્રિ-આયામી સ્ટેટમાં પ્રવેશ્યા. તેમનું પાલકત્વ પરનું દૃષ્ટિકોણ ભાવનાત્મક સમર્થન, શિસ્ત, અને સ્થાયી પ્રેમના જટિલ તાણાવાણામાં વિકસિત થયું. તેઓએ જોર્ડનની બદલાતી જરુરિયાતોને સમજી, માર્ગદર્શન અને ઉભરતી સ્વતંત્રતા માટેના આદર વચ્ચે સંતુલન બનાવ્યું. તેઓ જટિલ કુટુંબ ગતિશીલતા, અભ્યાસના દબાણો, અને કિશોર વર્ષોની ભાવનાત્મક આંધી નેવિગેટ કરતા રહ્યા, તેઓએ સ્થિર, પોષણકારી ઘરનું વાતાવરણ જાળવી રાખ્યું.

જોર્ડન યુવાન વયસ્ક તરીકે પરિપક્વ થયું ત્યારે, રોબિન અને લોગન સમય-આયામી સ્ટેટ, Q⁴ માં પરિવર્તિત થયા. તેમનું ધ્યાન તાત્કાલિક પાલકત્વની ચુનૌતીઓ કરતાં પરે વિસ્તાર્યું, તેમની માર્ગદર્શનની સ્થાયી અસર પર વિચાર કરી. જોર્ડન સાથેની દરેક વાતચીત અને સાંઝી અનુભવ એક કરુણાશીલ, સ્વાવલંબી વ્યક્તિને આકાર આપવાના પગલામાં બની. તેઓએ જોર્ડનને વિચારશીલ નિર્ણયો લેતા, દયા દાખવતા, અને વ્યક્તિગત રુચિઓ તરફ ઉત્સાહથી મોરચો ખોલતા જોયું, જે તેમના પાલકત્વના જીવનમાં નવો અધ્યાયની શરુઆત ચિહ્નિત કરે છે.

અપરિભાષિત સ્થિતિની આશાભરી શાંતિથી લઈને સમય-આયામી સ્થિતિની ગહન સંતોષની યાત્રા માત્ર જોર્ડનનું ઉછેર કરવાની નહોતી; તે વ્યક્તિગત વૃદ્ધિ અને વિકાસની યાત્રા પણ હતી. આપણા પોતાના અનુભવો આપણને કેવી રીતે આકારે છે, જ્યારે આપણે જીવનના જટિલ જાળવાળામાં માર્ગ શોધીએ છીએ? તેમણે એક જીવનને પોષણ આપ્યું, અને બદલામાં, તે જીવને તેમને પુનઃઆકાર આપ્યો, પ્રેમ, જ્ઞાન, અને સહનશીલતાની સમૃદ્ધ વારસાઈ પાછળ મૂકી. તેમની કથા, માનવ અનુભવના વિશાળ તાણાવાણાનો એક જટિલ ભાગ, પાલકત્વની પરિવર્તનશીલ શક્તિનો પુરાવો હતો - એક યાત્રા જે માત્ર વ્યક્તિઓને જ નહીં, પરંતુ સમાજના ખુદના તાણાવાણાને પણ આકારે છે, 'મોટું તું — મોટું આપણે' ના સારાંશને મૂર્તિમંત કરે છે.

પાલકત્વનો માર્ગ, પ્રેમ, ચુનૌતીઓ, અને વૃદ્ધિથી ભરપૂર, ચેતનાના વિવિધ સ્તરો મારફતેની યાત્રા છે. આવો, રોબિન અને લોગનના અનુભવને ક્વાટર્નરી માઇન્ડના લેન્સ દ્વારા નિરીક્ષણ કરીએ.

માતાપિતાનું ક્વાટર્નરી માઇન્ડ: પાલકત્વ ચેતનાના સ્તરો મારફતે નેવિગેશન

પાલકત્વ, માનવતા જેટલું જૂનું યાત્રા, ભાવનાત્મક ગહનતા, વ્યવહારિક જ્ઞાન, અને અનિયંત્રિત પ્રેમનું ગહન અન્વેષણ છે. રોબિન અને લોગન પેરન્ટોની પાલકત્વમાં પ્રવેશની યાત્રા માતાપિતાના મનના જટિલ કાર્યોને જોવાનું એક અનન્ય લેન્સ પ્રદાન કરે છે, જે ક્વાટર્નરી માઇન્ડ (Q^n) ના વિવિધ સ્તરો પર ફેલાયેલ છે.

Q^0 - અપરિભાષિત સ્થિતિ: પાલકત્વની કલ્પના

જોર્ડનના જન્મ પહેલાં, રોબિન અને લોગન ક્વાટર્નરી માઇન્ડના Q^0 લેવલ, અપરિભાષિત સ્થિતિમાં રહેતા હતા, જેમ કે પાલકત્વના વિશાળ, અચિહ્નિત કેનવાસ સામે ઊભેલા ચિત્રકારો. આ સ્થિતિ, અનંત સંભાવનાઓનું કેનવાસ, તેમને અનેક પાલકત્વની પરિસ્થિતિઓની કલ્પના કરવાની મંજૂરી આપે છે. તેમણે નવજાત શિશુનું પોષણ, વિકસતા બાળકને માર્ગદર્શનના માઇલસ્ટોન્સ, અને ઝડપથી બદલાતા વિશ્વમાં કિશોરનું ઉછેર કરવાની જટિલતાઓની આનંદ અને ચુનૌતીઓની કલ્પના કરી.

- **નિકટતા (Vc^0):** તેમની કલ્પનાત્મક જગ્યા જોર્ડનના જીવનની સંપૂર્ણ સમયરેખાને આવરી લે છે, બાળપણથી લઈને વયસ્કતા સુધી, દરેક તબક્કાને આશા અને જિજ્ઞાસા સાથે કલ્પના કરે છે.

- **સમીપતા (Px⁰):** તેઓએ વિવિધ પાલકત્વના તબક્કાઓની કલ્પના કરી - નવજાત શિશુને ગોદમાં લેવું, જિજ્ઞાસુ બાળકને સમર્થન આપવું, અને પૂછપરછ કરતા કિશોર સાથે જોડાણ કરવું.

- **દૃષ્ટિકોણ (Vu⁰):** તેમનો દૃષ્ટિકોણ વિસ્તૃત હતો, પાલકત્વની સંભાવનાઓ અને ચુનૌતીઓના સ્પેક્ટ્રમને સમાવે છે.

- **ક્ષમતા અને ક્રિયા (Ab⁰, Ac⁰):** વિવિધ પાલકત્વની ભૂમિકાઓ અને સ્થિતિઓ માટે માનસિક તૈયારી તેમની તૈયારીનું મૂળ બની, ભવિષ્યની વિવિધ પરિસ્થિતિઓને પ્રતિભાવ આપવાનું અનુકરણ કર્યું.

- **મૂલ્યો અને પ્રણાલીઓ (Va⁰, Sy⁰):** અનિયંત્રિત પ્રેમ, પોષણકારી માર્ગદર્શન, અને નૈતિક ઉછેર જેવા મૂળભૂત મૂલ્યોએ તેમના કલ્પિત પાલકત્વ દૃષ્ટિકોણોને માર્ગદર્શન કર્યું.

- **પરિણામ (Rs⁰):** અંતિમ ઉદ્દેશય એક સંપૂર્ણ, કરુણાશીલ, અને સફળ વ્યક્તિનું ઉછેર કરવાનો હતો.

Q¹ - એકલ બિંદુ સ્થિતિ: ક્ષણે ક્ષણનું પાલકત્વ

જોર્ડનના આગમન સાથે, તેમનો ધ્યાન Q¹ સ્તર પર ખસેડાયું, જે તેમના બાળકની તાત્કાલિક, દિન-પ્રતિદિનની જરૂરિયાતો પર કેન્દ્રિત છે. દરેક રડવું, સ્મિત, અને માઇલસ્ટોન મહત્વપૂર્ણ બન્યું, જેણે તેમની તાત્કાલિક ક્રિયાઓ અને પ્રતિસાદોને આકાર આપ્યો.

- **નિકટતા (Vc¹):** તેમની દુનિયા ઘર આસપાસ ફરી વળી, જોર્ડનના વિકાસ અને શોધનું આશ્રયસ્થાન.

- **સમીપતા (Px¹):** તેઓ જોર્ડનની વિકસતી શારીરિક અને ભાવનાત્મક જરૂરિયાતોને સમજી, સંભાળ અને આરામ પૂરો પાડ્યો.

- **દૃષ્ટિકોણ (Vu¹):** તેમનો દૃષ્ટિકોણ વર્તમાન પર સંકુચિત થયો, દરેક વિકાસ અને બંધનની ક્ષણને મહત્ત્વ આપ્યું.

- **ક્ષમતા અને ક્રિયા (Ab^1, Ac^1):** તેઓ વિશિષ્ટ પાલકત્વ કુશળતાઓ, જેમ કે કોમળ સંભાળ અને ધૈર્યપૂર્વક શિક્ષણ, લાગુ પાડે છે.

- **મૂલ્યો અને પ્રણાલીઓ (Va^1, Sy^1):** તેમનો દૃષ્ટિકોણ પોષણકારી સંભાળ અને દરરોજના પાલકત્વની વ્યવહારિકતાઓ સાથે સમન્વય સાધે છે.

- **પરિણામ (Rs^1):** તાત્કાલિક પરિણામ એક ફલતું, ખુશ અને સુરક્ષિત બાળક હતું.

Q^2 - બિંદુ-થી-બિંદુ સ્થિતિ: પાલકત્વ નેવિગેશન

જોર્ડન મોટું થતાં, પાલકત્વ Q^2 સ્તર પર એક રણનીતિક યાત્રા બની. અહીં, રોબિન અને લોગને બાળપણ અને પ્રારંભિક કિશોરાવસ્થાના વિકસતા પ્રદેશનું અગ્રદૃષ્ટિ અને સંવેદના સાથે માર્ગદર્શન કર્યું.

- **નિકટતા (Vc^2):** શાળાનું શરૂઆત કરવું, મિત્રતા વિકસાવવી અને શોખોને અપનાવવું જેવા મુખ્ય મીલનપથ્થરો ધ્યાનમાં આવ્યા.

- **નજીકનાપણું (Px^2):** તેમણે જોર્ડનની બદલાતી જરૂરિયાતો અને વ્યક્તિત્વને અનુરૂપ તેમની પાલનપોષણ શૈલીને સમાયોજિત કરી.

- **દૃષ્ટિકોણ (Vu^2):** તેમની રણનીતિક દૃષ્ટિકોણમાં શૈક્ષણિક નિર્ણયો, સામાજિક કૌશલ્ય વિકાસ, અને ભાવનાત્મક બુદ્ધિમત્તા સમાવિષ્ટ હતા.

- **ક્ષમતા અને ક્રિયા (Ab^2, Ac^2):** તેમણે શૈક્ષણિક વૃદ્ધિ અને સર્જનાત્મક અન્વેષણ બંનેને પ્રોત્સાહિત કરતા સમતોલ વાતાવરણ રચ્યું.

- **મૂલ્યો અને પદ્ધતિઓ (Va^2, Sy^2):** શિસ્ત અને સ્વતંત્રતાનો સંતુલન, સાથે કુટુંબ મૂલ્યો અને સામાજિક જાગૃતિ, તેમના અભિગમને માર્ગદર્શન આપ્યું.

- **પરિણામ (Rs^2):** લક્ષ્ય હતું સમગ્ર વિકાસ, જોર્ડન વ્યક્તિગત અને સામાજિક સંદર્ભોમાં સમૃદ્ધ થાય તે સુનિશ્ચિત કરવું.

Q^3 - ત્રિઆયામી સ્થિતિ: પાલનપોષણની કળામાં માસ્ટર બનવું

જોર્ડનના કિશોરવયમાં, પાલનપોષણ Q^3 સ્તરે એક બહુઆયામી કળામાં રૂપાંતરિત થઈ. રોબિન અને લોગનની રણનીતિઓ કિશોરવયના જીવનના વ્યાપક પરિમાણને સમાવવા માટે વિકસિત થઈ, માર્ગદર્શન અને વધતી જતી સ્વતંત્રતા માટેના આદરનું સંતુલન સાધવા માટે.

- **નિકટતા (Vc^3):** પાલનપોષણનું સમગ્ર દૃશ્ય વિવિધ પડકારો અને સમગ્ર માર્ગદર્શન અને આધાર માટેની તકો પ્રસ્તુત કરે છે.

- **નજીકનાપણું (Px^3):** તેમણે કુટુંબ, શાળા, અને સામાજિક જીવનના વ્યાપક સંદર્ભમાં રણનીતિ બનાવી.

- **દૃષ્ટિકોણ (Vu^3):** તેમની સમજણ કિશોરવયના જોર્ડનની જટિલ ભાવનાઓ, આકાંક્ષાઓ, અને સમકક્ષ સંબંધોની દુનિયાને સમાવવા માટે વિસ્તૃત થઈ.

- **ક્ષમતા અને ક્રિયા (Ab^3, Ac^3):** તેમની અનુકૂલનશીલતા અને સહનશીલતા જોર્ડનના બદલાતા મૂડ, શૈક્ષણિક દબાણ, અને સામાજિક ગતિશીલતા મારફતે તેમની યાત્રામાં ચમકી ઊઠી.

- **મૂલ્યો અને પદ્ધતિઓ (Va^3, Sy^3):** તેમણે લાંબા ગાળાના લક્ષ્યો અને તાત્કાલિક ચિંતાઓ વચ્ચે સંતુલન સાધ્યું, સ્વતંત્રતાને પ્રોત્સાહન આપતા સમયે મજબૂત કુટુંબીય બંધનને જાળવી રાખ્યું.

- **પરિણામ (Rs³):** તેમણે એક આત્મવિશ્વાસી, સ્વ-જાગૃત, અને સામાજિક રીતે કુશળ યુવા વયસ્કને પોષણ આપવાનું લક્ષ્ય રાખ્યું.

Q⁴ - સમય-આયામી સ્થિતિ: પાલનપોષણની વારસાઈ

જોર્ડન યુવા વયસ્કતામાં પ્રવેશી રહ્યા ત્યારે, રોબિન અને લોગન Q⁴ સ્તરે પ્રવેશ્યા. તેમનું દૃષ્ટિકોણ તેમના પાલનપોષણના લાંબા ગાળાના પ્રભાવને સમાવવા માટે વિસ્તૃત થયું, જોર્ડનમાં તેમણે રોપેલા મૂલ્યો, જીવન કુશળતાઓ, અને ચરિત્ર પર ધ્યાન કેન્દ્રિત કર્યું.

- **નિકટતા (Vc⁴):** તેમની પાલનપોષણની અસર જોર્ડનના બાળપણથી પર વિસ્તૃત થઈ, તેની વયસ્કતામાં પ્રવેશની યાત્રાને આકાર આપી.

- **નજીકનાપણું (Px⁴):** તેમણે વિચાર્યું કે તેમની પાલનપોષણ જોર્ડનના ચરિત્ર, મૂલ્યો, અને જીવન પસંદગીઓ પર કેવી રીતે અસર કરે છે.

- **દૃષ્ટિકોણ (Vu⁴):** તેમની દૃષ્ટિમાં હવે જોર્ડનનું વ્યાપક વિશ્વમાં, એક જવાબદાર, કરુણાશીલ વ્યક્તિ તરીકે સ્થાન સમાવિષ્ટ હતું.

- **ક્ષમતા અને ક્રિયા (Ab⁴, Ac⁴):** પાલનપોષણની યાત્રામાંથી સતત પોષણ અને શીખવું મહત્વપૂર્ણ હતું.

- **મૂલ્યો અને પદ્ધતિઓ (Va⁴, Sy⁴):** માતાપિતા તરીકે વ્યક્તિગત વૃદ્ધિ, કુટુંબની એકતા, અને સમાજમાં યોગદાન પર ભાર મૂકવામાં આવ્યો.

- **પરિણામ (Rs⁴):** તેમનું આશય હતું સકારાત્મક કાયમી વારસાઈ છોડવું, જોર્ડનને એક જવાબદાર અને સહાનુભૂતિશીલ વયસ્ક તરીકે આકાર આપવું.

નિષ્કર્ષ: જીવનની મહાનતમ ભૂમિકામાં માતા-પિતાની યાત્રા

રોબિન અને લોગનની ચતુર્થિય મનના સ્તરો મારફતેની યાત્રા પાલનપોષણના ગાઢ અને રૂપાંતરકારી સ્વભાવને દર્શાવે છે. તે બાળકની વિકસતી જરૂરિયાતોને અનુકૂલ થવા માટે જાગૃતિમાં જરૂરી ગતિશીલ બદલાવોને દર્શાવે છે, જે દરેક પાલનપોષણના તબક્કાનું બાળકના વિકાસ અને માતા-પિતાના પોતાના વિકાસમાં યોગદાન આપવાનું હાઇલાઇટ કરે છે. તેમની કથા જીવનને પોષણ આપવાની ગહન અસરનું સાક્ષીપત્ર છે, જે "મોટા તું — મોટા આપણે" ના સિદ્ધાંતને અવતરણ આપે છે અને વ્યક્તિગત વૃદ્ધિ અને સામૂહિક કુશળતાની આપસમાં જોડાણની ઉજવણી કરે છે. જોર્ડનને આકાર આપતા, રોબિન અને લોગન માત્ર પોતાની ભૂમિકાઓ તરીકે માતા-પિતા તરીકે પૂર્ણતા પ્રાપ્ત કરતા નથી, પણ સમાજના તાણાવાણામાં પણ યોગદાન આપે છે, આપણા વિશ્વમાં પાલનપોષણની મહત્વપૂર્ણ ભૂમિકાને રેખાંકિત કરે છે.

એમ્મા અને એથન આઇડિયલની વિકાસાત્મક ઓડિસી

ચેતનાના પ્રભાત પહેલાંની શાંત નીરવતામાં, એમ્મા અને એથન આઇડિયલે તેમની અદ્ભુત યાત્રા શરૂ કરી. "જીવન આપણા માટે શું અજૂબાઓ રાખે છે?" તેઓ ગર્ભમાં, ક્વાર્ટરરી માઇન્ડ લેવલ Q^0, અનિર્ધારિત સ્ટેટમાં, ફુસફુસાવા જેવા લાગે છે. ગર્ભમાં નાના કોષો તરીકે, તેઓએ આકાશગંગા જેટલું વિશાળ અને રહસ્યમય સંભાવનાઓનું પ્રતીક બનાવ્યું. આ ભ્રૂણાવસ્થા અનંત સંભાવનાઓનું એક ક્ષેત્ર હતું, જ્યાં દરેક કલ્પનીય જીવનનો માર્ગ આગળ હતો, તેમના ભવિષ્યો મર્યાદારહિત સંભાવનાઓના તાણાવાણામાં ગૂંથાતા રહ્યા.

તેમના જન્મ સાથે, નવા અનુભવો અને સંવેદનાઓનો એક કલેડોસ્કોપ એમ્મા અને એથનને આવરી લીધા. Q^1 લેવલમાં, સિંગલ પોઇન્ટ સ્ટેટમાં, દરેક રડવું

અને હસવું એક જીવંત સંચારનું રૂપ હતું, તેમની નવી દુનિયા સાથેનું પ્રાથમિક જોડાણ હતું. આ દુનિયા, જો કે નાની હતી, અદ્ભુતોથી ભરપૂર હતી. તેમના માતા-પિતાના પ્રેમાળ આલિંગનમાં, તેઓને આરામ અને સુરક્ષા મળી, દરેક નવો ચહેરો ભાવનાઓના બ્રહ્માંડને શોધવાનું દ્વાર ખોલતો હતો. તેમની તાત્કાલિક આજુબાજુ, પારિવારિક પ્રેમનું એક પવિત્ર સ્થળ, તે બધું જ હતું જે તેઓ જાણતા હતા અને જરૂરી હતું.

ટોડલર્સ તરીકે Q^2 લેવલમાં, પોઇન્ટ-ટુ-પોઇન્ટ સ્ટેટમાં, તેમનું બ્રહ્માંડ વિસ્તારતું ગયું. દરેક અડગ પગલું એક અભિયાન હતું, અને દરેક નવો શબ્દ એક મહત્વપૂર્ણ સિદ્ધિ હતી. તેમની દુનિયા શોધની રમતનું મેદાન બની ગઈ, જે પ્રારંભિક બાલપણની આનંદ અને પડકારોથી ભરેલું હતું. શાળાના દિવસોએ સામાજિક સંપર્કોનું એક ક્ષેત્ર પરિચય આપ્યું, જ્યાં તેઓએ મિત્રતા, શેરિંગ, અને માનવીય સંબંધોના જીવંત તાણાવાણા વિશે શીખ્યા. અહીં, તેમની ક્રિયાઓએ વધુ મહત્વપૂર્ણ ઇરાદા અને ઉદ્દેશ ધરાવ્યા, જેમની તેમની આસપાસની દુનિયાની સમજણ વિસ્તરતી ગઈ તેના પર પ્રભાવિત હતી.

કિશોરાવસ્થામાં પ્રવેશી, એમ્મા અને એથને Q^3 લેવલ, થ્રી-ડાયમેન્શનલ સ્ટેટ તરફ પ્રગતિ કરી. હવે કિશોરો, તેઓએ ભાવનાઓ અને સ્વ-શોધના જટિલ સાગરોને નેવિગેટ કર્યા. શાળા વ્યાપક સમાજનું એક નાનકડું રૂપરેખા બની, જ્યાં તેમને શૈક્ષણિક પડકારોનો સામનો કર્યો, ગાઢ મિત્રતાઓ બંધાઈ, અને તેમણે તેમની અનન્ય ઓળખોનું આકાર આપવાનું શરૂ કર્યું. આ તબક્કો ફેરફારનો વાવાઝોડું હતું, જ્યાં તેમની વ્યક્તિગત યાત્રાઓ તેમના વિકસતા સામાજિક વર્તુળો અને ફૂલતા વિશ્વદૃષ્ટિકોણો સાથે અંતરંગ રીતે જોડાયેલી હતી.

જ્યારે તેઓ યુવાન વયસ્કતામાં પ્રવેશ્યા, તેઓ Q^4 લેવલ, ટાઈમ-ડાયમેન્શનલ સ્ટેટ સુધી પહોંચ્યા. તેમના ભવિષ્યના ઉમેદવાર તરીકે, દરેક નિર્ણય ગંભીર મહત્વ ધરાવતો થયો. કોલેજ વિશેના વિકલ્પો, કારકિર્દીના પાથ્યો, અને સંબંધો વિશેના નિર્ણયો એ લોકો તરફના પગલાં હતા જે તેઓ બનવા જઈ રહ્યા હતા.

એમ્મા, તેની કલાત્મક આત્મા સાથે, તેની સર્જનાત્મકતા દ્વારા પ્રેરણા આપવા અને હૃદયોને ખસેડવા માંગતી હતી. એથન, તકનીકીના વચનોથી આકર્ષિત, નવીનતા અને પ્રગતિના અગ્રભાગે રહેવાની ઇચ્છા રાખતો હતો.

જીવનની નવજાત શરૂઆતથી વયસ્કતાની કગાર સુધીની તેમની યાત્રા પર ચિંતન કરતાં, એમ્મા અને એથને તેમણે અનુભવેલી વિકાસની જટિલ નૃત્યની ખબર પડી. તેમના શરૂઆતી અસ્તિત્વની અમર્યાદ સંભાવનાઓથી લઈને તેમના યુવાન વયસ્ક જીવનની કેન્દ્રિત આશાઓ સુધી, તેમની કથા સતત વૃદ્ધિ, શોધ અને અનુકૂલનની હતી. તેમની યાત્રા ક્વાર્ટરની માઇન્ડના સ્તરો મારફતે માત્ર વ્યક્તિગત વિકાસની કથા ન હતી; તે માનવીય વૃદ્ધિની રૂપાંતરક શક્તિનું એક સાક્ષીપત્ર હતું, એક પ્રક્રિયા જે વ્યક્તિઓને આકાર આપે છે અને, બદલામાં, સમાજના વણાટને.

તેમની વાર્તા એ જીવંત ચિત્રણ છે કે કેવી રીતે જીવનના દરેક ચરણમાં માનવ વિકાસની વ્યાપક યાત્રામાં યોગદાન આપે છે. એમ્મા અને એથને વિકાસની જટિલતાઓને સમજી અને નેવિગેટ કરીને, તેમના અનુભવો શીખવા, અનુકૂલન અને સ્વ-સાક્ષાત્કારના વિસ્તૃત વિષયોને પ્રતિબિંબિત કરે છે. તેમનું વિવિધ ચેતનાના સ્તરો મારફતે વિકાસ માનવ જીવનની ગતિશીલ પ્રકૃતિને દર્શાવે છે, જ્યાં દરેક ફેઝ નવી ચુનૌતીઓ, તકો અને અંતદૃષ્ટિઓ લાવે છે.

માનવ અનુભવના મહાકાવ્યમાં, એમ્મા અને એથનની કથા વિકાસના અદ્ભુત કારનામાઓનું એક આકર્ષક સાક્ષીપત્ર બની છે. આ એક એવી કથા છે જે બાળપણની નિર્દોષતાથી લઈને વયસ્કતાની શરૂઆત સુધીની વૃદ્ધિની યાત્રાને ઉજવે છે, માનવ આત્માની જ્ઞાન, સમજ અને સ્વ-સિદ્ધિ માટેની અંતહીન શોધનું સાર ધરાવે છે. તેમની કથા, અનગણિત અન્યના જીવનો સાથે ગૂંથાયેલી, આપણી યાત્રાઓની આંતરસંબંધિતતાને ઉજાગર કરે છે, યાદ અપાવે છે કે દરેક વ્યક્તિનો વિકાસ આપણા સામૂહિક ભવિષ્યમાં ગહન રીતે યોગદાન આપે છે, મોટું તું — મોટું આપણે ના સિદ્ધાંતને શરીર આપે છે.

એમ્મા અને એથનનો બાળપણથી વયસ્કતા સુધીનો વિકાસ સતત શીખવા અને વિકસવાની યાત્રા છે. ચાલો, ક્વાર્ટનેરી માઇન્ડના વિવિધ તબક્કાઓ પર તેમના વિકસતા મગજની યાત્રાને અન્વેષણ કરીએ.

બાળકોનું ચતુર્થાંશ મન: વિકાસાત્મક ચેતનાના સ્તરો મારફતે નેવિગેટ કરવું

બાળપણથી વયસ્કતા સુધીની યાત્રા એ વિકાસશીલ જ્ઞાન, ભાવનાઓ, અને સામાજિક સમજની એક તાણપૂર્ણ કથા છે. એમ્મા અને એથન આઇડિયલની કથા એ બતાવે છે કે બાળકોના મન જ્યારે તેઓ વિકસીત થાય છે અને વિકાસ કરે છે ત્યારે ચતુર્થાંશ મન (Q^m) ના વિવિધ સ્તરો મારફતે કેવી રીતે પ્રગતિ કરે છે તેની એક ઝલક આપે છે.

Q^o - અનિર્વચનીય સ્થિતિ: જીવનની ઉત્પત્તિ

ગર્ભાધાનથી, એમ્મા અને એથનનું અસ્તિત્વ Q^o સ્તરમાં, ચતુર્થાંશ મનની અનિર્વચનીય સ્થિતિ, અનંત સંભાવનાઓનું પ્રતીક હતું. આ ભ્રૂણાવસ્થામાં, તેઓ માનવ જીવનના દરેક કલ્પનાયોગ્ય પ્રવાસને સમાવેશ કરતા હતા, તેમના ભવિષ્ય અનંત શક્યતાઓનું એક કાલિડોસ્કોપ હતું.

- **નજીકમાં (Vc^o):** તેમની જીવન યાત્રાનું પૂર્ણ વિસ્તાર, જન્મથી વયસ્કતા સુધી, તેમના નવજાત ચેતનામાં એક વિચારના ક્ષેત્રરૂપે અસ્તિત્વમાં હતું.

- **નિકટતા (Px^o):** તેમના શરૂઆતના અનુભવો મૂળભૂત અને સહજ હતા, સૌથી મૂળભૂત ઉત્તેજનાઓ અને જરૂરિયાતોને પ્રતિસાદ આપતા.

- **દૃષ્ટિ (Vu^o):** વિશ્વનો તેમનો પ્રારંભિક દૃષ્ટિકોણ મૂળભૂત ઇન્દ્રિય પ્રક્રિયા દ્વારા હતો, ભવિષ્યના જ્ઞાની વિકાસ માટે આધાર મૂકતો.

- **ક્ષમતા અને ક્રિયા (Ab⁰, Ac⁰):** ક્રિયાઓ સહજ અને સહજાત હતી, વિકસવા અને અનુકૂલન કરવાની મૂળભૂત ઇચ્છા દ્વારા ચાલિત.
- **મૂલ્યો અને સિસ્ટમ્સ (Va⁰, Sy⁰):** જીવનનું અંતર્નિહિત મૂલ્ય અને જૈવિક સિસ્ટમ્સનું સમર્થન તેમના વિકાસના આધારભૂત હતા.
- **પરિણામ (Rs⁰):** સફળ વૃદ્ધિ અને ભવિષ્યમાં શીખવા અને વિશ્વ સાથે વ્યવહાર કરવાની આધાર મૂકવાનું.

Q^1 - એકલ બિંદુ સ્થિતિ: પ્રારંભિક બાળપણની જાગૃતિ

બાળપણની પ્રારંભિક જાગૃતિની એકલ બિંદુ સ્થિતિમાં, જુડવાઓ એમ્મા અને એથન Q^1 સ્તર પર સંક્રમણ કરે છે. દરેક રડવું, હસવું, અને ઇશારો તેમની તાત્કાલિક જરૂરિયાતોનું પ્રતિબિંબ છે અને તેમનું મુખ્ય સંચાર અને જોડાણનું માધ્યમ બની ગયું.

- **નજીકમાં (Vc¹):** તેમની દુનિયા એ તેમની તાત્કાલિક આસપાસની વસ્તુઓ, મુખ્યત્વે તેમનું ઘર અને પરિવાર છે.
- **નિકટતા (Px¹):** તેમનું ધ્યાન તાત્કાલિક જરૂરિયાતો પર કેન્દ્રિત છે - ભૂખ, આરામ, અને સુરક્ષા.
- **દૃષ્ટિ (Vu¹):** તેમનું દૃષ્ટિકોણ સીધી વાતચીત અને મૂળભૂત જરૂરિયાતો સુધી મર્યાદિત છે.
- **ક્ષમતા અને ક્રિયા (Ab¹, Ac¹):** રડવું, ફૂંકવું, અને મૂળભૂત હલચલો જેવી વ્યક્તિપરક ક્ષમતાઓ તેમના વાતચીતના મુખ્ય સાધનો છે.
- **મૂલ્યો અને સિસ્ટમ્સ (Va¹, Sy¹):** વિશ્વાસ અને સુરક્ષા તેમના ભાવનાત્મક આધારના મૂળ તત્વો છે.
- **પરિણામ (Rs¹):** સુરક્ષાની ભાવના વિકસાવવી અને તેમની તાત્કાલિક દુનિયાને સમજવાનું શરૂ કરવું.

Q² - બિંદુ-થી-બિંદુ સ્થિતિ: બાળપણનું અન્વેષણ અને શીખવાનું

બાળપણમાં, જુડવાં બાળકો Q² લેવલમાં પ્રવેશ્યા, જ્યાં તેઓ વધુ ઉદ્દેશપૂર્વક રીતે પોતાના પર્યાવરણની શોધ અને અંતરક્રિયા કરવા લાગ્યા.

- **નિકટતા (Vc^2):** તેઓ ઘર, શાળા, અને સમુદાય સહિતના વિશાળ વિશ્વની જાગૃતિ પામ્યા.

- **સમીપતા (Px^2):** તેમનું ધ્યાન રમત દ્વારા શીખવા, સામાજિક અંતરક્રિયા, અને પ્રાથમિક શિક્ષણ તરફ ખસી ગયું.

- **દૃષ્ટિ (Vu^2):** તેઓ કારણ અને પરિણામ તથા સામાજિક અંતરક્રિયાના મૂળભૂત તત્વોની સમજ મેળવવા લાગ્યા.

- **ક્ષમતા અને ક્રિયા (Ab^2, Ac^2):** બોલવા, ચાલવા, અને મૂળભૂત તર્ક વિકસિત થવામાં ઝડપી પ્રગતિ થઈ.

- **મૂલ્યો અને સિસ્ટમ્સ (Va^2, Sy^2):** તેઓએ પરિવાર પાસેથી મૂળભૂત મૂલ્યો શીખ્યા અને સમાજના નિયમોની સમજ મેળવવા લાગ્યા.

- **પરિણામ (Rs^2):** વિકાસશીલ માઇલસ્ટોન્સ હાંસલ કરીને અને તેમના પર્યાવરણની મૂળભૂત સમજ બનાવવા.

Q³ - ત્રિઆયામી સ્થિતિ: કિશોર પરિપક્વતા

કિશોરવયમાં, એમ્મા અને ઇથન Q³ લેવલ પર પ્રગતિ કરે છે, જેમાં તેઓ તેમની ઓળખ, સામાજિક સંબંધો, અને વિશ્વદૃષ્ટિને એકીકરણ કરે છે.

- **નિકટતા (Vc^3):** તેમના વિશ્વનો વ્યાપ શાળા, સમકક્ષ જૂથો, અને સમુદાય સમાવે તે રીતે બિસ્તૃત થયો.

- **સમીપતા (Px^3):** તેમનું ધ્યાન વધુ જટિલ સામાજિક અંતરક્રિયાઓ, શૈક્ષણિક ચુનૌતીઓ, અને સ્વ-શોધ તરફ ખસી ગયું.

- **દૃષ્ટિ (Vu^3):** વિશ્વ અને તેમનું તેમાં સ્થાન વિશે વધુ સમગ્ર સમજ બનવા લાગી.

- **ક્ષમતા અને ક્રિયા (Ab^3, Ac^3):** તેઓએ ઉચ્ચ કોગ્નિટિવ કુશળતાઓ, ભાવનાત્મક બુદ્ધિમત્તા વિકસાવી, અને તેમની સ્વતંત્રતાની દાવેદારી કરવા લાગ્યા.

- **મૂલ્યો અને સિસ્ટમ્સ (Va^3, Sy^3):** વ્યક્તિગત મૂલ્યો અને સમાજના નિયમો વધુ મહત્ત્વપૂર્ણ બન્યા, જેણે તેમની પસંદગીઓ અને વર્તનને આકાર આપ્યો.

- **પરિણામ (Rs^3):** એક અનન્ય ઓળખનું વિકાસ, સુધારેલ સામાજિક કુશળતાઓ, અને સ્વ-સમજની સ્પષ્ટ ભાવના.

Q^4 - સમય-આયામી સ્થિતિ: યુવાન વયની સાક્ષાત્કાર

યુવાન વયમાં પ્રવેશી, એમ્મા અને ઇથને Q^4 લેવલ પર પહોંચ્યા. અહીં, તેઓએ તેમની પસંદગીઓ, આકાંક્ષાઓ, અને સમાજમાં તેમની ભૂમિકાઓના દીર્ઘકાળના પરિણામોની સમજ વિકસાવવા માંડ્યા.

- **નિકટતા (Vc^4):** તેઓએ તેમના ભવિષ્યના માર્ગો પર વિચાર કર્યો, જેમાં કારકિર્દી, સંબંધો, અને વ્યક્તિગત ધ્યેયો સમાવિષ્ટ હતા.

- **સમીપતા (Px^4):** આ સમયે લેવાયેલા નિર્ણયોની તેમના વ્યક્તિગત અને વ્યવસાયિક જીવન પર દૂરગામી અસર પડી.

- **દૃષ્ટિ (Vu^4):** તેઓએ તેમના જીવન માટે દીર્ઘકાળનું દૃષ્ટિકોણ વિકસાવ્યું, જેમાં તેમની સમાજ પરની સંભવિત અસરને વિચારમાં લીધી.

- **ક્ષમતા અને ક્રિયા (Ab⁴, Ac⁴):** ટંકશાળી વિચાર, ભાવનાત્મક પરિપક્વતા, અને નૈતિક નિર્ણય લેવાની કુશળતાઓ મહત્વપૂર્ણ બની.

- **મૂલ્યો અને સિસ્ટમ્સ (Va⁴, Sy⁴):** વ્યક્તિગત વિકાસ, કારકિર્દીની મહત્વાકાંક્ષાઓ, અને સમાજ સાથેનું જોડાણ અગ્રતામાં રખાયા.

- **પરિણામ (Rs⁴):** વ્યક્તિગત ઓળખ અને તેમના ભવિષ્ય માટેની દિશાની સ્થાપના.

નિષ્કર્ષ: બાળકોની વિકાસશીલ ચેતના મારફતેની યાત્રા

એમ્મા અને ઇથન આઇડિયલની ચતુર્થાંશ મનના સ્તરો મારફતેની પ્રગતિ માનવ વિકાસની જટિલતાઓ અને આશ્ચર્યોનું દર્પણ છે. અનંત સંભાવનાઓથી લઈને ધ્યેયાત્મક આકાંક્ષાઓ તરફની તેમની યાત્રા દર્શાવે છે કે વિકાસના દરેક તબક્કાએ કેવી રીતે ન માત્ર વ્યક્તિ પર પરંતુ સમાજના વિસ્તૃત પાટલા પર પણ યોગદાન આપે છે. તેમની કથા વૃદ્ધિ, શોધ, અને યુવાન મનોને પોષણ આપવાના ગહન પ્રભાવનું ઉત્સવ છે, જે "મહાન તું — મહાન આપણે" ના સિદ્ધાંતને મૂર્ત રૂપ આપે છે.

માનવ મનની ઓડિસી: જીવનના વિવિધ ક્ષેત્રોનું નેવિગેશન

જીવનના જટિલ નૃત્યમાં, વ્યક્તિઓ માત્ર ભૂમિકાઓ અને વ્યવસાયોને પાર કરતી એક ઓડિસી પર નિકળી પડે છે. એવી દુનિયાની કલ્પના કરો જ્યાં રેસ કાર ડ્રાઇવર, શિક્ષક, માતાપિતા, કે બાળક હોવું માત્ર લેબલ્સને પાર કરે છે, તેને બદલે અનુભવ અને ચેતનાના જીવંત, વિકસતા ક્ષેત્રો તરીકે દર્શાવે છે.

રેક્સ સ્પીડવેલ, એક ઉજવણીપાત્ર રેસ કાર ડ્રાઇવરને વિચારો. તેનો દિવસ સૂર્યોદય સાથે શરુ થાય છે, જ્યાં સુવર્ણિમ પ્રકાશ રેસટ્રેક પર પડે છે, તેના મનને Quaternary Mind Level Q^o માં પ્રકાશિત કરે છે - અનંત સંભાવનાઓનું એક ક્ષેત્ર, જ્યાં જીત હાથવેંતમાં હોય છે, અને હાર પાઠ બની

જાય છે. આ સંભવિત આશ્રયસ્થળમાં, તે રેસ, રોમાંચક તાળીઓ, અને તેની રણનીતિક ચાલોને કલ્પના કરે છે, પરંતુ આ માત્ર તેના દિવસનું એક ઝલક છે. જ્યારે તે તેની કારમાં પગલું મૂકે છે, એન્જિનોનો ગર્જન અને તાળીઓ પડતી ભીડ દૂરના ગૂંજમાં ફેડ થઈ જાય છે, જેમ હાયપેશિયાની વર્ગખંડનો ગુંજારવ તેની તેના પાઠ શરુ કરતાં કેંદ્રિત મૌનમાં ફેડ થાય છે. તેની દુનિયા રેસની તાત્કાલિકતા પર સંકોચાઈ જાય છે - તીવ્ર વળાંકો, રણનીતિક ઓવરટેક્સ. આ છે Quaternary Mind Level Q^1, એકમાત્ર કેંદ્રિતતાની સ્થિતિ, જ્યાં દરેક નિર્ણય મહત્ત્વપૂર્ણ છે. તેના હાથ સ્થિર સ્ટીયરિંગ વ્હીલ પર, નિર્ણયો ઝડપી, રેક્સ ચોક્કસાઈ અને અનુભવનું પ્રતીક છે.

તેમ છતાં, રેક્સની દુનિયા રેસટ્રેકની બહાર પણ વિસ્તારે છે. દિવસ રાતમાં ફેરવાઈ જાય છે, ત્યારે તે રેસિંગના એડ્રેનાલિન-ચાર્જ વાતાવરણથી કુટુંબના સંતોષકારક આલિંગન તરફ પરિવર્તન કરે છે. આ ક્ષેત્રમાં, તે એક વાલી તરીકેની ભૂમિકા નિભાવે છે, તેનું મન તેના બાળકોની જરુરિયાતો અને આકાંક્ષાઓ તરફ અનુકૂળ હોય છે. તે એક શ્રોતા, માર્ગદર્શક અને સમર્થક બની જાય છે, વાલીપણાની જટિલ તાણભીડમાં નિપુણતાથી વણાટ કરે છે. આ કુટુંબજનોની ક્ષણોમાં, રેક્સ ઘણી વાર લેવલ Q^2 પર કામ કરે છે, તેના કુટુંબની જરુરિયાતો માટે વિચારશીલ યોજના બનાવે છે, અથવા કદાચ લેવલ Q^3 પર પણ પહોંચી જાય છે, તેના વાલીપણાના લાંબા ગાળાના પ્રભાવ પર વિચારે છે, જે તેના બાળકોના ભવિષ્ય પર પડે છે.

હવે, હાયપેશિયા હેસ્સને ચિત્રિત કરો, એક સમર્પિત ગણિતની શિક્ષિકા. તેનો દિવસ તેના અધ્યયનમાં શાંતિમાં શરુ થાય છે, આવનારા શાળાકીય વર્ષની સંભાવનાઓથી તેનું મન ગૂંજી રહ્યું હોય છે. તે Q^0 પર છે, તેના વિદ્યાર્થીઓને પ્રેરણા આપવાના, નવીન શિક્ષણ પદ્ધતિઓની શોધમાં સ્વપ્ન જોઈ રહ્યા હોય છે. જ્યારે તે તેના વર્ગખંડમાં પગલું મૂકે છે, તેનું ધ્યાન તીવ્ર થઈ જાય છે. દરેક વિદ્યાર્થીનું નામ, દરેક વર્તાલાપ, તેમની શૈક્ષણિક યાત્રાના વણાટમાં એક જીવંત તાંતણું છે. આ તેનો Q^1 ક્ષણ છે, જ્યાં દરેક નાની વિગત મહત્ત્વપૂર્ણ હોય છે.

પરંતુ હાયપેશિયાની ભૂમિકાઓ વર્ગખંડની દીવાલોની બહાર સુધી વિસ્તારે છે. ઘરે, તે એક માતા છે, તેનું મન તેના બાળકોની વિવિધ જરૂરિયાતો અને આકાંક્ષાઓમાં વણાટ કરે છે. આ વર્તાલાપોમાં, તે ક્વાટર્નરી માઇન્ડની કોઈપણ સ્થિતિમાં પોતાને શોધી શકે છે, Q^1 ના વિસ્તૃત ધ્યાનથી લઈને Q^4 ના લાંબા ગાળાના વિચારો સુધી, જ્યારે તે તેના બાળકોના ભવિષ્યના પથો પર વિચારે છે.

હવે, રોબિન અને લોગન પેરેન્ટેઉની યાત્રા પર વિચારો, જેમનું વાલીપણામાં પરિવર્તન ક્વાટર્નરી માઇન્ડનું બીજું મહત્વપૂર્ણ પાસું દર્શાવે છે. તેમનું પ્રગતિ, Q^0 ની સ્વપ્નિલ, અનિર્ધારિત સંભાવનાઓથી, તેમના બાળકના ભવિષ્યને કલ્પના કરવા, Q^1 અને તેના પરના ફોકસ્ડ અને વ્યવહારિક ક્ષેત્રો સુધી, વાલીપણાના ચેતનાના ગતિશીલ વિકાસને પ્રતિબિંબિત કરે છે. તેમના બાળક, જોર્ડનને ઉછેરવામાં પડકારો અને આનંદોને નેવિગેટ કરતા, તેમના અનુભવો ક્ષણથી-ક્ષણની સંભાળથી લઈને તેમના બાળકના કુશળતા અને સફળતા માટેની લાંબા ગાળાની આકાંક્ષાઓ સુધી ફેલાય છે. વાલીની ભૂમિકાઓમાં, તેઓ માનવ મનની તરલતાને સાકાર કરે છે, જોર્ડનના વિકાસના દરેક તબક્કાને અનુકૂળ થઈને, અને વળી, પોતાના વ્યક્તિગત વિકાસ અને રૂપાંતરણનો અનુભવ કરીને.

એમ્મા અને ઇથનને પણ વિચારો, જે સંભવિતતા અને વિકાસના જોડિયા પ્રતીકો છે. વધતાં કોષોના તેમના સૌથી પ્રારંભિક અસ્તિત્વથી, તેઓ Q^0 ની સ્થિતિમાં રહ્યા છે, અનંત સંભવિતતાનો એક ક્ષેત્ર. તેમના વિકાસ દરમિયાન, બાળપણથી લઈને વયસ્કતા સુધી, તેમના જીવન ચેતનાના વિવિધ સ્તરો પર એક યાત્રાનું પ્રતિનિધિત્વ કરે છે. દરેક તબક્કો - રમત, શીખવું, સ્વપ્ન જોવું - તેમના માટે અનુભવનો નવો ક્ષેત્ર ખોલે છે.

એમ્મા રેક્સ જેવી રેસ કાર ડ્રાઈવર બનવાનું સ્વપ્ન જોઈ રહી છે, તેનો રમતનો સમય રમકડાંની કારો અને કલ્પિત રેસટ્રેક્સ સાથે ભરેલો છે. તે તેની Q^0 સ્થિતિમાં છે, વિજયો અને ચેમ્પિયનશિપ્સનું સ્વપ્ન જોઈ રહી છે. બીજી બાજુ,

ઇથન પોતાને Q^2 સ્થિતિમાં શોધી શકે છે, એક રણનીતિક રમતમાં તેનું આગામી પગલું કાળજીપૂર્વક યોજના બનાવતા, એક રેસ ડ્રાઈવર અથવા હાયપેશિયા જેવા શિક્ષકના ગણતરીયુક્ત નિર્ણયોનું પ્રતિબિંબ કરતા.

માનવ મનની સુંદરતા તેની અસાધારણ તરલતા અને અનુકૂળનશીલતામાં છુપાયેલી છે. એક જ દિવસમાં, એક વ્યક્તિ ક્વાટર્નરી માઇન્ડના વિવિધ સ્તરોની મુસાફરી કરી શકે છે, દરેક સ્તર વિશિષ્ટ દૃષ્ટિકોણો અને પડકારો આપે છે. એક રેસ કાર ડ્રાઈવર ટ્રેક ટેક્ટિશિયનથી ઘરે એક પોષણકાર વાલીમાં પરિવર્તન થાય છે. એક શિક્ષક એક યોજનાબદ્ધ વર્ગખંડ નિયોજકથી એક હૃદયસ્પર્શી સ્વપ્નજીવીમાં બદલાઈ જાય છે. બાળકો, તેમની જન્મજાત નિર્દોષતા સાથે, આ સ્તરોને સહજતાથી નેવિગેટ કરે છે, તેમના મન સ્વપ્નો અને શોધનું જીવંત મેદાન બની રહે છે.

દરેક ભૂમિકામાં, દરેક તબક્કામાં, મન ભૂતકાળના અનુભવોની પુનઃવિચારણા કરે છે, શીખે છે, અને અનુકૂળ બને છે. તેઓ નિર્ણયો કરે છે; તેઓ ક્રિયાઓ કરે છે, ક્યારેક Q^1 ના તાત્કાલિક ફોકસમાં, અથવા Q^4 ના લાંબા ગાળાના દૃષ્ટિકોણ સાથે. દરરોજ દરેક યાત્રા Q^4 સ્થિતિ સુધી પહોંચતી નથી, અને ઘણી વાર, તે Q^0 ના ડ્રોઈંગ બોર્ડ પર પાછા ફરે છે, નવા સપના અને યોજનાઓ બનાવતા.

મનની આ યાત્રા માત્ર વ્યક્તિગત યાત્રા નથી; તે આપણી આંતરસંબંધિતતાનું પ્રમાણપત્ર છે. દરેક ભૂમિકા બીજા પર પ્રભાવ પાડે છે અને પ્રભાવિત થાય છે, અનુભવોનું એક સિમ્ફની બનાવે છે જે માત્ર વ્યક્તિને જ નહીં પરંતુ સમુદાયને પણ સમૃદ્ધ કરે છે. તે ચેતનાનું એક નૃત્ય છે જે ગ્રેટર યુ — ગ્રેટર અસ સિદ્ધાંતને ઉજાગર કરે છે, જ્યાં વ્યક્તિગત વૃદ્ધિ અને પૂર્તિ સમૂહની કુશળતા અને પ્રગતિમાં યોગદાન આપે છે.

આમ, દિવસના અંતે, આપણા દરેક પાત્રો - રેસ કાર ડ્રાઈવર રેક્સ, શિક્ષિકા હાયપેશિયા, વાલીઓ રોબિન અને લોગન, અને બાળકો એમ્મા અને ઇથન -

બધા આરામ કરે છે. દરેક દિવસના અનુભવો પર ચિંતન કરે છે, તેમના મન ભૂતકાળના શીખવાની સાથે ભવિષ્યની આકાંક્ષાઓને ગૂંથે છે. કાલે ફરી એક નવી યાત્રાનું વચન આપે છે, ક્વાટર્નરી માઇન્ડ મારફતે, દરેક તેમની અનોખી રીતે, તેમની ચેતનાના વિવિધ પરિદૃશ્યોને નેવિગેટ કરતા, અને સામૂહિક રીતે માનવ અનુભવનું સમૃદ્ધ વણાટ બુનતા.

પ્રકરણ ત્રણ: સમાનતાના સ્થપતિ: મહાન સમાજ તરફ એક દ્રષ્ટાનો માર્ગ

ભૂતકાળનું પ્રતિબિંબ: જોનાથન હેલની મેયરથી પ્રેસિડેન્ટ સુધીની યાત્રા

એક શાંત સાંજના આકાશ નીચે, પ્રેસિડેન્ટ જોનાથન હેલે ઓવલ ઓફિસમાં ચિંતનની ક્ષણ શોધી. જ્યારે તે એ ખિડકીઓ તરફ જોતા રહ્યા જેણે ઇતિહાસને

સાક્ષી ગણાવ્યો હતો, તેને નોસ્ટાલ્જિયાનો અનુભવ થયો. તેણે એક નાના શહેરના મેયર તરીકેના દિવસોની યાદ કરી, જે તેની વર્તમાન વાસ્તવિકતા સાથે ઘણું ભિન્ન હતું, જ્યાં તે દેશના સૌથી યુવાન પ્રેસિડેન્ટ હતા. તેની દાદીમાના શબ્દો, "જેને ઘણું આપવામાં આવે છે, તેની પાસેથી ઘણું અપેક્ષિત હોય છે," ગાઢ રીતે ગૂંજ્યા, સત્તા સાથે આવતી જવાબદારીઓની સતત યાદ તરીકે. આ શબ્દો એક દીવાદાંડી બન્યા, જેણે તેને રાજકારણના ઉથલપાથલ ભર્યા માર્ગે માર્ગદર્શન કર્યું અને આ મહત્ત્વપૂર્ણ ભૂમિકા તરફ લઈ ગયું જ્યાં તે મોટા પરિવર્તન લાવી શકે છે.

જાહેર સેવાનો આધાર: પ્રારંભિક પ્રભાવો અને રાજકીય આકાંક્ષાઓ

જોનાથન તેની ખુરશીમાં પાછળ ઝુક્યો, નિર્ણય લેવાનું ભાર તેના ખભા પર ભારે પડ્યું. તેણે તેની દાદીમાનો સમાધાનપ્રદ અવાજ યાદ કર્યો, તેમની સંઘર્ષ અને ધૈર્યની વાર્તાઓ જેણે તેની ન્યાય અને ફરજ સમજને આકાર આપ્યો હતો. "તું મોટા કાર્યો માટે બન્યો છે, જોનાથન," તે ઘણી વાર કહેતી, તેની આંખોમાં અડગ વિશ્વાસ ચમકતો. આ વિશ્વાસ જ હતો જેણે તેની જાહેર સેવા માટેનો ઉત્સાહ પ્રગટાવ્યો હતો, એક જ્યોત જે હવે રાષ્ટ્રની રાજધાનીના હૃદયમાં વધુ તેજસ્વી બળે છે.

સત્તાના કેન્દ્રમાં બેઠેલા, તેમણે તેમની સમક્ષ રહેલી અદમ્ય ચુનૌતી પર વિચાર કર્યો. રાષ્ટ્ર, મહત્ત્વપૂર્ણ પરિવર્તનની કગાર પર, તેમની નેતૃત્વની દિશામાં જોઈ રહ્યું હતું. તેમની અધ્યક્ષપદની કેન્દ્રસ્થળી અંબિશિયસ કર સુધારાઓ, યુદ્ધ અને રક્ષાના ખર્ચનું કટોકટીય પુનઃવિતરણ સૂચવતું હતું. ધનવાનોથી વધુ યોગદાન લેવાની યોજના એક સાહસિક યોજના હતી, એટલી જ નવીન જેટલી વિભાજક.

મૌન તોડતા, તેમણે ચિંતન કર્યું, "આ માત્ર આંકડાઓ અને નીતિઓથી પર છે. આ આપણી નૈતિક મૂલ્યોને ફરીથી પરિભાષિત કરવા વિશે છે, સંતુલિત

જવાબદારી અને સમાનતા તરફ પેરાડાઈમ બદલવા વિશે છે. આ સુધારા વિશે છે એવું સમાજ બનાવવા વિશે છે જે સફળતાનું માપન માત્ર સંચિત ધનમાં નહીં, પરંતુ દરેક નાગરિક માટે તે સુનિશ્ચિત કરે છે તેવા કુશળતામાં કરે છે.”

આગળ જે વિરોધ હતો તેના પ્રતિ જાગૃત, તેમણે સ્થિતિસ્થાપકતાથી લગ્ન કરેલા લોકો પાસેથી પ્રતિરોધને ઓળખ્યો, જેમણે તેમના સુધારાઓને તેમની સંપત્તિ અને સત્તા માટે ધમકી તરીકે જોયા. છતાં, જોનાથન હેલનો સંકલ્પ અચળ હતો. ભૂતકાળની વિપત્તિઓએ માત્ર તેમની દૃઢનિશ્ચયને મજબૂત કર્યો હતો.

તેમનો અવાજ બળ મેળવતો જતો હતો જ્યારે તેમણે તેમના મનમાં અદૃશ્ય શ્રોતાઓને સંબોધ્યા, તેમણે વિચાર્યું, “આ માત્ર એક નીતિ કરતાં વધુ છે. આ આપણી સામૂહિક માનવતાનું પ્રમાણ છે, વિપત્તિમાં, આપણે ન્યાય અને ધર્મની પક્ષધરતા છીએ તે બતાવવાની તક છે. આ મારા માટે જ નહીં, પરંતુ આ રાષ્ટ્રનું વારસું ધરાવનારાઓ માટે વારસા બનાવવા વિશે છે.” જોનાથનની દૃષ્ટિ દૃઢનિશ્ચયથી કઠોર થઈ, આ કારણ માટે તેમની પ્રતિબદ્ધતાની ઊંડાઈ દર્શાવતી.

ઊભા થઈને, તેમની પરછાઈ ખંડમાં ફેલાઈ ગઈ, ઇતિહાસનો ભાર જેને તેઓ વહન કરતા હતા તેને સાકાર કરતી. છતાં, એક દૃઢ વિશ્વાસની જ્યોત તેમની અંદર પ્રજ્વલિત હતી, એક મજબૂત માન્યતા કે એકતા અને સાઝી હેતુ દ્વારા, એક મહાન સમાજ માત્ર એક આદર્શ નહીં પરંતુ એક સ્પર્શી શકાય તેવી વાસ્તવિકતા હતી.

“વધુ મહાન તું, વધુ મહાન આપણે,” તેમણે પોતાને જાતે ખૂંપેલા, રાષ્ટ્ર અને આવનારી પેઢીઓને એક વચન.

ગહન શ્વાસ લઈને, તેમણે ખિડકીથી વળગી જોયું, તેમની સમક્ષ રહેલી ચુનૌતીઓનો સામનો કરવા તૈયાર. પ્રવાસ માત્ર શરૂ થઈ રહ્યો હતો, અને તેનો માર્ગ માત્ર તેમના વારસાને જ આકાર આપશે નહીં, પરંતુ એક રાષ્ટ્રના ભવિષ્યને પણ.

રાજ્ય રાજનીતિ નું સંચાલન: ચુનૌતીઓ અને વિજયો

જોનાથનનો રાજનીતિમાં ઉત્કર્ષ, અચાનક શરૂ થયો, વિવિધ, ગતિશીલ તબક્કાઓ દ્વારા પ્રગતિ પામ્યો, દરેક તબક્કાએ તેની પોતાની ચુનૌતીઓ અને વિજયોથી ચિહ્નિત કર્યું, વધતા દાવપેચો અને સિદ્ધિઓની લય બનાવી.

સોળ વર્ષની ઉંમરે, હાઈસ્કૂલની ધમાચકડી અને ડાઈનરમાં પાર્ટ-ટાઈમ નોકરીની વચ્ચે, જોનાથને અણધાર્યું ચૌરાહું સામે જોયું. મિલફિલ્ડના લાંબા સમયથી સેવા આપતા મેયરે અચાનક નિવૃત્તિ લીધી, જેણે એવું ખાલીપણું છોડ્યું કે જેને ભરવા માટે કોઈ ઉત્સુક દેખાતું નહોતું. "તું શા માટે નહીં, જોનાથન?" તેમની દાદીએ રમૂજમાં સૂચવ્યું, જેણે જલદી મૂળ પાડનારો વિચાર પ્રગટાવ્યો.

તે ક્ષણે, જોનાથનનું મન સંભવિતાઓ અને શંકાઓનું ભંવર બન્યું, જે ચતુર્થાર્શી મનની અનિર્ધારિત સ્થિતિ (Q^o) નું ઉદાહરણ છે. તેમના નાના શહેરના અસ્તિત્વની સીમાઓ ધૂંધળી પડી, અને અનઅન્વેષિત તકોનો વિસ્તાર ખુલ્લો પડ્યો. તેમણે જે રૂપાંતરણો શરૂ કરી શકે, જે અવાજોને ઊંચા કરી શકે, અને જે સમુદાયને ફરીથી આવિષ્કાર કરી શકે તેની તેમણે કલ્પના કરી. આ તબક્કો એક ક્રુસિબલ બન્યો, તેમની ઉદભવતી રાજનીતિક મહત્ત્વાકાંક્ષાઓને પોષણ આપ્યું.

તેના આશ્ચર્યથી, જોનાથને આ વિચારને અપનાવ્યો. તેમનો અભિયાન, જો કે વિનમ્ર હતો, રાજકીય ચાલબાજી કરતાં પ્રેમ અને પરિવર્તન લાવવાની સાચી ઈચ્છા દ્વારા ચાલતો હતો. તેમણે પોતાના પાડોશીઓ સાથે દરવાજાદરવાજા સંપર્ક કર્યો, રાજનેતા તરીકે નહીં, પરંતુ એક સાથી નાગરિક તરીકે, તેમની આશાઓ અને ચિંતાઓને સાझા કર્યા. તેમનો સંદેશો સીધો પણ પ્રભાવશાળી હતો: "ચાલો, સાથે મળીને વધીએ."

બધી વિપરીત પરિસ્થિતિઓને પાર કરીને, જોનાથન વિજયી થયો. મેયર તરીકે તેમનો કાર્યકાળ, જો કે નાના શહેરના શાસનની ટીપિકલ ચુનૌતીઓથી ચિહ્નિત હતો, પરિવર્તનશીલ હતો. તેમણે સાંભળવાની કળા, સમુદાયનું મહત્વ અને આદર્શવાદ અને વ્યવહારવાદ વચ્ચેનો નાજુક સંતુલન શીખ્યા. આ પ્રારંભિક પાઠો તેમના રાજનીતિક દર્શનનો આધાર બન્યા.

જોનાથનની સંવેદનશીલતા, કુદરતી ભેટ કરતાં વધુ, એક વિકસિત શક્તિ હતી, વ્યક્તિગત નુકસાન અને સંવેદનશીલ મુલાકાતો દ્વારા ધારદાર બનાવી હતી. કઠોર આત્મ-શિક્ષણ અને વિવિધ અનુભવો દ્વારા તેજસ્વી બનેલા બુદ્ધિ સાથે મળીને, તેમણે પ્રશંસા અને આદર બંનેને આકર્ષિત કર્યા. તેમની સૌથી મોટી સંપત્તિ, જો કે, તેમની જટિલ વિચારોને સંબંધિત વાર્તાઓમાં પરિવર્તિત કરવાની ક્ષમતામાં હતી, જેણે રાજકીય સીમાઓને પાર કરીને જોડાણો બનાવ્યા.

મેયર તરીકે બે ટર્મ સેવા આપ્યા પછી, જોનાથનની મહત્વાકાંક્ષાઓ તેમના અનુભવ સાથે વિસ્તારી. તેમણે મિલફિલ્ડની સીમાઓની બહાર વ્યાપક અસર કરવાની તેમની સંભવિતાને મહસૂસ કરી. રાજનીતિમાં તેમના પ્રારંભિક પ્રયાસોની જેમ જ દૃઢ નિશ્ચય સાથે, તેમણે તેમનું ધ્યાન રાજ્ય વિધાનસભા તરફ વળાવ્યું.

તેમનું રાજ્ય પ્રતિનિધિ માટેનું અભિયાન તેમની આત્મકથા જેવું હતું — ગ્રાસરૂટ્સ, સિન્સિયર, અને વધુ સારા ભવિષ્ય માટેના દૃષ્ટિકોણ દ્વારા સંચાલિત. "આ માત્ર કાયદાઓ બદલવા વિશે નથી, આ જીવનો બદલવા વિશે છે." તેમણે તેમના અભિયાન ભાષણો દરમિયાન અવાર નવાર કહ્યું. તેમનો સંદેશો ગુંજ્યો, અને ટૂંક સમયમાં, જોનાથન હેલ રાજ્ય રાજધાની તરફ રવાના થયા.

તેમના એક અભિયાન રેલી દરમિયાન, જોનાથને સીધા તે ટોળા સાથે જોડાણ કર્યું. "હું તમારા જૂતામાં ચાલ્યો છું, તમારી જ સંઘર્ષોનો સામનો કર્યો છું. આ અભિયાન મારા વિશે નથી; આ આપણા બધાના વિશે છે, એવા ભવિષ્યની

રચના વિશે છે જ્યાં દરેકને અવાજ હોય." તેમના શબ્દો, ખરા ઉત્સાહ સાથે બોલાયા, શ્રોતાઓ સાથે તાલમેળ બેસાડ્યો, લોકો માટેના નેતા તરીકે તેમની પ્રતિબદ્ધતાનું પ્રતિબિંબ દર્શાવ્યું.

વધુ વ્યાપક રાજનીતિક અખાડામાં, જોનાથનના આદર્શો પરીક્ષણ પર મુકાયા પરંતુ ક્યારેય ડગમગ્યા નહીં. તેમણે ઝડપથી એક એવા રાજનેતા તરીકે પ્રતિષ્ઠા મેળવી જે કઠિન મુદ્દાઓ સામે લડવાથી ડરતા ન હતા, જે તેમના સિદ્ધાંતો પર અડગ રહેતા હતા ભલે ને તે અલોકપ્રિય હોય. તેમનું ધ્યાન હંમેશા મોટા ભલા પર, એવી નીતિઓ પર હોતું જે સૌથી અસહાય લોકોને ઉત્થાન આપતી, સામૂહિક જવાબદારી અને સામૂહિક સમૃદ્ધિની ભાવના જગાવતી.

તેમની ભૂમિકામાં વધારો થતા, જોનાથન ઘણીવાર સહકારી વિધાયકો સાથે ગરમાગરમ ચર્ચાઓમાં પોતાને શોધી રહ્યા હતા, દરેક મુલાકાતે શાસનની જટિલતાઓની તેમની સમજણને તીવ્ર બનાવતી. તેમણે સીધું જોયું કે રુચિઓનું જટિલ તાણાવાણા, ટૂંકા ગાળાની જરૂરિયાતો અને દીર્ઘકાલીન દૃષ્ટિનો સંતુલન જાળવવાની પડકારો. "આપણે આગામી ચૂંટણી ચક્ર કરતાં આગળ વિચારવું જોઈએ," તેમણે એક વિધાનસભા સત્રમાં ઉત્કટતાથી તર્ક કર્યો, દરેક પડકાર સાથે સાર્થક ફેરફાર કરવાની તેમની દૃઢ નિશ્ચિતા મજબૂત થતી ગઈ.

તેમના રાજનીતિક પ્રારંભિક વર્ષો તેમના ચરિત્રનું સાક્ષીપત્ર હતા — કરુણા, બુદ્ધિમત્તા, અને સમાજના સુધારણા તરફ અટલ પ્રતિબદ્ધતાનું મિશ્રણ. તેમણે જે નીવ મૂકી તે તેમના અત્યંત મહત્વાકાંક્ષી પ્રયાસ માટે આધાર બની: તેમની અધ્યક્ષતાને પરિભાષિત કરનારું પરિવર્તનકારી કર સુધારો.

જોનાથન હેલ સ્થાનિકથી રાજ્ય રાજનીતિમાં સંક્રમણ કરતા, તેમની યાત્રા ચતુર્થાંશી મનની એકલ બિંદુ સ્થિતિ (Q^1) માં પ્રવેશી. આ ચરણે વિશિષ્ટ લક્ષ્યો અને ચુનૌતીઓ પર તીવ્ર ધ્યાન આપ્યું, તેમના કુશળતાઓ અને

નિપુણતાને પૈનું કર્યું જે રાજ્ય શાસનની જટિલ ભૂમિકાને નેવિગેટ કરવામાં મહત્વપૂર્ણ સાબિત થઇ.

રાજ્ય વિધાનસભામાં, જોનાથને ઝડપથી તેમની છાપ ઉતારી. હવે માત્ર નાના શહેરના કિશોર મેયર નહીં, તે વધુ મોટા મંચ પર એક અગ્રણી વ્યક્તિત્વ તરીકે ઉદ્ભવ્યા. ચુનૌતીઓ વધુ જટિલ હતી, દાવ ઉંચા હતા, અને વિરોધીઓ વધુ મજબૂત હતા. તેમણે જે નિર્ણય લીધા, દરેક બિલ જેમણે પ્રસ્તાવિત કર્યું, અને દરેક મત જેમણે આપ્યો તે તેમની વિસ્તરતી યાત્રામાં એક કેન્દ્રિત પગલું દર્શાવતો હતો.

શિક્ષણ સુધારાની વકાલત જોનાથનની પ્રારંભિક ચુનૌતીઓમાંની એક હતી. તેમના માટે, શિક્ષણ નીતિથી પર હતું; તે સમાનતા અને તકના તેમના પ્રતિબદ્ધતાનું આધાર હતું. તેમણે તેને એક શક્તિશાળી સમાનકાર તરીકે જોયું, જે અવરોધોને તોડી નાખી શકે છે અને વધુ ન્યાયી સમાજ નિર્માણ કરી શકે છે. તેમ છતાં, વધારાના નાણાંકીયની અને પાઠ્યક્રમના સુધારાઓની તેમની માંગણીઓએ બજેટની મર્યાદાઓ અને બદલાવ માટેની અનિચ્છાના કારણે સંશય અને પ્રતિકારનો સામનો કર્યો.

અવિચલિત, જોનાથને શિક્ષણ સમુદાય સાથે સક્રિય રીતે જોડાણ કર્યું. તેમણે શાળાઓની મુલાકાત લીધી, શિક્ષકો, વાલીઓ, અને વિદ્યાર્થીઓ સાથે હૃદયસ્પર્શી વાતચીત કરી. "તમારા અનુભવો આ સુધારાનું આધાર છે," તેમણે તેમને આશ્વાસન આપ્યું, તેમની સ્થિતિને સમર્થન આપવા માટે ડેટા અને વ્યક્તિગત વાર્તાઓ એકત્રિત કરી. તેમની પદ્ધતિ માત્ર પદ્ધતિસર ન હતી પરંતુ ગહન સંવેદનશીલ પણ હતી, વાસ્તવિક વિશ્વની અસર પર તેમની પ્રતિબદ્ધતાનું પ્રતિબિંબ.

તેમની દૃઢતા ફળીભૂત થઇ. મહિનાઓ સુધીના વાટાઘાટો, સુધારાઓ, અને વકાલત પછી, જોનાથનનું શિક્ષણ બિલ પાસ થયું. તે માત્ર નીતિના સંદર્ભમાં

જ નહીં, પરંતુ વિરોધાભાસમાં પણ ફેરફાર લાવવાની તેમની ક્ષમતાને સાબિત કરનારી એક મહત્વપૂર્ણ જીત હતી.

જોનાથનનું પર્યાવરણીય ચિંતાઓ પરનું મંતવ્ય તેમના કારકિર્દીના એક નિર્ણાયક પ્રકરણનું ચિહ્ન બન્યું. તેમના ચતુર્થાંશી મનની બિંદુ-થી-બિંદુ સ્થિતિ (Q^2) માં, તેમણે નવીકરણીય ઊર્જાને બઢાવા આપતા બિલ માટે રણનીતિક રીતે વકાલત કરી. આ સમયગાળો તેમની ગણતરીબદ્ધ યોજના અને ક્રિયાનિષ્પાદનથી પરિભાષિત હતો, જેમાં તેઓ પ્રભાવશાળી જીવાશ્મ ઇંધણ લોબીસ્ટોના મજબૂત વિરોધ સામે ઊભા હતા. ઉચ્ચ રાજકીય જોખમો છતાં, તેમની સ્થાયીત્વ તરફની અચલ પ્રતિબદ્ધતાએ જટિલ ચુનૌતીઓ સાથે નિપુણતાથી નિપટવામાં અને કેન્દ્રિત ઉકેલો આપવામાં તેમની કુશળતાને પ્રદર્શિત કરી.

આ ચુનૌતીઓમાં, જોનાથનનું ધ્યાન લેસર જેવું તીવ્ર હતું, જે તેમની પદ્ધતિની બિંદુ-થી-બિંદુ સ્થિતિનું સૂચક હતું. તેમણે ઓળખ્યું કે રાજનીતિમાં અર્થપૂર્ણ પરિવર્તન ઘણીવાર કુશળતાપૂર્વક આયોજિત અને અમલમાં મૂકાયેલી રણનીતિની જરૂર હોય છે, જે પગલું દર પગલું મુદ્દાઓને સંબોધે છે. દરેક સફળતા અને અસફળતા માત્ર શીખવાની ક્ષણ ન હતી, પરંતુ તેમના રણનીતિક માર્ગદર્શનમાં કુશળતાપૂર્વક અમલમાં મૂકાયેલું બિંદુ પણ હતું, જે તેમને તેમની રણનીતિઓને સુધારવા અને અસરકારક શાસનની સમજણને ઊંડી બનાવવામાં મદદ કરી.

જોનાથનની વૃદ્ધિ, ચતુર્થાંશી મનની બિંદુ-થી-બિંદુ સ્થિતિમાં, તેમના રાજ્ય વિધાનસભામાં તેમના કાર્યકાળને પરિભાષિત કરે છે. આ ચરણમાં વિજય અને સહનશીલતાની ક્ષણો હતી, દરેક તેમની રણનીતિક યોજના અને અમલીકરણથી વિશિષ્ટ હતી. આ કેન્દ્રિત બિંદુઓ મારફતે તેમની યાત્રાએ તેમની ક્ષમતાનું પ્રદર્શન કર્યું, જે માત્ર રાજનીતિક પરિદૃશ્યને નેવિગેટ કરવામાં નહીં પરંતુ સારી રીતે યોજાયેલી રણનીતિઓ અને ક્રિયાઓ સાથે તેને આકાર આપવામાં સક્ષમ હતા.

આ અનુભવો મારફતે, જોનાથન હેલની યાત્રા માત્ર રાજનીતિક સીડી પર ચઢવાની ન હતી; તે એક દૂરદર્શી નેતામાં રૂપાંતરણ હતું જેને ગહન અંતર્દૃષ્ટિ અને વાસ્તવિક ફેરફાર લાવવા માટેની અડગ સમર્પણતા હતી. તેમની પદ્ધતિ ધર્માનિષ્ઠા અને કર્તવ્યના સાર્વત્રિક સિદ્ધાંતને આત્મસાત કરી વિકસિત થઇ, જેણે તેમના રાજનીતિક કારકિર્દીને સમાનતા અને ન્યાય માટેના નૈતિક શોધમાં ઉત્કૃષ્ટ બનાવ્યું.

સેનેટ યાત્રા: ક્રાંતિકારી કર સુધારા માટે વકાલત

સેનેટની ગરિમાપૂર્ણ ગલિયારાઓમાં, સેનેટર જોનાથન હેલે તેમના ક્રાંતિકારી કર પ્રસ્તાવ સાથે એક નિર્ણાયક ક્ષણનો સામનો કર્યો. માત્ર એક કાનૂની ટુકડો કરતાં વધુ, તે ધર્મ અને ટેલોસનું પ્રતિરૂપ હતું, નીતિને ગાઢ નૈતિક મૂલ્યો અને સમાજની કલ્યાણકારી સાથે ગૂંથીને. નોબલ એઇટફોલ્ડ પથના સિદ્ધાંતો સાથે સંકલિત, જેમ કે સાચું દૃષ્ટિકોણ અને સાચી ઇચ્છા, સુધારાનો ઉદ્દેશ્ય રાષ્ટ્રીય સંરક્ષણના સમાજિક ખર્ચનું વધુ સમાન રીતે ફરી વહેંચવાનું હતું.

એક રણનીતિ મીટિંગમાં, જોનાથનના સલાહકારે ચેતવણી આપી, "આ કર પ્રસ્તાવનો જોરદાર વિરોધ થશે, જોનાથન. શું તમે તેના માટે તૈયાર છો?" જોનાથનનો જવાબ દૃઢ અને નિશ્ચયાત્મક હતો, "પહેલા કરતાં વધુ. આ માત્ર નીતિ વિશે નથી. આ સિદ્ધાંત વિશે છે. આપણે વધુ ન્યાયી સમાજ માટે લડી રહ્યા છીએ, અને હું આપણે સામે આવતી કોઈપણ ચુનૌતીઓ માટે તૈયાર છું."

એક સલાહકાર સાથેના ચિંતનશીલ ક્ષણમાં, જોનાથને શેર કર્યું, "હું ધર્મને, તેના ધાર્મિક અર્થઘટનાઓથી પર, આપણી રાજનીતિક યાત્રામાં એક પ્રકાશસ્તંભ તરીકે જુઓ છું, જે આપણને પરંપરાગત સીમાઓથી આગળ લઇ જાય છે." આ કર પહેલ, તેમની નૈતિક દૃષ્ટિનું પ્રતીક, વિત્તીય નીતિઓને વ્યાપક નૈતિક જવાબદારી સાથે પુનઃસંરેખિત કરવાનો ઇરાદો રાખતી હતી, સમાજના કર્તવ્યો અને લાભોનું ન્યાયપૂર્ણ વહેંચાણ માટે જહેમત ઉઠાવતી હતી. આ

પ્રસ્તાવ સામૂહિક કુશળતા સાથે વ્યક્તિગત સમૃદ્ધિને સંતુલિત કરવાના તેમના વિશ્વાસનું સાક્ષીપત્ર હતું.

તેમણે વર્તમાન સિસ્ટમમાં એક અસમતુલન જોયું: ઓછા સમૃદ્ધ લોકો પર અપ્રમાણસર બોજ પડ્યો, જ્યારે ધનિક વર્ગ, જે રાષ્ટ્રીય સ્થિરતાના મુખ્ય લાભાર્થીઓ હોય છે, તુલનામાં ઓછું યોગદાન આપે છે. તેમનું કર સિસ્ટમ આ અસમતુલનને સુધારવા માટે હતું, જે ધનિક વર્ગની સામુદાયિક જરૂરિયાતો તરફ વધુ યોગદાન આપવાની વધુ ક્ષમતાને ઓળખે છે, ન કે દંડના ઉપાય તરીકે પરંતુ તેમની વ્યાપક સમાજિક જવાબદારીની માન્યતા તરીકે.

એક ટેલિવાઇઝ્ડ ઇન્ટરવ્યુમાં, જોનાથને તેમનું મંતવ્ય સ્પષ્ટ કર્યું, સંશયને દૃઢ વિશ્વાસથી સામે લીધું. "આ સફળતાને દંડવત કરવા વિશે નથી," તેમણે કેમેરાની સીધમાં જોઈને દાવો કર્યો. "આ વધુ ધન ધરાવતા લોકો સાથે આપણી સમાજ તરફ વધુ જવાબદારી આવે છે તેની સ્વીકૃતિ વિશે છે. આ એક વધુ સંતુલિત અને ન્યાયી સમાજ તરફનો ખસેડો છે."

ઇન્ટરવ્યુ પૂર્ણ થતાં, જોનાથનના શબ્દોએ વિવિધ મીડિયા પ્લેટફોર્મ્સ પર ચર્ચાઓની એક લહેર સર્જી, જ્યાં જાહેરજનો ધન અને જવાબદારીના આ નવા દૃષ્ટિકોણ પર વિચારણા કરી રહ્યા હતા.

તેમની પહેલના કેન્દ્રબિંદુમાં ટેલોસની સંકલ્પના હતી — એક વધુ સમાનતાવાદી સમાજ તરફનો અંતિમ ઉદ્દેશ્ય. જોનાથને સંરક્ષણ અને જાહેર સેવાઓનો ખર્ચ એક સામૂહિક જવાબદારી તરીકે જોયો, જે દરેક વ્યક્તિની આર્થિક ક્ષમતા પ્રમાણે યોગ્ય હતો. આ દૃષ્ટિ માત્ર વિત્તીય નીતિના સંશોધનો સુધી મર્યાદિત ન હતી; તે સમાજના મૂલ્યોને કર્તવ્યો અને લાભોના ન્યાયી વહેંચાણ તરફ પુનઃઆકાર આપવા વિશે હતી.

સેનેટ સત્રના સમાપન સાથે, જોનાથનના પ્રભાવશાળી શબ્દો ચેમ્બર મારફતે ગૂંજી ઉઠ્યા, જેણે એક રાષ્ટ્રને ખંડેરાત ખાતે દર્શાવ્યું, જ્યાં નીતિ અને

દર્શનશાસ્ત્ર એકબીજાને કાપે છે, ધન, જવાબદારી, અને સરકારી ભૂમિકાઓ વિશેની પરંપરાગત માન્યતાઓને પડકારે છે.

એક નિર્ણાયક સેનેટ સત્રમાં, ચેમ્બર ક્ષમતા સુધી ભરાયેલું, જોનાથને આત્મવિશ્વાસથી વેદી પર ઊભા રહી. "આપણા રાષ્ટ્રની સુરક્ષા એક સામૂહિક આશ્રય હોવો જોઈએ," તેમણે જાહેર કર્યું, તેમનો અવાજ ચેમ્બર મારફતે ગૂંજી ઉઠ્યો. "જેમણે તેના સંરક્ષણમાંથી સૌથી વધુ લાભ ઉઠાવ્યો છે તેઓએ તેમની આર્થિક ક્ષમતાના પ્રમાણમાં યોગદાન આપવું જોઈએ."

સેનેટમાં જોનાથનની સફળતા માત્ર નીતિની જીત ન હતી; તે તેમના નૈતિક દૃષ્ટિકોણની પુષ્ટિ હતી. ધનિક અભિજાત્ય વર્ગ અને કેટલાક રાજનૈતિક આકૃતિઓ દ્વારા વિરોધ સામે આવ્યા પછી, જેમણે તેમના પ્રસ્તાવને તેમના નાણાકીય હિતો માટે ખતરો ગણાવ્યો અને તેને પ્રારંભિક હાર મળી, જોનાથન અડગ રહ્યા.

જોનાથને સેનેટની ચર્ચાઓમાં ઊંડે ઉતર્યા, તેમના કર સુધારાના નૈતિક અને વ્યાવહારિક પાસાઓનું ઉત્કટતાથી બચાવ કર્યું. તેમની પદ્ધતિ, સત્યનિષ્ઠા અને પ્રબુદ્ધતામાં નિહિત, પરંપરાગત દૃષ્ટિકોણોને પરિવર્તિત કરવાનો ઉદ્દેશ્ય રાખતી હતી. તેમણે નોબલ એઈટફોલ્ડ પથથી પ્રેરણા લીધી, જેમાં પ્રામાણિક સંવાદ અને સિદ્ધાંતપૂર્ણ ક્રિયા પર મજબૂત ભાર મૂકાયો હતો.

તેમની યાત્રામાં આ સમય તેમના દૃષ્ટિકોણ તરફની અડગ પ્રતિબદ્ધતા દ્વારા ચિહ્નિત હતો, જેણે તેમના ધીરજ અને નિશ્ચયની પરિચય આપ્યો અને શાસનમાં પરિવર્તનકારી બદલાવ લાવવાની તેમની ક્ષમતાને દર્શાવ્યો.

સેનેટમાં પ્રાપ્ત થયેલી અસફળતા એક વળાંકનો બિંદુ બની, જેણે જોનાથનને સેનેટથી વધુ વ્યાપક રાષ્ટ્રપતિ અભિયાનના મંચ પર લઈ ગયો. તેમણે તેમના કર સુધારાને તેમના રાષ્ટ્રપતિ અભિયાનના આધાર તરીકે ઉપયોગ કર્યો, "મહાન તું, મહાન આપણે" ના મંત્રને મૂર્ત રૂપ આપ્યું, જે જાહેરજનો સાથે ગાઢ ગૂંજણ

પેદા કર્યું. તેમનો સંદેશો વિવિધ દર્શકો માટે આકર્ષક હતો, ન્યાય, જવાબદારી, અને સામૂહિક કુશળતામાં મૂળેલી સમાજની સાચી આશાને પ્રતીક રૂપે દર્શાવ્યો.

રાષ્ટ્રપતિ તરીકે, જોનાથન વિચારધારાઓની ટકરાવમાં ખુદને શોધી રહ્યા હતા, તેમની "મહાન તું, મહાન આપણે" દર્શનની પ્રતિબદ્ધતા તેમના રાષ્ટ્રપતિપદ અને રાષ્ટ્રના ભવિષ્યને માર્ગદર્શન આપતી રહી.

સેનેટની ચર્ચાઓમાં, જોનાથનના ધર્મ અને ટેલોસના સિદ્ધાંતો સેનેટર થોર્નહિલ અને તેમના સાથીઓ દ્વારા સમર્થિત પારંપરિક પૂંજીવાદી મૂલ્યો સાથે ટકરાયા. આ માત્ર કર સુધારા પરની ચર્ચા ન હતી પરંતુ અમેરિકાના ભવિષ્ય માટેના વિરોધાભાસી દૃષ્ટિકોણોની સ્પર્ધા હતી.

જોનાથનના તર્કો, ઘણા નૈતિક, નોબલ એઇટફોલ્ડ પથથી પ્રેરિત હતા, જેમાં સાચી ઇચ્છા અને સાચું કર્મ પર ભાર મૂકાયો હતો. તેમણે સામૂહિક મૂલ્યો અને સમાજની પ્રતિબદ્ધતાને પ્રતિબિંબિત કરતી નીતિઓની વકાલત કરી, જે થોર્નહિલના વ્યક્તિગત સંપત્તિ એકત્રિત કરવાના દૃષ્ટિકોણ અને રાજ્યની ન્યૂનતમ દખલગીરીથી સ્પષ્ટ વિરોધાભાસ હતો.

આ દાર્શનિક ચર્ચાઓ આગળ વધતી ગઇ, જોનાથનનું દૃષ્ટિકોણ વ્યાપક રીતે ગૂંજવા લાગ્યું, ધીમે ધીમે સેનેટમાં વાર્તાને બદલવા લાગ્યું. "મહાન તું, મહાન આપણે" તરફની તેમની અડગ પ્રતિબદ્ધતાએ લાંબા સમયથી સ્થાપિત અવરોધોને નાશ કરવા માંડ્યા, વ્યક્તિગત સફળતા અને સામૂહિક કુશળતા બંનેને સ્વીકારતી સમૃદ્ધિની નવી સમજણ માટે માર્ગ બનાવ્યો.

તેમના કર સુધારા માટે સમર્થન મેળવવાની તેમની પદ્ધતિ પારદર્શિતા અને સમાવેશિતાથી ઓળખાઈ હતી, દેશભરમાં વિસ્તૃત ચર્ચાઓ અને ખુલ્લી સંવાદોમાં સક્રિય રીતે જોડાણ કરતી. તેમની ટાઉન હોલ મીટિંગ્સ બે

દિશાઓમાં વાતચીતના મંચો તરીકે કામ કરી, તેમનું દૃષ્ટિકોણ શેર કરવા અને સામાન્ય અમેરિકનોની ચિંતાઓ સાંભળવા.

તેમના વ્યાપક મીડિયા અભિયાને, જેમાં ટેલિવિઝન, રેડિયો, અને સોશિયલ મીડિયાનો ઉપયોગ કર્યો હતો, જાહેર મતને આકાર આપવામાં મહત્વપૂર્ણ ભૂમિકા ભજવી. સરેરાશ અમેરિકનોની વાર્તાઓ સાથે નીતિને માનવીય બનાવવાથી, સુધારો માત્ર અમૂર્ત કાયદાથી વધુ બન્યો; તે વાસ્તવિક જીવનોને સકારાત્મક રીતે અસર કરનારો ફેરફાર બન્યો.

આ રણનીતિક મિશ્રણ ઓફ જાહેર સંલગ્નતા અને મીડિયા વાર્તાકથને ધીમે ધીમે કર સુધારાના પક્ષમાં જાહેર મતને ખસેડ્યું. જાહેર સમર્થન વધતાં જોનાથનના તર્કોએ રાષ્ટ્રવ્યાપી ગૂંજણ સજર્યું, સતત ધનિક નાગરિકોની નૈતિક જવાબદારીને ઉજાગર કર્યું અને તેમની નીતિને સામૂહિક સમૃદ્ધિ અને રાષ્ટ્રીય એકતાના આદર્શો સાથે સંકલિત કર્યું.

જાહેર સમર્થનમાં વધારો રાષ્ટ્રીય રાજનીતિમાં એક પરિવર્તનશીલ ક્ષણ બન્યો, જાહેર મત અને અમેરિકન રાજનીતિના પરિદૃશ્યને પુનઃઆકાર આપ્યો. જોનાથનનું દૃષ્ટિકોણ એક ચળવળમાં વિકસિત થયું જેણે પારંપરિક રાજનીતિક વિભાજનો અને આર્થિક વર્ગોને પાર કરી, તેમના કારકિર્દીના એક નિર્ણાયક ક્ષણ અને રાષ્ટ્ર આખામાં સાંસ્કૃતિક અને વૈચારિક ફેરફાર તરફ લીધું.

જાહેર સમર્થન મેળવવું: ફેરફાર માટેનું અભિયાન

આગળના મહિનાઓમાં, પ્રેસિડેન્ટ જોનાથન હેલે તેમના કર સુધારા માટે જાહેર સમર્થન મેળવવાના રણનીતિક મિશન પર નિકળ્યા. તેમણે ઓળખ્યું કે સ્થાયી ફેરફાર માટે સેનેટ કરતાં પર એક આદેશની જરૂર હતી, તેથી તેમણે અમેરિકન લોકો તરફ વળ્યા, ટાઉન હોલ મીટિંગ્સની શ્રેણીમાં તેમની સાથે સીધું જોડાણ કરી. આ ઘટનાઓ માત્ર માહિતી સત્રો કરતાં વધુ હતી; તે સાચા સંવાદ માટેનું

મંચ હતું, જ્યાં જોનાથન નાગરિકો સાથે જોડાઇ શકે, તેમની ચિંતાઓ સાંભળી શકે અને તેમનું દૃષ્ટિકોણ સ્પષ્ટ કરી શકે.

ઓહાયોમાં, જે રાષ્ટ્રીય મતને આકાર આપવામાં એક નિર્ણાયક રાજ્ય છે, જોનાથને એક વિવિધ સભા સામે ખચાખચ ભરાયેલા ઓડિટોરિયમમાં ઉભા રહીને વક્તવ્ય આપ્યું. આ સભા સ્વયં અમેરિકાનું એક લઘુરૂપ હતું, જેમાં વિવિધ દૃષ્ટિકોણો અને અનુભવોનો વિસ્તાર હતો. "આ કર સુધારો તમારા વિશે છે," જોનાથને ભીડને સંબોધન કર્યું, તેમનો અવાજ સત્યનિષ્ઠા અને દૃઢ નિશ્ચય બંનેને વ્યક્ત કરતો હતો. "તેનો ઉદ્દેશ આપણા રાષ્ટ્રની જરુરિયાતોનું ફંડિંગ વધુ ન્યાયી રીતે વહેંચવાનો છે, સુનિશ્ચિત કરવાનો છે કે તે પહેલેથી જ સંઘર્ષ કરતા લોકો પર અસમાન રીતે બોજ ન મૂકે. આપણું લક્ષ્ય એવી ન્યાયી પ્રણાલી બનાવવાનું છે જ્યાં દરેક વ્યક્તિનું યોગદાન તેમની ક્ષમતા અનુસાર હોય."

ઓહાયોમાં એક ટાઉન હોલ મીટિંગ દરમિયાન, જ્યારે જોનાથને કર સુધારા વિશે પ્રભાવી રીતે વાત કરી, એક સંશયાસ્પદ અવાજે તેમને પડકાર્યા, "આપણે કેવી રીતે વિશ્વાસ કરી શકીએ કે આ મધ્યમ વર્ગ પર ફક્ત બીજો બોજ નહીં બનશે?" જોનાથન પ્રશ્ન પૂછનાર તરફ વળ્યા, તેમનું મુખ શાંત અને દૃઢ હતું. "મને તમારી ચિંતા સમજાય છે," તેમણે શરૂ કર્યું, "આ સુધારો મધ્યમ વર્ગ પરનો બોજ હળવો કરવા માટે રચાયો છે, તેને વધારવા નહીં. આપણે અસમાન યોગદાનોને લક્ષ્ય બનાવી રહ્યા છીએ, સુનિશ્ચિત કરીએ છીએ કે ટોચ પરના લોકો તેમનો યોગ્ય હિસ્સો ચૂકવે છે. આ ન્યાય અને સ્થાયીત્વ વિશે છે."

સુધારાની વિગતોમાં ઉંડાણ પૂર્વક જતાં, જોનાથને તેના દીર્ઘકાલિક લાભો પર ભાર મૂક્યો, હાલની અને ભવિષ્યની પેઢીઓ માટે બંને. તેમણે સમજાવ્યું કે કેવી રીતે વધુ સમાનતાવાદી કર પ્રણાલીથી વધુ સામાજિક સ્થિરતા અને સમૃદ્ધ, વધુ સમાવેશી અર્થતંત્ર ઉત્પન્ન થઈ શકે છે, જ્યાં તમામ માટે તકો સુલભ હોય.

આ ટાઉન હોલ મીટિંગ્સની રણનીતિક પ્રકૃતિ તેના અભિયાનના એક મુખ્ય પાયા તરીકે રૂપાંતરિત થઈ તે સ્પષ્ટ થઈ ગયું. તેઓ સત્યનિષ્ઠાપૂર્ણ ચર્ચા માટેનું મંચ તરીકે કામ કર્યા, જેણે જોનાથનને ખોટી ધારણાઓનો સામનો કરવા અને નીતિ પર સ્પષ્ટતા આપવાની તક આપી. સમાન રીતે મહત્વનું, આ સત્રો જોનાથન માટે સામાન્ય અમેરિકનોની આશાઓ અને પડકારોને સમજવાનું માધ્યમ બન્યા.

બીજી ટાઉન હોલ મીટિંગમાં, એક મુખ્ય ક્ષણ એ હતો જ્યારે એક વૃદ્ધ મહિલાએ, ભાવનાઓથી કંપારી આવેલા અવાજમાં, જોનાથનનો આભાર માન્યો. "તમારી નીતિ મને આશા આપે છે કે મારા પૌત્રો વધુ ન્યાયી વિશ્વમાં મોટા થશે," તેણીએ કહ્યું, તેમની આંખોમાં આંસુ ભરાઈ આવ્યા. જોનાથનનો જવાબ હૃદયસ્પર્શી હતો, જેણે તેમની સેવા કરતા લોકો સાથેનો ગાઢ સંબંધ દર્શાવ્યો. "આભાર," તેમણે નમ્રતાથી કહ્યું, "તમારી જેવી વાર્તાઓ જ અમને આ ફેરફારો કરવાની પ્રેરણા આપે છે."

આ પદ્ધતિ દ્વારા, જોનાથને ધીમે ધીમે જાહેર સમર્થનની લહેર બંધાવી. જટિલ નીતિઓને સમજવા યોગ્ય અને સંબંધિત બનાવવાની તેમની કુશળતા, સાથે સત્યનિષ્ઠ સંવાદ પ્રત્યે તેમની પ્રતિબદ્ધતા, ધીમે ધીમે જાહેર મતને તેમના પક્ષમાં વળાવી. જનતામાંથી વધતું જતું સમર્થન એકવાર મજબૂત હતું તે સેનેટમાં વિરોધને નબળું પાડવા લાગ્યું, જેણે કાનૂની સફળતા તરફની શક્યતાની દિશામાં ફેરફારનું સંકેત આપ્યું.

જોનાથનનું અભિયાન પરંપરાગત રાજનૈતિક કૌશલ્યોથી વિચલિત થયું, નાગરિક સંલગ્નતાના નવા યુગની શરૂઆત કરી. તેણે તેમના "મહાન તું, મહાન આપણે" સમાજના દૃષ્ટિકોણને મૂર્ત રૂપ આપ્યું, જ્યાં નીતિ-નિર્માણ સરકાર અને તેની પ્રજા વચ્ચેનું સહકારી પ્રયાસ હતું, સૌને ન્યાય અને સમૃદ્ધિના સામૂહિક લક્ષ્ય તરફ એકસાથે ચાલવાનું હતું.

પડદા પાછળ, જોનાથનની ટીમ એક કામકાજનું મધુમક્ખીનું છત્તુ હતી, ટાઉન હોલ મીટિંગ્સ અને મીડિયા અભિયાનને ચોક્કસાઈ સાથે સમન્વયિત કરતી. એક રણનીતિક સત્રમાં, તેમના એક સલાહકારે કહ્યું, "માત્ર નીતિ જ નથી જે લોકોને આકર્ષે છે, તે કથા કેવી રીતે કહેવાઈ રહી છે તે પણ છે." જોનાથને સંમતિ દર્શાવી, સામૂહિક પ્રયાસને સ્વીકારતા, "આ એક ટીમની જીત છે. દરેક વાતચીત, દરેક વાર્તા જે વહેંચાઈ છે, આપણને આપણે શોધી રહેલા ફેરફાર તરફ વધુ નજીક લાવે છે."

જોનાથન હેલનો તેમના કર સુધારા માટે સમર્થન મેળવવાનો દૃષ્ટિકોણ પારદર્શિતા અને સમાવેશિતામાં મૂળ ધરાવતો હતો. તેમની નીતિની ટીકાઓથી બચવાને બદલે, તેમણે તેના સામે સીધો મુકાબલો કર્યો, દેશભરની પ્રેક્ષકો સાથે વિગતવાર સમજૂતીઓ અને ખુલ્લી ચર્ચાઓમાં જોડાણ કર્યું. તેમની ટાઉન હોલ મીટિંગ્સ માત્ર તેમને બોલવાના મંચો ન હતા; તે અર્થપૂર્ણ બે-દિશાયુક્ત વાતચીતના તકો હતા, જ્યાં તેમણે પોતાનું દૃષ્ટિકોણ શેર કરી શકતા અને સામાન્ય અમેરિકનોની ચિંતાઓ સાંભળી શકતા.

આ જાહેર અંતરક્રિયાઓમાં, જોનાથનની કરિશ્માઈ અને સત્યનિષ્ઠા અસ્પષ્ટ હતી. તેમની પાસે સામાન્ય જનતા સાથે ગૂંજતા શબ્દોમાં જટિલ નીતિ મુદ્દાઓને સ્પષ્ટ કરવાની અસાધારણ ક્ષમતા હતી. સાઝી નિયતિ અને સામૂહિક જવાબદારીની વાત કરતા, તેમણે એક મજબૂત, વધુ ન્યાયી રાષ્ટ્રની છબી દોરી - એક દૃષ્ટિકોણ જે ઘણાં સાથે ગૂંજી ઊઠ્યું.

મીડિયા અભિયાનનો માનવીય પાસો મહત્વપૂર્ણ હતો. એક ટેલિવાઇઝ્ડ ખંડમાં, એક યુવાન કુટુંબે અસમાન કરો સાથેના તેમના સંઘર્ષ વિશે વાત કરી. "આપણે માત્ર ન્યાયીપણું માંગીએ છીએ," પિતાએ કહ્યું, તેમનો અવાજ દૃઢ નિશ્ચયથી ભરપૂર હતો. આ વ્યક્તિગત વાર્તા, અન્ય ઘણીઓ વચ્ચે, દર્શકો સાથે ગૂંજી, કર સુધારાની અમૂર્ત સંકલ્પનાને સંબંધિત, તાત્કાલિક મુદ્દો બનાવી દીધી.

સાથે સાથે, જોનાથનની ટીમે એક વ્યાપક મીડિયા અભિયાનનું નેતૃત્વ કર્યું, જેમાં ટેલિવિઝન, રેડિયો, અને સોશિયલ મીડિયાનો કુશળતાપૂર્વક ઉપયોગ કરીને તેમનો સંદેશો વધુ દૂર સુધી ફેલાવવામાં આવ્યો. આ બહુમુખી પદ્ધતિ ભ્રામક માહિતીનો મુકાબલો કરવામાં અને સરળ પરંતુ પ્રભાવશાળી વાર્તાઓમાં કર સુધારાના લાભોને સ્પષ્ટ કરવામાં મહત્વપૂર્ણ હતી.

અભિયાન ખાસ કરીને નીતિને માનવીય બનાવવામાં અસરકારક હતું. સરેરાશ અમેરિકનોની વાર્તાઓ બતાવવાથી, જેમને વધુ ન્યાયી કર પ્રણાલીથી લાભ મળવાનો હતો, સુધારો હવે માત્ર અમૂર્ત કાયદાની જગ્યાએ વાસ્તવિક જીવનોને સકારાત્મક રીતે અસર કરનારો ફેરફાર તરીકે જોવામાં આવ્યો. આ વ્યક્તિગત વાર્તાઓએ નીતિને ગહનતા અને સંબંધિતતા ઉમેરી, તેને વધુ સુલભ અને વિસ્તૃત પ્રેક્ષકો માટે આકર્ષક બનાવી.

જાહેર ચર્ચા સાથેની સક્રિય જોડાણ અને વ્યાપક મીડિયા અભિયાનના રણનીતિક મિશ્રણે ધીમે ધીમે જાહેર મતને કર સુધારાના પક્ષમાં વળાવ્યું. લોકો સાથેના જોનાથનના સીધા જોડાણ, સાથે મીડિયા વાર્તાકથનની મનાવટાળુ શક્તિ, મજબૂત સમર્થનની લહેર બંધાવવા માંડી. જેમ જેમ વધુ અને વધુ લોકો સમજવા અને એક ન્યાયી, વધુ સંતુલિત સમાજના દૃષ્ટિકોણને સ્વીકાર્યા, જોનાથનના કર સુધારાની પાછળનો જોશ વધ્યો, કાનૂની સફળતાની શક્યતા માટે મંચ તૈયાર કર્યો. આ વધતું જાહેર સમર્થન, સત્યનિષ્ઠ સંવાદ અને અસરકારક સંચાર દ્વારા પોષાયું, નીતિ અને રાષ્ટ્રના ભવિષ્યને આકાર આપવામાં એકતાની શક્તિનો પુરાવો હતો.

પરિવર્તનશીલ નેતૃત્વ: કર સુધારાનું અમલીકરણ

જોનાથન હેલના કર સુધારા માટે જાહેર સમર્થન વધતા ગયું, તેમના તર્કોએ રાષ્ટ્રવ્યાપી વધુ ગૂંજણ મેળવ્યું. તેમણે સતત ધનિક નાગરિકોની નૈતિક જવાબદારી પર ભાર મૂક્યો, જેમની સંપત્તિને વધુ રક્ષણની જરુર હતી, તેમની નીતિને સામૂહિક સમૃદ્ધિ અને રાષ્ટ્રીય એકતાના આદર્શો સાથે સંકલિત કરી.

એક જીવંત ટેલિવાઇઝ્ડ પ્રશ્નોત્તર સત્ર દરમિયાન, એક ચિંતિત નાગરિકે પૂછ્યું, "આપણે કેવી રીતે ખાતરી કરીશું કે આ સુધારાને ભવિષ્યમાં ઉલટાવી નહીં શકાય?" જોનાથને દૃઢતાથી જવાબ આપ્યો, "આપણે તેને જાહેર સમર્થન અને કાનૂની દૃઢતામાં સ્થાપિત કરીએ છીએ. આ સુધારો માત્ર એક નીતિ નથી; તે આપણી સમાજની નવી નીંવ છે, એક નીવ જે ન્યાય અને સામૂહિક જવાબદારી પર બંધાયેલ છે. તેની ન્યાયપૂર્ણતામાં જ તેની દીર્ઘાયુષ્યતા સુનિશ્ચિત થશે."

તેમના ટેલિવાઇઝ્ડ સંબોધનમાં, જોનાથને તેમના પ્રસ્તાવનાની વિશેષતાઓ પર વધુ ઊંડાણમાં પ્રવેશ કર્યો, સામાન્ય પ્રશ્નો અને ચિંતાઓને સંબોધિત કર્યા. "આપણા ચર્ચો, શાળાઓ, હોસ્પિટલો અને નોનપ્રોફિટો વિશે શું?" તેમણે શરૂ કર્યું, સમાજમાં વિવિધ સંસ્થાઓની વ્યાપક શ્રેણીને માન્યતા આપી. "હા, તેઓ પણ યોગદાન આપશે. તેમની ઈમારતો, તેમની સંપત્તિઓને, કોઈ પણ ખાનગી મિલકત જેટલું જ રક્ષણની જરૂર છે. તે ન્યાય વિશે છે, સુનિશ્ચિત કરવામાં કે દરેક એન્ટિટી જે આપણી લશ્કરના રક્ષણથી લાભ ઉઠાવે છે, તેનો હિસ્સો આપે છે."

તેમણે વિવિધ સંપત્તિઓ વિશેની ચિંતાઓને સંબોધતા ચાલુ રાખ્યું, "શેરો, બોન્ડ્સ, અને કેશ પણ – તેમની બધાની સુરક્ષાની જરૂર છે. આપણી લશ્કરનું રક્ષણ ભૌતિક સંપત્તિઓથી આગળ જઈને એ સિસ્ટમ્સ સુધી વિસ્તારે છે જે આ નાણાકીય સાધનોની ચલણ અને વ્યવસ્થાપનને સક્ષમ બનાવે છે. અને હા, આમાં કેશ પણ સામેલ છે, જેને કર પ્રણાલીઓમાં ઘણીવાર અવગણાય છે. આપણો દૃષ્ટિકોણ સુનિશ્ચિત કરે છે કે ક્યારેક દરેક કેશ ધરાવતા વ્યક્તિ એવા બધાના રક્ષણમાં યોગદાન આપે છે જેમને તેને ધરાવ્યું છે."

બીજા એક ટેલિવાઇઝ્ડ સંબોધનમાં, જોનાથનના શબ્દોએ એક યુવા ઉધમીને ગૂંજવામાં મૂક્યા, જેણે પાછળથી એક મુલાકાતમાં વહેંચ્યું, "હું શરૂઆતમાં શંકાશીલ હતો, પરંતુ પ્રેસિડેન્ટ હેલને આ સુધારાની વ્યાપક અસર વિશે બોલતા સાંભળ્યા પછી, મને એહસાસ થયો કે તે આપણા સામૂહિક ભવિષ્ય

વિશે છે. તે એવા સમાજનું નિર્માણ વિશે છે જેના પર આપણે બધા ગર્વ કરી શકીએ."

જોનાથન પછી વ્યક્તિગત અને સરકારી સંપત્તિઓ તરફ વળ્યા, "તમારા વાહનો, બોટ્સ, વિમાનો - જો તમે આ ધરાવો છો, તો તેમના સંરક્ષણમાં યોગદાન આપવું ન્યાયસંગત છે. આ સરકારી સંપત્તિઓ પર પણ લાગુ પડે છે. અનુપયોગી સંપત્તિઓને વેચવી જોઇએ, અને સારી રીતે વ્યવસ્થાપિત સંસાધનો, જેમ કે જંગલો, પર્યાવરણીય પ્રયત્નોમાં મદદ કરી શકે છે, જેમ કે CO_2 નું સેક્વેસ્ટ્રેશન."

આવાસ અંગે બોલતાં, તેમણે ઉમેર્યું, "ઘરો, ખાસ કરીને તે પ્રમુખ સ્થળોએ આવેલા, સંરક્ષણની જરૂર છે. આપણો કર વિવિધ મૂલ્યાંકનો પર આધારિત હશે - બજાર, વીમાકૃત, નિર્ધારિત - ન્યાયપૂર્ણતા અને સ્થાનાંતરણીયતાની ખાતરી કરવા."

એક મહત્વપૂર્ણ વળાંક ત્યારે આવ્યો જ્યારે સેનેટર ડેવિસ, એક અગાઉનો વિરોધી, જાહેર રીતે સુધારાનું સમર્થન કર્યું. "હું સંકોચમાં હતો, પરંતુ હું પ્રેસિડેન્ટ હેલના દ્રષ્ટિકોણમાં ગુણવત્તા જોઈ રહ્યો છું," ડેવિસે જાહેર કર્યું, રાજકીય જ્વારની મહત્વપૂર્ણ ફેરફારનું સંકેત આપતું. આ ક્ષણ લાંબા સમયથી ચાલતી આવી અડચણો અને વિરોધના ભંગાણનું પ્રતીક બન્યું.

જોનાથને પ્રસ્તાવના નાણાકીય અસર પર ઓછું જોર આપ્યું, "આપણા રાષ્ટ્રની કુલ સંપત્તિઓને ધ્યાનમાં રાખતા, જરૂરી યોગદાન નમ્ર છે પરંતુ પ્રભાવશાળી. આવી રીતે આપણું કર માળખું ફરી દિશામાં સ્થાપિત કરીને, આપણે ઘણા નાગરિકો પરનો કરનો ભાર ઘણો ઘટાડી શકીએ છીએ જ્યારે આપણી રક્ષા અને યોદ્ધા સમર્થનનું યોગ્ય નાણાંપુરવઠો કરી શકીએ છીએ."

તેમના સંબોધનનું સમાપન કરતા, જોનાથને નૈતિક પાસા પર સ્પર્શ કર્યો, "આ માત્ર નાણાકીય સુધારો નથી; તે દ્રષ્ટિકોણમાં ફેરફાર છે. સૌથી વધુ નાણાકીય

જવાબદારી ઉપાડનારાઓ સંઘર્ષ અને અરાજકતાની સાચી કિંમત જોઈ શકે છે, શાંતિ તરફ સમાજની પ્રવૃત્તિને બઢાવવાનું. તે ફેરફાર છે જેની આપણે લક્ષ્ય કરીએ છીએ."

ઓવાલ ઓફિસમાં, શાંત ક્ષણમાં, ચિંતન કરતા, જોનાથને તેમના સૌથી નજીકના સલાહકાર સાથે વહેંચ્યું, "પ્રવાસ સરળ નથી રહ્યો, પરંતુ જાહેર ધારણા અને રાજકીય પરિદૃશ્યમાં ફેરફાર જોઈને મારી મિશનમાં વિશ્વાસ પુનઃસ્થાપિત થાય છે. આપણે માત્ર કર પ્રણાલીનું સુધારણ કરતા નથી; આપણે માનસિકતાનું પરિવર્તન કરી રહ્યા છીએ."

આ સૂક્ષ્મ સમજણ, દેશને પ્રસારિત થયેલ, જોનાથનના દૃષ્ટિકોણને સ્પષ્ટતા અને ગાઢતા પૂરી પાડી, તેમના પરિવર્તનશીલ કર સુધારા પહેલને માટે જાહેર સમર્થન અને સમજણને વધાર્યું.

જાહેર સમર્થનમાં આ વૃદ્ધિએ રાજકીય પરિદૃશ્યમાં ઉલ્લેખનીય ફેરફારનું કારણ બન્યું. બિલના શરૂઆતમાં વિરોધ કરનારા સેનેટરોએ તેમની સ્થિતિઓ પુનઃવિચારવા માંડી, તેમના મતદારોના વિકસતા વિચારોને વધુ ધ્યાનમાં લેતા. રાજકીય જવાર બદલાઈ રહ્યું હતું, રાષ્ટ્રીય રાજકારણમાં પરિવર્તનશીલ ક્ષણને ચિહ્નિત કરતું.

જોનાથનનું દૃષ્ટિકોણ હવે એકલ પ્રયત્ન ન હતું; તે એક ચળવળમાં વિકસિત થયું જેણે પરંપરાગત રાજકીય વિભાજનો અને આર્થિક વર્ગોને પાર કર્યા.
કર પ્રણાલી સામેનો એકવાર અજયાબળી વિરોધ ઓછો થવા માંડ્યો કેમ કે વધુ વિધાયકોએ સમાનતાવાદી સમાજ બનાવવાની સુધારાની ક્ષમતાને ઓળખી. રાજકીય વર્તુળોમાં વાર્તાનું ધ્યાન નવી પ્રણાલી સાથે જોડાયેલા જોખમોથી તેની ન્યાયપૂર્ણ, વધુ સમાન સમાજને બઢાવવાની ક્ષમતા પર ખસેડાઈ ગયું.

રાજકીય ભાવનામાં આ ફેરફાર જોનાથનના કારકિર્દિમાં એક નિર્ણાયક ક્ષણ હતો. તે ફક્ત એક વિધાયક જીત ન હતી; તે સાંસ્કૃતિક અને વૈચારિક ફેરફાર હતો. આ ફેરફારની લહેરો ફક્ત સત્તાની ગલીઓમાં જ નહીં, પણ સમગ્ર દેશમાં અનુભવાઈ, જાહેર મત અને અમેરિકન રાજકારણનું પરિદૃશ્ય ફેરવતી.

પ્રભાતની શાંતિમાં ઓવાલ ઓફિસમાં, પ્રેસિડેન્ટ જોનાથન હેલ ચિંતનશીલ મુદ્રામાં બેઠા હતા, તેમની નજર તેમની પ્રેસિડેન્સીના પ્રતીકોથી બહારની દુનિયા તરફ વિચરતી હતી. આ ક્ષણ અથાગ પીછો અને માન્યતાઓ અને વૈચારિકતાઓને પડકારીને એક ક્રાંતિકારી કર પ્રણાલીને સાકાર કરવાની યાત્રાનું પરિણામ હતું. આ માત્ર તેમની પ્રશાસન માટે નહીં, પરંતુ રાષ્ટ્ર માટે પણ એક વિજય હતો, જેણે તેમણે સમર્થન આપેલા "મહાન તું, મહાન આપણે" દર્શનને અવતારણ આપી.

જોનાથનનો આ મહત્વપૂર્ણ મીલકત સુધીનો માર્ગ દૃઢતા અને ન્યાય અને સમાનતામાં અડગ વિશ્વાસ દ્વારા કોરાયો હતો. તેમણે રાજકીય વિરોધની ભૂલભુલામણીમાં માર્ગ બનાવ્યો અને ગાઢ દાર્શનિક ચર્ચાઓમાં સામેલ થયા, દરેક પગલું તેમના હેતુ પ્રત્યેની પ્રતિબદ્ધતાને મજબૂત કરતું હતું. નવી કર પ્રણાલી, એક વાર દૂરની આશા, હવે તેમની અડગ આત્માનું સાક્ષી તરીકે ઉભી હતી.

જોનાથનના વિચારો તેમની વ્યક્તિગત કષ્ટો પર ટકરાતા રહ્યા, ખાસ કરીને તેમની પત્નીનું નુકસાન. "તેમની આત્મા અને અમારા સંયુક્ત સ્વપ્નો એ માર્ગદર્શક શક્તિ રહ્યા છે," તેમણે મૌનમાં ચિંતન કર્યું. આ નુકસાને તેમના દૃષ્ટિકોણને ગહનપણે આકાર આપ્યો, સમાજની સુધારણા માટેની તેમની પ્રતિબદ્ધતાને ઉત્તેજન આપી અને સમાનતા અને ન્યાય માટેના તેમના મિશનમાં એક ગહન વ્યક્તિગત હિસ્સો ઉમેર્યો.

વ્યક્તિગત ચિંતન અને નવી શરુઆતો

આ પ્રવાસ પર ચિંતન કરતા, જોનાથને અનિશ્ચિતતાઓ, સામનાઓ, અને શંકાની ક્ષણો વિશે વિચાર્યું જેમણે તેમની દૃઢતાની કસોટી લીધી. દરેક પડકાર માત્ર એક અવરોધ ન હતો; તે એક પારખનું કુંડ હતું જેણે તેમનું ચરિત્ર ગઢ્યું, તેમના દૃષ્ટિકોણને આકાર આપ્યો. તેમની વિજય માત્ર એક વિધાયક સિદ્ધિ નહોતી; તે એક દાર્શનિક જીત હતી, વ્યક્તિગત સંપત્તિ પર અગ્રતા આપવાના દૃષ્ટિકોણમાંથી સામુહિક જવાબદારી અને સાંકળી સમૃદ્ધિ સ્વીકારવામાં ફેરફાર.

બારી બહાર જોતા, જોનાથને તેમની નીતિની વ્યાપક અસર પર વિચાર્યું. કર સુધારાઓ માત્ર એક નાણાકીય સંશોધન ન હતા; તે સમાજના મૂલ્યોમાં એક મહત્વપૂર્ણ ફેરફારનું પ્રતીક હતા. તેમણે એવી પ્રણાલી અમલમાં મૂકી જે દેશની સંપત્તિઓના સંરક્ષણની જવાબદારીનું ન્યાયપૂર્ણ વહન કરે છે, એ સ્વીકારતી હતી કે જ્યારે બધા જીવનો સમાન રીતે મૂલ્યવાન છે, વ્યક્તિઓ ધરાવતી સંપત્તિઓ નથી, અને તેથી તેમનું સંરક્ષણ સમાનુપાતિક રીતે વહેંચવું જોઈએ.

ખંડની શરુઆતમાં, જ્યારે જોનાથન બારી બહાર જોતા હતા, તેમણે તેમની નીતિઓના વૈશ્વિક પરિણામો પર વિચાર્યું. "અહીં અમે નક્કી કરેલા સિદ્ધાંતો... શું તેઓ વૈશ્વિક પરિવર્તન માટેનું એક નક્શો બની શકે?" તેમણે આશ્ચર્ય કર્યું, આંતરરાષ્ટ્રીય મંચ પર તેમની ભાવિ મહત્ત્વાકાંક્ષાઓ માટે બીજ વાવતા.

નવો ક્ષિતિજ: વૈશ્વિક મહત્ત્વાકાંક્ષાઓ અને વારસો

આ શાંત સેટિંગમાં, જોનાથને ઓળખ્યું કે તેમની સિદ્ધિઓ માત્ર એક કર પ્રણાલીને પુનઃઆકારવાથી આગળ વિસ્તારે છે; તેમણે રાષ્ટ્રની મૂળ આત્માને જ ફરીથી પરિભાષિત કરી છે. તેમણે એક એવી સમાજ માટે માર્ગ તૈયાર કર્યો જ્યાં ન્યાયપૂર્ણતા અને સામૂહિક કુશળતા ઠોસ વાસ્તવિકતાઓ તરીકે હતા, જે રાષ્ટ્રીય નીતિના તાણાવાણામાં ગઢ રીતે સંકળાયેલા હતા.

તેમનું મન તેમને અહીં લાવનાર પ્રવાસને પાર કર્યું - તેમના રાજકીય કારકિર્દિની નમ્ર શરૂઆત, તેમની પત્નીનું વિનાશકારી નુકસાન, અને તેમણે પાર કરેલો ગહન આત્મ-સંશય. આ વ્યક્તિગત મહત્વપૂર્ણ ક્ષણોએ અમિટ ચિહ્નો છોડ્યા હતા, જેણે તેમને બનાવેલા નેતામાં ઢાળ્યા હતા, અને જીવનની ક્ષણભંગુર પ્રકૃતિ અને કોઈની ક્રિયાઓની સ્થાયી અસરના સ્મરણો તરીકે કાર્ય કરતા હતા.

જોનાથનના ડેસ્ક પર એક અહેવાલ આવ્યો, જેણે તેમના કર સુધારાના સકારાત્મક અસરોને ઉજાગર કર્યા. સુધારેલા જીવનધોરણ ધરાવતા પરિવારો, ફાલી ફૂલી રહેલા નાના વ્યવસાયો - પુરાવા સ્પષ્ટ હતા. તેમની નીતિઓ સામાન્ય નાગરિકોના જીવનમાં વાસ્તવિક ફેરફાર લાવી રહી હતી, એક તથ્ય જેણે તેમને ગહન સંતોષની અનુભૂતિ આપી.

જોનાથને સ્વીકાર્યું કે તેમની સફળતા એક સાંકળી વિજય હતી, તેમના દૃષ્ટિકોણમાં સામૂહિક વિશ્વાસ અને સમર્થનનું પ્રમાણપત્ર. તે એ નાગરિકો માટે એક વિજય હતો જેઓ હવે વધુ સમાનતાવાદી સમાજમાં ફાલી ફૂલી શકશે અને ભવિષ્યની પેઢીઓ માટે જેઓ ન્યાય અને સમાનતા પર આધારિત રાષ્ટ્રનો વારસો મેળવશે.

પ્રભાતની પ્રથમ કિરણોએ ખંડ પ્રકાશિત કરતાં, પ્રેસિડેન્ટ જોનાથન હેલે એ સમજ્યું કે તેમનો પ્રવાસ હજુ પૂર્ણ થયો નથી. વધુ પડકારો સામે આવવાના હતા, વધુ સુધારાઓ અમલમાં મૂકવાના હતા. તેમ છતાં, આ ચિંતનશીલ ક્ષણમાં, તેમણે તેમની સિદ્ધિઓની પ્રશંસા કરવા માટે સ્વયંને થોડી વિરામ આપી. તેમણે અરાજકતાનો સામનો કર્યો અને વિજયી બન્યા, નવા શાસન અને સામાજિક જવાબદારીના યુગની આધારશિલા મૂકી.

એકાંતના આ ક્ષણમાં, પ્રેસિડેન્ટ હેલ ભૂતકાળની સિદ્ધિઓ અને ભવિષ્યની આશાઓના ચૌરાહે ઊભા હતા. ઇતિહાસથી ભરપૂર ઓફિસ, ભૂતકાળના નિર્ણયોની ગંભીરતા અને હજુ લેવાના નિર્ણયોની આશાનું ગૂંજણ સંભળાવતું હતું. પ્રભાતની પ્રકાશની આશાવાદી ચમક તેમની પ્રેસિડેન્સીની યાદગારી

વસ્તુઓ પર પ્રકાશ પાથર્યો, દરેક વસ્તુ કરાયેલી યાત્રા અને હજુ ચાર્ટ કરવાની પથની યાદ અપાવતી. તેમની જાહેર વિજયો અને વ્યક્તિગત નુકસાનના દ્વંદ્ધ પર ચિંતન કરતા, જોનાથને તેમની પ્રેસિડેન્સીને આકાર આપનાર ત્યાગોને ઓળખ્યા. તેમનું ચિંતન માત્ર મેળવેલી વિજયો પર જ નહોતું પણ સહન કરેલા વ્યક્તિગત ખર્ચો પર પણ હતું, નેતૃત્વ અને વારસાના જટિલ તાણાવાણાને ઉજાગર કરતું.

તેમના વિચારો, જો કે, જલ્દીથી ભૂતકાળથી વર્તમાન તરફ સરી ગયા, ખાસ કરીને એક આગામી પ્રતિબદ્ધતા – એક આરોગ્ય સુધારા ચેરિટી ઇવેન્ટ. સામાન્ય રીતે, આવા ઇવેન્ટ્સ તેમની નિયમિત કાર્યક્રમનો ભાગ હોય છે, પરંતુ આ વખતે અપેક્ષા કરતાં અલગ લાગણી હતી, એક સૂક્ષ્મ પૂર્વાનુમાન કે આ અવસર કંઈક અલગ હોઈ શકે છે.

તે દિવસે પછીથી જ્યારે જોનાથન ઇવેન્ટમાં પ્રવેશ્યા, ચેરિટી ગાલાનું જીવંત વાતાવરણ તરત જ તેમને ઘેરી લીધું. ખોલી ઉત્સાહી વાતચીતોના ગુંજન અને ગ્લાસના મૃદુ ટકોરાથી ગુંજી ઉઠી. તે પ્રભાવશાળી વ્યક્તિત્વોનું એક કેલિડોસ્કોપ હતું, જે બધા એક સામાન્ય હેતુથી એકજુટ હતા. હવામાં ઉત્તમ ભોજન અને ફૂલોની સજાવટની સૂક્ષ્મ મિશ્રણની સુગંધિ ફેલાઈ રહી હતી, જેણે સુંદર અને ઉદ્દેશપૂર્ણ વાતાવરણ સજર્યું હતું.

ઇવેન્ટ દરમિયાન, જોનાથનનું ધ્યાન ડો. એમિલી કાર્ટર તરફ ખેંચાયું, જે જાહેર આરોગ્યમાં એક પ્રખ્યાત વ્યક્તિ હતા. જ્યારે તેમણે સુલભ આરોગ્યસેવાની જરુરિયાત વિશે વાત કરી, તેમના શબ્દો તે સિદ્ધાંતો સાથે ગૂંજી ઉઠ્યા જેને તે હંમેશાં સમર્થન આપ્યું હતું. તેમનું ભાષણ, ઉત્સાહ અને અંતરદૃષ્ટિથી ભરપૂર, માત્ર સુધારાની જરુરિયાત પર જ નહીં, પરંતુ આંકડાઓ પાછળની માનવીય વાર્તાઓ પર ભાર મૂક્યો. આ કરુણા અને નિષ્ણાતતાનું મિશ્રણ જ હતું જેણે જોનાથનને પછી તેમની સાથે વાતચીત કરવા પ્રેરિત કર્યું.

"ડૉ. કાર્ટર, તમારી અંતરદૃષ્ટિઓ આજે રાત્રે અમે જે વિશાળ ઉદ્દેશ્યોની દિશામાં પ્રયાસ કરી રહ્યા છીએ તેના સાથે અદ્ભુત રીતે મેળ ખાય છે," જોનાથને કહ્યું, સ્વાગતમાં તેમનો હાથ આગળ ધપાવીને. હાથમિલાવટ મજબૂત હતી, જાહેર સેવામાં સમર્પિત બે વ્યક્તિઓ વચ્ચેના પરસ્પર આદરનું આદાન-પ્રદાન.

એમિલીનો જવાબ ગરમાળ અને વિચારશીલ હતો. "આભાર, શ્રીમાન પ્રેસિડેન્ટ. આ પડકારજનક સમયમાં, સૌથી ઊંચા સ્તરે આરોગ્યસેવાને અગ્રતા આપવામાં આવતી જોવું એ દિલને સ્પર્શી જાય છે." તેમનું સ્મિત ખરું હતું, લોકોના જીવનમાં ઠોસ ફેરફાર લાવવાની સાંકળી જુસ્સો દર્શાવતું.

જ્યારે તેઓ વાત કરતા હતા, તે સમયે ઇવેન્ટની ચહલપહલ પાછળના ભાગમાં ઓગળી ગઈ. તેમની ચર્ચા સ્વાભાવિક રીતે વ્યાવસાયિકથી વ્યક્તિગત તરફ વહેતી ગઈ, સામાન્ય અનુભવો અને મૂલ્યોનો ખુલાસો કરતી. જોનાથન તેમના જીવનની યાત્રા, તેમની પત્નીનું નુકસાન, અને તે પછીના આત્મચિંતન વિશે ખુલ્લા દિલે વાત કરવા લાગ્યા. એમિલી ધ્યાનથી સાંભળતા, તેમની કરુણા સ્પષ્ટ હતી.

ત્યારબાદના અઠવાડિયાઓમાં, તેમના માર્ગો વિવિધ કાર્યક્રમો અને બેઠકોમાં અનેક વાર કાપી ગયા. દરેક મુલાકાત સાથે, તેમની વચ્ચેનું બંધન વધુ ગાઢ બનતું ગયું, વ્યાવસાયિક આદરને પાર કરીને સામાન્ય આદર્શો અને પરસ્પર સમજણમાં મૂળભૂત જોડાણમાં વિકસિત થયું. એમિલીની આરોગ્યસેવા પરની અંતરદૃષ્ટિઓએ જોનાથનની નીતિ-નિર્માણ પદ્ધતિને પ્રભાવિત કરવા માંડી, તેને તેમણે ખૂબ જ મૂલ્યવાન માની તેવી તાજી દૃષ્ટિકોણ પૂરી પાડી.

એક સાંજે, એક પેનલ ચર્ચા પછી, તેઓ કોન્ફરન્સ સેન્ટરના શાંત બગીચાઓમાં ચાલતા મળ્યા. સૂર્યાસ્તનો ગરમ પ્રકાશ પાથરીને માર્ગ પર પડતો હતો, અને હવામાં સાંજના શાંત અવાજો ભરાયેલા હતા. "ડૉ. કાર્ટર, આપણી ચર્ચાઓ ખૂબ જ પ્રકાશક રહી છે," જોનાથને કબૂલ કર્યું. "તમારા દૃષ્ટિકોણોએ મારી

સમજણને વિસ્તૃત કરી, મારી નીતિ પદ્ધતિ જ નહીં, પરંતુ મારી વ્યક્તિગત વિશ્વદૃષ્ટિ પર પણ અસર કરી છે.”

એમિલીનો જવાબ વિચારશીલ હતો, “જેમ તમે કરો છો તેમ જાહેર સેવાની જટિલતાઓને સમજનાર કોઈને મળવું દુર્લભ અને તાજગીભર્યું છે, શ્રીમાન પ્રેસિડેન્ટ. વધુ સારું કામ માટેની તમારી સમર્પણ દરેક નિર્ણયમાં સ્પષ્ટ છે.”

તે સાંજે જ્યારે તેઓ વિખૂટા થયા, ત્યાં સંપર્કમાં રહેવાનું વચન હતું, એક બીજાના પ્રયાસોને સમર્થન આપવાની પ્રતિબદ્ધતા હતી, જેનાથી અર્થપૂર્ણ સામાજિક ફેરફારો સર્જાય. જોનાથન માટે, એમિલી સાથેનું આ નવું સંબંધ માત્ર એક વ્યાવસાયિક ગઠબંધન કરતાં વધુ હતું; તે એ યાદનીશાની હતી કે જીવનમાં હજુ પણ નવી શરૂઆતો અને અર્થપૂર્ણ સંબંધો હતા, તેમના પ્રેસિડેન્સીની માગણીલક્ષી જવાબદારીઓની વચ્ચે પણ.

ઓવાલ ઓફિસમાં તેમના પ્રવાસ પર ચિંતન કરતાં, જોનાથને માત્ર તેમણે કરેલા પ્રભાવ પર જ નહિ, પરંતુ તેમણે કાબુ પામેલી ચુનૌતીઓ અને અનુભવેલી વ્યક્તિગત વૃદ્ધિ પર પણ વિચાર્યું. દીવાલો પર લાગેલા ફોટોગ્રાફ્સ, દરેક તેમની પ્રેસિડેન્સીના એક મહત્વપૂર્ણ ક્ષણને કેદ કરતા, હવે માત્ર જાહેર સિદ્ધિઓ જ નહિ પરંતુ વ્યક્તિગત મહત્વપૂર્ણ ક્ષણોનું પ્રતિનિધિત્વ કરતા હતા.

નવા અધ્યાયના આરંભે ઉભા રહીને, જોનાથનની આશાઓ રાષ્ટ્રીય સીમાઓની પાર વધી ગઈ. એમિલી સાથેની એક મહત્વપૂર્ણ ચર્ચા, તેમના અતીતના અનુભવોથી સમૃદ્ધ, જોનાથનની મહત્વાકાંક્ષાને વૈશ્વિક મંચ પર પગલું મૂકવાની દિશામાં પ્રગટ કરી, સંયુક્ત રાષ્ટ્ર જેવા આંતરરાષ્ટ્રીય મંચો પર નીતિઓ આકારવાની આશા રાખી. આ નવી શોધમાં, તેમણે ધર્મ અને તેલોસના સિદ્ધાંતોને વૈશ્વિક સ્તરે લાગુ કરવાની તક જોઈ, એવી દુનિયા માટે વકાલત કરતા જ્યાં રાષ્ટ્રો સામૂહિક જવાબદારી અને નૈતિક અખંડિતતા સાથે કામ કરે છે.

સૂર્ય ક્ષિતિજ નીચે ડૂબી રહ્યો હતો, આકાશને નારંગી અને જાંબલી રંગોના જીવંત છટાઓમાં રંગી રહ્યો હતો, જોનાથન પરિવર્તનની કગાર પર ઊભા હતા. તેમની પ્રેસિડેન્સીનો અંત નજીક આવી રહ્યો હતો, પરંતુ તેમની આશાઓ પંખ ફેલાવી રહી હતી, એક પ્રવાસનું વચન આપી રહી હતી જે રાષ્ટ્રીય સીમાઓને પાર કરશે અને વૈશ્વિક પેરાડાઈમ્સને પડકારશે. ઓવાલ ઓફિસની બહાર પગલું મૂકતાં, તે આગામી પડકારો અને તકોને આલિંગન આપવા તૈયાર હતા, તેમની સાથે તે અનુભવો અને સંબંધો લઈને જતા હતા જેમણે તેમની અસાધારણ યાત્રાને આકાર આપ્યો હતો.

ઓવાલ ઓફિસ છોડવાના છેલ્લા સમયે, જોનાથને રિઝોલ્યુટ ડેસ્ક તરફ છેલ્લી નજર કરી, જ્યાં તેમણે એવા નિર્ણયો લીધા હતા જેણે રાષ્ટ્રને આકાર આપ્યો હતો. આ ઐતિહાસિક ડેસ્ક, પ્રેસિડેન્શિયલ સતતતા અને દૃઢતાનું પ્રતીક, તેમના કાર્યકાળ દરમિયાન એક અટૂટ સાથી રહ્યું હતું. તેમણે તેના એક દરાજમાં તેમના ઉત્તરાધિકારી માટે એક નોંધ છોડી, જેમાં ફક્ત "મહાન તું, મહાન આપણે - જોનાથન હેલ." લખાણ હતું. આ સંક્ષિપ્ત પરંતુ શક્તિશાળી સંદેશાએ મશાલની પાસિંગ અને નેતૃત્વની સતતતાને પ્રતીકૃત કર્યું. ઊંડો શ્વાસ લઈને, જોનાથન ઓફિસની બહાર પગલું મૂક્યું, તેમની રાહ જોઈ રહેલા નવા અધ્યાયને આલિંગન આપવા તૈયાર, રિઝોલ્યુટ ડેસ્કના વાર્તાવાળા ઇતિહાસમાં સમાવિષ્ટ તેમની વારસાને પાછળ છોડી.

એપિલોગ: જોનાથન હેલ - સમાનતાવાદી લશ્કરી નાણાંકીયન અને ક્વાટર્નરી મોડેલનું અગ્રણી

ક્વાટર્નરી માઇન્ડ મોડેલ (QMM) પરિચય

ક્વાટર્નરી માઇન્ડ મોડેલ (QMM) વ્યક્તિગત અને સમાજિક તત્વો સાથે કોસ્મિક સ્કેલનું અનોખું એકીકરણ કરે છે, શાસન અને નીતિના પ્રભાવ પર વ્યાપક સમજ આપે છે. બ્રહ્માંડીય સ્થિરાંકોથી માંડીને વ્યક્તિગત માનવ અનુભવોની બારીકીઓ સુધી બધું સમાવેશ કરીને, QMM રાષ્ટ્રીય નીતિના એક ભાગ તરીકે લશ્કરી નાણાંકીયને કેવી રીતે અસ્તિત્વના વિવિધ સ્તરો પર ગૂંજે છે તે પર બહુઆયામી દૃષ્ટિકોણ પ્રદાન કરે છે.

QMM માત્ર એક અકાદમિક રચના હોવાનું મર્યાદિત નથી; તે એક પ્રતીકાત્મક બ્રિજ તરીકે કાર્ય કરે છે જ્યાં ગ્રીક અક્ષરો સંકેતિત પ્રતીકોમાં પરિવર્તિત થાય છે, જટિલ વિચારોને એકમાત્ર સંકેતોમાં સમાવિષ્ટ કરે છે. આ વિશેષ રીતે $U\Omega$ (ઓમેગા) દ્વારા દર્શાવેલ છે, જે માનવતાનું એકીકૃત દૃષ્ટિકોણ છે. $U\Omega$ બાયોલોજિકલ પરાકાષ્ઠાથી વધુ છે; તે આપણી સામૂહિક માનવીય પ્રયત્નોનું ગાઢ સાક્ષી તરીકે ઉભું છે, આપણી કલાઓ, વિજ્ઞાનો, દર્શનશાસ્ત્રો, અને વિવિધ સાંસ્કૃતિક અભિવ્યક્તિઓને સમાવે છે. તે આપણી સામૂહિક સ્મૃતિઓ, પરીક્ષણો, અને વિજયો વિશે છે, અને આપણે જે વિવિધ માર્ગોથી ચાલ્યા છીએ તે ભવિષ્યની શક્યતાઓ તરફ સંકેત કરે છે.

આ મોડેલ બ્રહ્માંડીય અને પાર્થિવ રાજ્યોને ગૂંથે છે, જ્યાં વિશાળ બ્રહ્માંડીય સિદ્ધાંતો માનવ વિચાર અને સમાજિક માળખાઓ સાથે ગૂંજે છે. ક્વાટર્નરી માઇન્ડ એક લેન્સ તરીકે ઉભરે છે, જે આપણને માનવીય પ્રયત્નોમાં બ્રહ્માંડીય સિદ્ધાંતોની ગૂંજને જોવાની અનુમતિ આપે છે.

E ક્વાટર્નરી માઇન્ડ મોડેલના ચાર સિદ્ધાંતોનું વિસ્તાર $(Pr4\Gamma^n)$

૧. **નિકટતા $(Vc\Gamma_{us}^n)$:** આ સિદ્ધાંત યુ.એસ.ની વૈશ્વિક શક્તિ તરીકેની સ્થિતિને માન્ય રાખે છે, જે તેની શાસનને આકાર આપતા

પર્યાવરણીય અને સંદર્ભાત્મક તત્વોને સમાવે છે. તે રાષ્ટ્રની વિશાળ આર્થિક અને લશ્કરી જવાબદારીઓની વૈશ્વિક દૃશ્યાવલિમાં માન્યતા છે.

૨. **નજીકતા ($PxΓ_{us}^n$):** તે યુ.એસ. સરકારના નિર્ણય લેવા પર અસર કરતી તાત્કાલિક ચિંતાઓ અને સંબંધો સાથે નિપટે છે. આ સિદ્ધાંત નીતિ અને શાસનને આકાર આપતી દૈનિક વાસ્તવિકતાઓ અને તાત્કાલિકતાઓમાં ડૂબકી મારે છે.

૩. **ક્ષમતા ($AbΓ_{us}^n$):** આ યુ.એસ.ની શાસન ક્ષમતાઓ અને સંસાધનોનું મૂલ્યાંકન કરે છે, તેની કુલ સંપત્તિઓને \$187 ટ્રિલિયનમાં મૂલ્યાંકન કરે છે. તે નીતિઓ અને પહેલોનું અમલીકરણ કરવાની રાષ્ટ્રની આર્થિક અને લોજિસ્ટિક ક્ષમતાનું માપદંડ છે.

૪. **ક્રિયા ($AcΓ_{us}^n$):** તે યુ.એસ. સરકાર દ્વારા લેવાયેલા ઠોસ નિર્ણયો અને ક્રિયાઓને સમાવે છે. મિલિટરી ટેક્સ ઓન એસેટ્સનું અમલીકરણ એક મુખ્ય ઉદાહરણ છે, જે બતાવે છે કે નીતિ અને ક્રિયા કેવી રીતે અસેટ મૂલ્ય આધારિત રક્ષા ખર્ચનું વિતરણ કરવા માટે ગૂંથાય છે.

આ કથામાં, દરેક ગ્રીક અક્ષર માત્ર પ્રતીકવાદ કરતાં વધારે છે, વિશિષ્ટ સંકલ્પનાઓનું સ્પર્શી રૂપાંતર બની જાય છે. $UΓ$ (ગામા), સરકારનું એકીકૃત દૃષ્ટિકોણ દર્શાવતું, $UΓ_n$ માનવ સભ્યતાની યાત્રાને આકાર આપતી સામૂહિક શાસનનું સાર સમાવે છે, જે એક મુખ્ય શક્તિ છે. તેલોસ અને ધર્મ દ્વારા શાસિત, $UΓ_n$ (જ્યાં "n" એ નિર્દેશાંક છે, અમારા કિસ્સામાં યુનાઈટેડ સ્ટેટ્સ દ્વારા દર્શાવેલ) એક માર્ગદર્શક પ્રકાશ છે, જે શાસનની દિશાને પૃથ્વી અને બ્રહ્માંડીય લયો સાથે સુસંગત રાખે છે.

ક્વાર્ટર્નરી માઇન્ડ મોડેલ પણ માનવતાની સાંકળી નિયતિને આકાર આપવામાં સરકારની મહત્વપૂર્ણ ભૂમિકાને ઉજાગર કરે છે. તે બ્રહ્માંડ, વ્યક્તિગત મન,

અને સમાજિક માળખાઓના સંગમને હાઇલાઇટ કરે છે, જોર આપે છે કે માનવતાનું એકીકૃત દૃષ્ટિકોણ, $U\Omega$, ત્યારે જ તેની શિખર પર પહોંચે છે જ્યારે તે શાસન, $U\Gamma$ સાથે સમન્વયિત હોય.

બ્રહ્માંડીય અને વૈશ્વિક સંદર્ભ

વધુ વ્યાપક સંદર્ભમાં, જ્યારે સંયુક્ત રાષ્ટ્ર $U\Theta$ (થીટા)નું વિચારણ કરીએ છીએ, દરેક ગ્રીક અક્ષર સામૂહિક માનવીય આકાંક્ષાના વિશિષ્ટ પાસાને શરીરીભૂત કરે છે. $U\Theta$ સામૂહિક માનવીય પ્રયાસનું એક મહાન અવતારણ છે, વ્યક્તિઓની યાત્રાને તેમના પોતાના સિદ્ધાંતો મારફતે ગૂંજવા દે છે.

જેમ જેમ આપણી કથા પૃથ્વી $U\Delta E$ (ડેલ્ટા) થી પર સૌર મંડળ $U\Sigma$ (સિગ્મા) સુધી, અને પછી બ્રહ્માંડમાં ગેલેક્સીઓ UZ (ઝીટા), અને બ્લેક હોલ્સ UX (કાઇ) સુધી વિસ્તરે છે, દરેક પ્રતીક આપણી સમજને ગાઢ બનાવે છે. આ બ્રહ્માંડીય ઘટકો, ઉલ્કાઓ UM (મ્યુ) થી લઇને ધૂમકેતુઓ UK (કપ્પા) સુધી, અસ્તિત્વના તાણાવાણાને સમૃદ્ધ કરે છે, જીવનની અસ્થાયીતા અને ચક્રીયતાની યાદ અપાવે છે.

આ બ્રહ્માંડીય સંદર્ભમાં, આ રાજ્યો પરના અધિકારનો પ્રશ્ન ઉદભવે છે. ક્વાટર્નરી માઇન્ડ મોડેલ આપણી અંતરક્રિયાઓને માર્ગદર્શન આપી શકે છે, અવકાશ અન્વેષણમાં સામૂહિક જ્ઞાન અને પરસ્પર લાભને બઢાવવા, સમાન વિતરણ સુનિશ્ચિત કરવા અને સહયોગને પોષવા.

સંસ્કૃતિઓ અને શાસનનું વૈશ્વિક તાણાવાણા

ઉદાહરણ તરીકે વિયેતનામ ($U\Gamma_{vn}$) લો: અન્વેષણ તેની નિકટતા ($Vc\Gamma_{vn}{}^{n}$) ને સમજવાથી શરૂ થાય છે, તેની વિશિષ્ટ સંસ્કૃતિ અને ઐતિહાસિક સંદર્ભમાં ડૂબવું. પછી તે સન્નિકટતા ($Px\Gamma_{vn}{}^{n}$) અને ક્ષમતા ($Ab\Gamma_{vn}{}^{n}$) મારફતે આગળ વધે છે, અને ક્રિયા ($Ac\Gamma_{vn}{}^{n}$) માં સમાપ્ત થાય છે. એવી જ રીતે, પાકિસ્તાનની

($U\Gamma_{pk}$) યાત્રા નિકટતા ($Vc\Gamma_{pk^n}$)થી શરૂ થાય છે, અને સિદ્ધાંતોને વિકસિત કરીને તેના ચાર સિદ્ધાંતો ($Pr4\Gamma_{pk^n}$) નું નિર્માણ કરે છે.

ક્વાટર્નરી માઇન્ડ મોડેલ મારફતે, આપણે સંસ્કૃતિઓ અને શાસનનું એક તાણાવાણું જોઈએ છીએ, દરેક અનન્ય છતાં આપણા વૈશ્વિક કુટુંબનો ભાગ. આ વિવિધતા આપણી આંતરસંબંધિત દુનિયામાં પરસ્પર સમજણ અને સહકારની જરૂરને ઉજાગર કરે છે, જે વૈશ્વિક શાસનની જટિલતાઓને સમજવામાં ક્વાટર્નરી માઇન્ડ મોડેલના મૂલ્યને ઉજાગર કરે છે.

ધર્મ, તેલોસ, અને જસ્ટ વોર થિયરીનું હેલની પદ્ધતિમાં એકીકરણ

પ્રેસિડેન્ટ જોનાથન હેલની લશ્કરી ટેક્સ નીતિ ધર્મ, તેલોસ અને જસ્ટ વોર થિયરીના દાર્શનિક સંકલ્પનાઓમાં ગાઢ મૂળિયાં વાળેલી છે, દરેક તેના મૂલ્યો અને અમલીકરણને આકાર આપવામાં મહત્વપૂર્ણ ભૂમિકા ભજવે છે.

ધર્મ અને યુદ્ધ નાણાકીયના નૈતિક ફરજ

હેલની પ્રણાલીના કેન્દ્રસ્થાનમાં ધર્મનો સિદ્ધાંત આવેલો છે, જે ભારતીય પરંપરાઓમાંથી લીધેલો છે, જે કર્તવ્ય, નૈતિકતા અને નૈતિક માર્ગનું પ્રતિનિધિત્વ કરે છે. આ સંદર્ભમાં, ધર્મ વ્યક્તિઓ અને સમાજ પર સંઘર્ષના વાસ્તવિક ખર્ચને ઓળખવા અને તેને વહન કરવાની નૈતિક ફરજ તરીકે પ્રગટ થાય છે. આ દૃષ્ટિકોણ યુદ્ધનો ભાર તમામ નાગરિકો પર સમાન રીતે વહેંચવાની પરંપરાગત પદ્ધતિથી વિચલિત થાય છે, ભલે તેમના સાધનો કેવા પણ હોય. તે યુદ્ધોની નાણાંકીય વ્યવસ્થાપનની વધુ સીધી અને કદાચ ન્યાયસંગત પ્રણાલીની વકાલત કરે છે.

આ પ્રણાલીમાં ધર્મનો સિદ્ધાંત બેવડ છે:

૧. **નૈતિક સમરૂપતા:** તે યુદ્ધના ખર્ચ અને રાષ્ટ્રીય રક્ષણથી લાભ પામતી ઠોસ સંપત્તિ વચ્ચે નૈતિક સમરૂપતા બનાવવાનું શોધે છે. જેમણે વધુ જોખમ ઉઠાવ્યું છે, જેમનું ગુમાવવાનું તર્કસંગત રીતે વધુ છે, તેઓ ખર્ચનો મોટો ભાગ સહન કરે છે.

૨. **સમાજિક જવાબદારી:** સંઘર્ષના ખર્ચને દૈનિક વ્યવહારો સાથે જોડીને, વ્યક્તિઓને સતત રીતે તેમની સમાજિક ફરજનું ચિંતન કરવા અને શાંતિ માટે પ્રયાસ કરવાની યાદ આપવામાં આવે છે.

ટેલોસ: અંતિમ ઉદ્દેશ્યની વ્યાખ્યા

ટેલોસ, પ્રાચીન ગ્રીક દર્શનથી, કોઇ વસ્તુના અંત, ઉદ્દેશ્ય કે લક્ષ્યનું સૂચન કરે છે. હેલની નીતિમાં, ટેલોસનો ઉદ્દેશ નાગરિકો અને યુદ્ધના ખર્ચ વચ્ચે વધુ સીધો, જાગૃત અને ન્યાયસંગત સંબંધ વિકસાવવાનો છે. આ દૃષ્ટિકોણનો ઉદ્દેશ્ય યુદ્ધના નાણાકીય બોજને રાષ્ટ્રીય સુરક્ષાથી લાભ પામતા લોકો વચ્ચે વધુ ન્યાયસંગત રીતે ફરીથી વહેંચવા અને યુદ્ધને કેવી રીતે જોવામાં અને મૂલ્યાંકન કરવામાં આવે છે તેમાં સમાજિક ફેરફાર લાવવાનો છે. આ પ્રણાલીનું ટેલોસ ફક્ત નાણાકીય કાર્યક્ષમતા જ નથી, પણ શાંતિ અને ફૂટનીતિ તરફ ગાઢ સમાજિક બદલાવ પણ છે.

યોગ્ય યુદ્ધ સિદ્ધાંત: યુદ્ધમાં નૈતિક વિચારણાઓ

હેલની પદ્ધતિ યોગ્ય યુદ્ધ સિદ્ધાંતના સિદ્ધાંતો સાથે સંકલિત છે, જે યુદ્ધના નૈતિક આયામોને ઉજાગર કરે છે. આ દાર્શનિક સ્થિતિ જણાવે છે કે જો યુદ્ધ જરૂરી માનવામાં આવે, તો તેને કડક નૈતિક વિચારણાઓ સાથે આચરવું જોઈએ, જેથી તેના કારણ અને વર્તનમાં ન્યાય સુનિશ્ચિત થાય. હેલની નીતિમાં, યુદ્ધ પ્રયત્નોમાં આર્થિક યોગદાન અને સંપત્તિ માલિકીનું સંબંધ આ નૈતિક સ્થિતિનું પ્રતિનિધિત્વ કરે છે. તે સુનિશ્ચિત કરે છે કે સંઘર્ષમાં સૌથી વધુ ગુમાવવાનું

ધરાવતા ઘટકો તેમની નિવારણ અને કાર્યાન્વયનમાં આનુપાતિક રીતે યોગદાન આપે છે.

"જેને વધુ મળ્યું છે, તેની પાસેથી વધુ અપેક્ષિત છે" નો સિદ્ધાંત

હેલની નીતિ "જેને વધુ મળ્યું છે, તેની પાસેથી વધુ અપેક્ષિત છે" ના સિદ્ધાંતનું ઉદાહરણ છે. તે સૂચવે છે કે જેની પાસે મોટા સંપત્તિ અને તેથી વધુ રક્ષણ કરવા માટે છે, તેઓએ શાંતિ અને સુરક્ષા જાળવણીના ખર્ચનો મોટો ભાગ વહન કરવો જોઈએ. આ દૃષ્ટિકોણ યુદ્ધોની સંખ્યા ઘટાડી શકે છે, કારણ કે સૌથી વધુ દાવ પર લગાવનારાઓ - ધન, સંપત્તિ અને પ્રભાવમાં - મોટી નુકસાનીને લીધે યુદ્ધોથી બચવાની ઇચ્છા રાખશે. આ સિદ્ધાંત સંઘર્ષ નિવારણમાં વધુ સમતોલ દૃષ્ટિકોણને પ્રોત્સાહન આપે છે, જેથી વધુ સાધનો ધરાવનારા લોકો શાંતિ અને સ્થિરતા માટે સક્રિય રીતે પ્રયત્નશીલ રહે છે.

સંપત્તિ પર લશ્કરી કરનું અમલીકરણ: એક નવીન દિશા

પ્રમુખ જોનાથન હેલનો સંપત્તિ પર લશ્કરી કર, તેમની પ્રશાસનનું એક મુખ્ય આધારસ્તંભ, પરંપરાગત કર પ્રણાલીઓથી એક ક્રાંતિકારી વિચલન દર્શાવે છે. ક્વોટર્નરી માઇન્ડ મોડેલના સમગ્ર અને બહુમાત્રિક દૃષ્ટિકોણ પર આધારિત આ પ્રણાલીએ, સંયુક્ત રાજ્યોની વિસ્તૃત લશ્કરી જરૂરિયાતો સાથે મેળ ખાતી $1.047 ટ્રિલિયનની રકમ એકત્રિત કરવાનો ઉદ્દેશ રાખ્યો હતો.

નીતિને એવી રીતે ડિઝાઇન કરવામાં આવી હતી કે તે $187 ટ્રિલિયન યુ.એસ. સંપત્તિના સમષ્ટિ મૂલ્યાંકન પર આધારિત લશ્કરી બજેટને આવરી લેવા માટેનો કર દર લાગુ કરે. આ વ્યાપક મૂલ્યાંકનમાં સ્પર્શનીય મિલકતો અને ઇન્ફ્રાસ્ટ્રક્ચરથી લઈને બૌદ્ધિક સંપત્તિ અને ડિજિટલ સંપત્તિ જેવી અસ્પર્શનીય સંપત્તિઓ સુધીની વિવિધ સંપત્તિઓનો સમાવેશ થાય છે. રાષ્ટ્રીય સંરક્ષણ સાથે જોડાયેલી આર્થિક જવાબદારીઓનું વધુ ન્યાયસંગત વહન તરફ એક સાહસિક પગલું હતું.

મહત્વપૂર્ણ રીતે, આ કર મેકેનિઝમે તેની પહોંચ મોટી કંપનીઓ સુધી વિસ્તારી. UB (બીટા), વ્યવસાયોનું એકીકૃત દૃશ્ય, જેમાં ટેક દિગ્ગજો, ટેલિકોમ્યુનિકેશન નેતાઓ, અને ઊર્જા સમૂહો જેવા કે AT&T (UB_t), Microsoft (UB_{msft}), Verizon (UB_{vz}), Exxon Mobil (UB_{xom}), અને Chevron (UB_{cvx}) દ્વારા આ વાતનું સ્પષ્ટ ઉદાહરણ છે. આ ચાલથી આ કંપનીઓને તેમની સંપત્તિના મૂલ્યાંકન સાથે તેમની આર્થિક જવાબદારીઓને સંરેખિત કરતાં રાષ્ટ્રીય સંરક્ષણ બજેટ તરફ તેમના નાણાકીય યોગદાનનું ગંભીર પુનઃમૂલ્યાંકન કરવાની જરૂર પડી.

સંપત્તિ પર લશ્કરી કરની અસર: કોર્પોરેટ યોગદાનનું પુનઃઆકારણ

સંપત્તિ પર લશ્કરી કરનું પરિચય સરકાર અને કોર્પોરેટ સેક્ટર વચ્ચેના નાણાકીય સંબંધોમાં એક ભૂકંપી ફેરફાર લાવ્યું. આ નવી વ્યવસ્થા હેઠળ, મોટી કંપનીઓ અગાઉના કર કાયદાઓ કરતાં ઘણું અલગ નાણાકીય પરિદૃશ્ય સામે જોઈ શકે છે. આ ફેરફાર વિશેષ રૂપે AT&T જેવી કંપનીઓ માટે સ્પષ્ટ હતો, જેની સંપત્તિનું મૂલ્ય 2021 માં $551.67 બિલિયન હતું, અને તે તેમના યોગદાનમાં એક મહત્વપૂર્ણ પરિવર્તનનો અનુભવ કરશે. આ 2021 ના કર કાયદા હેઠળ તેમને મળેલા $1.2 બિલિયનના શુદ્ધ રિફંડથી આ દૂર જવાનું સંકેત છે, જે નવી નીતિની ગાઢ અસરને દર્શાવે છે.

કર પ્રણાલીનું ડિઝાઇન એવું હતું કે તેણે નાણાકીય સંરક્ષણ માટે મોટી જરૂરિયાતને સંબોધિત કર્યું જ નહીં પરંતુ ક્વોટર્નરી માઇન્ડ મોડેલ દ્વારા સમર્થિત ન્યાય અને સમાનતાના સિદ્ધાંતોની પ્રતિધ્વનિ પણ કરી. કર યોગદાનને સંપત્તિના મૂલ્ય સાથે જોડીને, નીતિએ સુનિશ્ચિત કર્યું કે સૌથી મહત્વપૂર્ણ સંસાધનો ધરાવતી એન્ટિટીઝ, અને પરિણામે, સૌથી વધુ રક્ષણ કરવા માટેની છે, તેઓ દેશના સંરક્ષણ માટે સમાન રીતે યોગદાન આપે છે.

આ દૃષ્ટિકોણ પ્રમુખ હેલના પ્રશાસનની વ્યાપક દાર્શનિક આધારભૂત મૂલ્યો સાથે પણ ગૂંચવણભર્યો હતો, ખાસ કરીને ધર્મ અને તેલોસના સિદ્ધાંતો સાથે

તેની સંગતિમાં. તે આર્થિક જવાબદારીના તાલમેલને સંતુલિત કરવાની જાગૃત કોશિશ દર્શાવે છે, સુનિશ્ચિત કરીને કે રાષ્ટ્રીય સંરક્ષણનું નાણાંકીય ભાર સમાજના ઓછા સમૃદ્ધ વર્ગો પર અનુપાતસર ન પડે.

વધુમાં, આ કર વ્યવસ્થાનું અમલીકરણ રાષ્ટ્રીય સુરક્ષા, આર્થિક નીતિ, અને કોર્પોરેટ જવાબદારીની આંતરસંબંધિતાને પ્રકાશમાં લાવ્યું, હેલની નીતિની બહુઆયામી અસર દર્શાવતું. તેણે રક્ષણ નિધિને કેવી રીતે સંપ્રેષિત કરી શકાય તેનું વધુ એકીકૃત દૃષ્ટિકોણ વિકસાવ્યું, જેને ફક્ત સરકારી ફરજ તરીકે જ નહીં પરંતુ અર્થવ્યવસ્થાના દરેક ક્ષેત્રની સમાવિષ્ટ જવાબદારી તરીકે જોવામાં આવે છે.

સંપત્તિ પર લશ્કરી કરનો સમાવિષ્ટ ક્ષેત્ર

પ્રમુખ હેલની દૂરદર્શી નીતિ હેઠળ સંપત્તિ પર લશ્કરી કરે તેનો વિસ્તાર કોર્પોરેટ વિશ્વની પરિધિની બહાર વિસ્તાર્યો, દેશભરની વિવિધ પ્રકારની સંપત્તિઓનો સમાવેશ કર્યો. આ સમાવિષ્ટ દૃષ્ટિકોણે સુનિશ્ચિત કર્યું કે તમામ પ્રકારની સંપત્તિઓ, વ્યક્તિગત અને રહેણાંક, તેમજ ચર્ચો, શાળાઓ, હોસ્પિટલો અને સરકારી માલિકીની સંપત્તિઓ સહિતના સંસ્થાઓ પણ કર ઢાંચામાં સમાવિષ્ટ થયા. માર્ગદર્શનનો સિદ્ધાંત સ્પષ્ટ અને અડગ હતો: જો કોઈ સંપત્તિ લશ્કરી સુરક્ષાનો લાભ ઉઠાવે છે, તો તે તેના નાણાંકીયના યોગદાન આપે છે.

સમાવિષ્ટ કર વ્યવસ્થાના વ્યાપક પરિણામો

૧. **વ્યક્તિગત અને રહેણાંક સંપત્તિઓ:**

- કરે વ્યક્તિગત મિલકતો, જેમ કે ઘરો અને રહેણાંક સ્થાવરો, ને સમાવિષ્ટ કર્યા, સ્વીકારીને કે આ વ્યક્તિગત સંપત્તિઓ, કોર્પોરેટ વાળી જેમ, દેશની રક્ષા દળો દ્વારા પૂરી પાડવામાં આવતી શાંતિ અને સુરક્ષાનો પણ લાભ ઉઠાવે છે.

○ વિશેષ રીતે ઉલ્લેખનીય હતું ઉચ્ચ મૂલ્યની રહેણાંક મિલકતોનો અભિગમ. ઉદાહરણ તરીકે, સમુદ્ર કિનારે સ્થિત મકાનો, જે તેમના સ્થાન કારણે ઘણીવાર મોટી કિંમત ધરાવે છે, તેમની કિંમત મુજબ કરવેરા લાગુ પડ્યા. આ નીતિએ સંપત્તિની કિંમત અને તેને જરૂરી સુરક્ષાના સ્તર વચ્ચેના સીધા સંબંધને માન્ય રાખ્યું.

૨. ચર્ચ, શાળાઓ, અને હોસ્પિટલો જેવી સંસ્થાઓ:

○ આ સંસ્થાઓ, તેમની નફાકારક સ્થિતિ અથવા સમાજમાં તેમની ભૂમિકા છતાં, પણ કર છત્રી હેઠળ લાવવામાં આવી. તર્ક એ હતો કે આ સંસ્થાઓ, જ્યારે સમુદાયની સેવા કરે છે, તે પોતાના અવિરત કામગીરી અને સલામતી માટે રાષ્ટ્રીય સુરક્ષા તંત્રો પર પણ નિર્ભર રહે છે.

○ કર નીતિને કાળજીપૂર્વક માળખાકીય બનાવવામાં આવી હતી જેથી આ મહત્ત્વપૂર્ણ સમુદાય સંસ્થાઓ પર અયોગ્ય રીતે ભાર ન પડે, તેમના સામાજિક અને જાહેર કલ્યાણની ભૂમિકાઓને ધ્યાનમાં રાખીને.

૩. સરકારી માલિકીની સંપત્તિઓ:

○ રસપ્રદ રીતે, સરકારી સંપત્તિઓ આ કરથી મુક્ત ન હતી. આ સમાવેશને બધા સંપત્તિ વર્ગોમાં સમાન વ્યવહારની પ્રતિબદ્ધતા દર્શાવવામાં આવી. સરકારી ઇમારતો, ઇન્ફ્રાસ્ટ્રક્ચર અને અન્ય મિલકતોનું મૂલ્યાંકન કરીને તેમને તદનુસાર કરવેરા લગાડવામાં આવ્યું, સામૂહિક જવાબદારીના સિદ્ધાંતને મજબૂતી આપી.

વધારાનો વ્યવહાર કર અને રોકડ અર્થવ્યવસ્થા પરની અસર

પ્રમુખ હેલના પ્રશાસને, સમાન રક્ષા નિધિની શોધમાં, બેંકિંગ સિસ્ટમમાં થતાં તમામ વ્યવહારો પર કર લગાડવાની એક સુવિચારિત પ્રણાલીની શરૂઆત કરી. આ ક્રાંતિકારી પદ્ધતિનો વિસ્તાર રોકડ વ્યવહારો પર પણ થયો, ચલણની અનન્ય ઓળખાણો - સિરિયલ નંબરો - નો ઉપયોગ કરીને, જ્યારે રોકડ બેંકિંગ સિસ્ટમમાં પ્રવેશે છે ત્યારે તેને ટ્રેક અને કરવાનું કામ કર્યું.

બેંકિંગ સિસ્ટમમાં વ્યવહાર કરનું અમલીકરણ

૧. **દરેક વ્યવહાર પર કર લગાવવું:**

- બેંકો મારફતે પ્રક્રિયા કરાયેલા દરેક વ્યવહાર, જેમ કે ઇલેક્ટ્રોનિક સ્થાનાંતરણ, ડિપોઝિટ અને ઉપાડ, ને એક નામમાત્ર કર દર હેઠળ મૂકવામાં આવ્યું. આ પ્રણાલીએ સુનિશ્ચિત કર્યું કે નાણાકીય ચલાવણીઓ તેમના સ્વરૂપ કે રકમ કોઈ પણ હોય, તે રાષ્ટ્રીય સંરક્ષણ નિધિમાં યોગદાન આપે છે.

૨. **રોકડ વ્યવહારો અને સિરિયલ નંબર ટ્રેકિંગ:**

- પ્રશાસને દરેક બેંકનોટ પરના અનન્ય સિરિયલ નંબરોનો લાભ ઉઠાવ્યો. જ્યારે રોકડને બેંકમાં જમા કરાવાતું, ત્યારે તેનો સિરિયલ નંબર સ્કેન કરાયો, અને ચલણને છેલ્લી વાર કર લગાવાયા પછીના સમય આધારિત કર વસૂલ કરાયો. આ પદ્ધતિએ ચતુરાઈથી એવી રોકડના કરની આવક મેળવી જે લાંબા સમય સુધી બેંકિંગ સિસ્ટમમાં દાખલ ન હતી, અને ઘણીવાર કર ચોરીમાં વપરાતી હતી.

વ્યવસાયો અને રોકડ હેન્ડલિંગ પર અસર

૧. વ્યવસાયો માટે રોકડ મશીન ચેકર્સ:

- o વ્યવસાયોએ સિરિયલ નંબર સ્કેનર્સ સજ્જ આધુનિક રોકડ મશીનોનો ઉપયોગ શરૂ કર્યો. આ મશીનોએ વ્યવસાયોને તેમને મળેલી રોકડની કર મૂલ્યાંકન જાણવામાં સહાય કરી, જેથી તેઓ નવી કર પ્રણાલી સાથે સુસંગત રીતે તેમના નાણાકીય કામકાજને સરળ બનાવી શક્યા.

૨. નકલી નોટો અને લૂંટની નિવારણ:

- o દરેક બેંકનોટનો સિરિયલ નંબર ટ્રેક અને નિરીક્ષણ કરાયા પછી, નકલી નોટની દરો ઘટી ગઈ. કાયદેસર સિરિયલ નંબરો વિનાની નકલી ચલણને બેંકિંગ સિસ્ટમમાં સરળતાથી ચિહ્નિત કરી શકાયું.

- o રોકડને હેન્ડલ કરવું સંલગ્ન કર કારણે થોડું વધારે કઠિન બનતાં ઇલેક્ટ્રોનિક વ્યવહારોનું પ્રાધાન્ય વધ્યું. આ પરિવર્તને રોકડ-આધારિત લૂંટફાટમાં મોટો ઘટાડો લાવ્યો, કારણ કે ચલણ ઓછું ફરતું હતું.

અનિચ્છનીય પરિણામો અને સમાજમાં ફેરફારો

૧. કર ચોરીની નિવૃત્તિ:

- o જે વ્યક્તિઓ અને વ્યવસાયો પરંપરાગત રીતે કર ચોરી કરવા માટે ફક્ત રોકડ આધારિત કામકાજ પર આધાર રાખતા હતા, તેઓ પોતાની રોકડ બેંકિંગ સિસ્ટમમાં દાખલ થયા પછી કરના

જાળમાં સામેલ થઈ ગયા. આએ કર પ્રણાલીમાં એક મોટો ખાડો બંધ કર્યો અને કર આધારને વિસ્તૃત કર્યો.

૨. ઇલેક્ટ્રોનિક નાણાં તરફ વળાંક:

o કારણ કે રોકડ વ્યવહારો પર વધુ કર લાગુ પડતો હતો જેના કારણે વધારાની પ્રક્રિયા અને નિરીક્ષણની જરૂર હતી, ધીમે ધીમે પરંતુ નિશ્ચિત રીતે ઇલેક્ટ્રોનિક નાણાં તરફ વળાંક થયો. આ પરિવર્તને વ્યવહારોને સરળ બનાવ્યા, વ્યવસાયો પરનો પ્રશાસનિક ભાર ઘટાડ્યો, અને વધુ પારદર્શક નાણાકીય પારિસ્થિતિકીને બઢાવો આપ્યો.

૩. રોકડ ચલાવણીમાં ઘટાડો:

o રોકડ જમા પર વધુ કર અને ઇલેક્ટ્રોનિક વ્યવહારોની સુવિધા સાથે, સામાન્ય જનતાનો ભૌતિક ચલણ પરનો આધાર ઘટ્યો. રોકડ ચલાવણીમાં આ ઘટાડાએ રોકડ સંબંધિત ગુનાખોરીઓ, જેમ કે લૂટફાટ અને કાળા બજારના વ્યવહારો, ને ન્યૂનતમ કરવામાં મદદ કરી.

જોનાથન હેલનું વૈશ્વિક દૃષ્ટિકોણ અને વારસો

પ્રમુખ હેલનું દૂરંદેશી દૃષ્ટિકોણ રાષ્ટ્રીય સીમાઓને પાર કર્યું, જેણે રક્ષા નિધિ અને યુદ્ધની નૈતિકતા સંબંધિત આંતરરાષ્ટ્રીય નીતિઓ પર ગંભીર અસર કરી. તેમનો કાર્યકાળ જાહેર નીતિમાં એક રૂપાંતરકારી યુગ તરીકે નોંધાયો, જેમાં નૈતિક ફરજ (ધર્મ) અને સરકારનો અંતિમ ઉદ્દેશ (ટેલોસ) વ્યાવહારિક રણનીતિઓ સાથે મિશ્રિત થયો. આ દૃષ્ટિકોણ વિવિધ પરિમાણોમાં ગૂંજી ઉઠ્યો, રાષ્ટ્રીય અને આંતરરાષ્ટ્રીય મંચ પર ભવિષ્યના નેતાઓ માટે એક પૂર્વદૃષ્ટાંત સ્થાપી.

ક્વોટર્નરી માઇન્ડ મોડેલનું વૈશ્વિક અનુપ્રયોગ

જોનાથન હેલની સંપત્તિ પર લશ્કરી કર વૈશ્વિક શાસનનું એક ખાકુ તરીકે ઉભરી આવી, જે સંયુક્ત રાષ્ટ્રના એકીકૃત દૃષ્ટિકોણ સાથે સરળતાથી સંકલિત થયું. તેમનો અભિગમ રાષ્ટ્રો અને આંતરરાષ્ટ્રીય સંસ્થાઓ માટે એક પરિવર્તનશીલ માર્ગ પૂરો પાડ્યો, જેણે વૈશ્વિક પાતળીએ સમાન અને નૈતિક શાસન માટે વકીલાત કરી.

નિષ્કર્ષ: રાષ્ટ્રીય જવાબદારી અને વૈશ્વિક ચર્ચાનું પુનઃઆકારણ

પ્રમુખ જોનાથન હેલનું પ્રશાસન રાષ્ટ્રીય સંરક્ષણ નિધિ અને આર્થિક નીતિ પ્રત્યેના અભિગમમાં એક ટર્નિંગ પોઇન્ટ તરીકે ઉભર્યું. સંપત્તિ પર લશ્કરી કર લાગુ કરીને, હેલે એક સાહસિક, નવીનતાપૂર્ણ પ્રણાલીની શરૂઆત કરી જેણે આર્થિક સંસાધનો અને રાષ્ટ્રીય સુરક્ષા વચ્ચેના સંબંધને મૂળભૂત રીતે પરિવર્તિત કર્યું. આ નીતિ, જે સમગ્ર અને બહુમાત્રિક ક્વોટર્નરી માઇન્ડ મોડેલમાં મૂળભૂત છે, ન્યાય અને નૈતિક શાસનના સિદ્ધાંતોનું પાલન કરતી વખતે સુરક્ષિત અને સારી રીતે નાણાંપૂર્વક સમર્થિત લશ્કર સુનિશ્ચિત કરવાનો પ્રયાસ કર્યો.

હેલની નીતિના કેન્દ્રસ્થાને ધર્મ અને ટેલોસ જેવા પ્રાચીન દાર્શનિક સંકલ્પનાઓનું જસ્ટ વોર થિયરી સાથે એકીકરણ હતું, જેણે એક વધુ જાગૃત, જવાબદાર અને શાંતિ-ઓરિએન્ટેડ નાગરિકતા માટેનું એક ઢાંચું તૈયાર કર્યું. આ અભિગમે પડકારો અને ટીકાઓનો સામનો કર્યો - ખાસ કરીને આર્થિક સફળતાને દંડવત કરવાની ધારણા અને યુદ્ધ તરફની સમાજની દૃષ્ટિકોણો પર નાણાકીય યોગદાનોની અસરને અતિસરળીકૃત કરવાની ટીકા - પરંતુ સમાજમાં ફેરફાર સર્જવા માટે પ્રયાસ કર્યો. લક્ષ્ય એ હતું કે યુદ્ધની લાગતોને સમાજના દરેક સ્તર પર વધુ ઠોસ રીતે અનુભવાય તેવી રીતે શાંતિ અને ફૂટનીતિ તરફ સામૂહિક ઝોક વિકસાવવાનો હતો.

હેલની પ્રણાલી તેના નૈતિક અભિગમમાં જ નહીં, પરંતુ તેની સમાવિષ્ટતામાં પણ ક્રાંતિકારી હતી. તેણે ઓળખ્યું કે રાષ્ટ્રીય સુરક્ષા માટેની જવાબદારી એક સામૂહિક છે, જે દરેક વ્યક્તિ, વ્યવસાય, અને સંસ્થા દ્વારા દેશમાં વહેંચાઈ છે. તમામ સંપત્તિઓ, વ્યક્તિગત અને વ્યાવસાયિક, અને ચર્ચો અને શાળાઓ જેવી પરંપરાગત રીતે મુક્ત એન્ટિટીઓને પણ સમાવવાથી, નીતિએ દરેક સંપત્તિ વર્ગ પર સમાન વ્યવહારની પ્રતિબદ્ધતાને દર્શાવી. આ વ્યાપક રણનીતિએ દેશની સીમાઓમાં દરેક સંપત્તિની આંતરિક કિંમત અને જવાબદારીને ઉજાગર કરી, રાષ્ટ્રીય સંરક્ષણ એક સામૂહિક ભાર છે તેની વિચારધારાને મજબૂત કરી.

વધુમાં, બેંકિંગ સિસ્ટમમાં વ્યવહાર કરનું અમલીકરણ, ખાસ કરીને સિરિયલ નંબરો આધારિત રોકડ પર કર લગાવવાની નવીનતાભરી પદ્ધતિ, આર્થિક રણનીતિમાં એક મહત્ત્વપૂર્ણ વિકાસ હતો. આ પ્રણાલીએ રક્ષા નિધિને વધાર્યું અને વધુ પારદર્શક અને કાર્યક્ષમ આર્થિક પર્યાવરણને પ્રોત્સાહન આપ્યું. તેણે કર ચોરી, નકલી નોટ અને રોકડ સંબંધિત ગુનાઓ જેવી ચુનૌતીઓને અસરકારક રીતે સંબોધી, નવીન આર્થિક ઉકેલોની વ્યાપક અસર દર્શાવી.

નિષ્કર્ષમાં, પ્રમુખ હેલનો કાર્યકાળ જાહેર નીતિ અને આંતરરાષ્ટ્રીય સંબંધોમાં એક નિર્ણાયક અધ્યાય તરીકે દેખાય છે. તેણે આર્થિક શાસનમાં નવા માપદંડો સ્થાપ્યા, દર્શાવતા કે કેવી રીતે નવીન ઉકેલો રાષ્ટ્રીય સુરક્ષા અને સમાજના કલ્યાણ માટે આર્થિક સિસ્ટમોને રૂપાંતરિત કરી શકે છે. આ અભિગમે માત્ર અમેરિકન આર્થિક નીતિને પુનઃઆકાર આપ્યો નથી, પરંતુ સમાન અને નૈતિક રક્ષા નિધિ પર વૈશ્વિક ચર્ચા પણ પ્રગટાવી છે. હેલની વારસો તેમની નૈતિક ફરજ અને વ્યાવહારિક શાસનને સંગઠિત કરવાની ક્ષમતાથી વર્ણવવામાં આવી છે, જેણે સમાજો સુરક્ષા, સમૃદ્ધિ, અને નૈતિક અખંડિતતાની માંગણીઓને કેવી રીતે સંતુલિત કરે છે તેની પર અમિટ ચિહ્ન છોડ્યું છે.

નિષ્કર્ષ: અસ્તિત્વનું સંગીતમય સંગઠન - "મહાન તું — મહાન આપણે" માટેનું એકીકૃત દૃષ્ટિકોણ

જ્યારે આપણે "મહાન તું — મહાન આપણે" માર્ગદર્શનમાં થી પ્રકાશના આ સફરનો પડદો ખેંચીએ છીએ, આપણે પોતે બ્રહ્માંડીય ચેતના અને માનવીય પ્રયત્નના સંગમ સ્થળે ઊભા રહીએ છીએ. આ પુસ્તક, જે પ્રાચીન જ્ઞાન અને

આધુનિક અંતર્દૃષ્ટિઓના સૂત્રોથી ગૂંથાયેલું એક ચિત્ર છે, આપણને બ્રહ્માંડમાં આપણી જગ્યા અને ન્યાયી અને સમાનતાપૂર્ણ સમાજ આકારવામાં આપણી ભૂમિકા સમજવામાં ઊંડો દ્રષ્ટિકોણ આપવા માટે આમંત્રિત કરે છે.

આપણી ખોજ "પ્રાચીન જ્ઞાનની પ્રતિધ્વનિઓ - આપણી વૈશ્વિક તાણાબાણને નેવિગેટ કરવું" માં મૂળભૂત દાર્શનિક આધાર પરથી શરૂ થયું, જ્યાં "ટેલોસ" અને "ધર્મ" ના સિદ્ધાંતો માર્ગદર્શક પ્રકાશ તરીકે ઉદભવ્યા. આ પ્રાચીન સંકલ્પનાઓ, જે વ્યક્તિગત ઉદ્દેશ્ય અને મોટા ભલાની સાથે સંકલનનું પ્રતીક છે, આગળના પ્રકરણો દ્વારા ગૂંજતી રહી છે, તેને બ્રહ્માંડના મૂળથી માનવ ચેતનાની જટિલતાઓ સુધીની વ્યાપક કથામાં સંબંધિત કરતી એક સંગત કથામાં બાંધી દીધું છે.

ક્વોટર્નરી માઇન્ડ મોડેલમાં, અમે ચેતનાના વિકાસનું સૂત્રબદ્ધ રુપાંતરણ જોયું, જે કોસ્મિક અને વ્યક્તિગતને સુંદર રીતે જોડે છે. નિકટતા, સંકોચ, ક્ષમતા, અને ક્રિયાના સિદ્ધાંતો, તેમના પ્રારંભિક તબક્કાઓથી પૂર્ણ સાકારણ સુધીનું વિકાસ, અમારી પોટેન્શિયલથી એક્ચ્યુઅલાઈઝેશન સુધીની યાત્રાનું પ્રતિબિંબ છે. આ મોડેલ, જો કે તેના સ્વભાવમાં અમૂર્ત છે, પરંતુ જીવન અને નેતૃત્વમાં જોનાથન હેલના જીવનમાં ઠોસ અપાય મળી, જેની સમાનતા અને ન્યાય માટેની પ્રતિબદ્ધતાએ વાસ્તવિક વિશ્વ ગવર્નન્સમાં મોડેલની નૈતિકતાનું ઉદાહરણ પુરુ પાડ્યું.

અમે પ્રકરણોમાં માર્ગ કરતા ગયા, અમને સતત યાદ દિલાવવામાં આવ્યું કે આપણું પરસ્પર જોડાણ કેવળ એક બીજા સાથે જ નહીં પરંતુ સમગ્ર બ્રહ્માંડ સાથે પણ છે. "સિંગ્યુલારિટીનું પ્રભાત" ની વાર્તા, વ્યક્તિગત ચેતનાથી સામૂહિક જાગૃતિ સુધીની અમારી યાત્રાને સમાંતર દર્શાવતી, માનવીય ક્ષમતા અને સૃષ્ટિના મહાન સિમ્ફનીમાં આપણી ભૂમિકાની મહત્વનું શક્તિશાળી રુપક તરીકે સેવા આપી.

રેક્સ સ્પીડવેલનું ક્વોટર્નરી માઇન્ડની સ્થિતિઓ મારફત વિકાસ, આપણી જીવનની યાત્રા સાથે સમાંતર હતું, જેમાં અનુકૂલનશીલતા, રણનીતિક વિચારણા, અને વિશાળ દૃષ્ટિકોણની શોધને ઉજાગર કર્યું. તેની કથા માનવજાતની વૃદ્ધિ અને સમજની શોધનું લઘુરૂપ છે, મર્યાદાઓને પાર કરવા અને અસ્તિત્વની વિશાળતાને સ્વીકારવાની માનવ આત્માની શક્તિનું પ્રમાણપત્ર છે.

આ યાત્રાનું સમાપન કરતાં, અમને એક દૃષ્ટિ સાથે છોડી દેવાયા છીએ - એક એવી દુનિયાની દૃષ્ટિ, જ્યાં મોટું તું અને મોટું આપણું સદ્ભાવપૂર્વક એકત્ર થાય છે. આ પુસ્તક માત્ર આપણા ભૂતકાળ અને વર્તમાન પર એક ચિંતન નથી, પરંતુ એક એવા ભવિષ્ય માટે એક સ્પષ્ટ આહ્વાન છે જ્યાં પ્રાચીન જ્ઞાન અને આધુનિક અંતર્દૃષ્ટિઓ ગૂંથાઈને એક એવું સમાજ સર્જાય છે જે આપણા પરસ્પર જોડાણ અને સામૂહિક જવાબદારીનું સન્માન કરે છે.

આ દૃષ્ટિમાં, દરેક વ્યક્તિ બ્રહ્માંડના સિમ્ફનીમાં એક મહત્વપૂર્ણ સૂર છે, જે ન્યાય, સમાનતા, અને કરુણાની આવૃત્તિઓ સાથે ગૂંજતું એક મેલોડીમાં યોગદાન આપે છે. આ પૃષ્ઠોમાં ગૂંજતી આપણી સામૂહિક જવાબદારી આપણી વ્યક્તિગત વૃદ્ધિને સમાજના વિકાસ સાથે સંકલિત કરવાની છે, સુનિશ્ચિત કરીએ છીએ કે જ્યારે આપણે તારાઓ તરફ પહોંચીએ છીએ, ત્યારે પણ આપણે એક બીજા અને આપણને પોષણ આપતા ગ્રહ સાથેની આપણી પ્રતિબદ્ધતામાં જમીનસુધી જ રહીએ છીએ.

"ગ્રેટર યુ — ગ્રેટર અસ" માત્ર એક પુસ્તક કરતાં વધુ છે; તે એક એવા ભવિષ્ય તરફનો માર્ગદર્શન છે જ્યાં દરેકની પાસે ન માત્ર જીવનશીલ પરંતુ ફલશીલ - એક એવી દુનિયા બનાવવામાં મહત્વપૂર્ણ ભૂમિકા છે જ્યાં બ્રહ્માંડીય ચેતના અને માનવીય પ્રયત્નનું સામંજસ્યપૂર્ણ મિલાપ આગામી પેઢીઓ માટે જ્ઞાન, પ્રેમ, અને એકતાની વિરાસત સર્જે છે.

લેખક દ્વારા ઉપયોગિત સંદર્ભો

ChatGPT

https://chat.openai.com/

AT&T

https://www.stock-analysis-on.net/NYSE/Company/ATT-Inc/Analysis/Income-Taxes

https://investors.att.com/~/media/Files/A/ATT-IR-V2/financial-reports/annual-reports/2021/2021-notes-to-consolidated-financial-statements.pdf

પરિશિષ્ટ એ

સ્થાપિત મનોવૈજ્ઞાનિક અને વિકાસાત્મક મોડેલ્સ સાથે ક્વોટર્નરી માઇંડનું સંયોજન

ક્વોટર્નરી માઇંડ અવધારણા, જેમ કે માસ્લોની આવશ્યકતાઓની સોપાનયુક્તિ, બ્લૂમનું ટેક્સોનોમી, એરિકસનના મનોસામાજિક વિકાસના તબક્કાઓ, હીરોની યાત્રા, અને વિવિધ કેસ સ્ટડી પદ્ધતિઓ જેવી માન્ય પદ્ધતિઓનું એક મહત્ત્વપૂર્ણ સંયોજન તરીકે ઉભરી આવે છે. તેની અનન્ય દૃષ્ટિકોણ દ્વારા વિશિષ્ટ, ક્વોટર્નરી માઇંડ માત્ર વ્યાવસાયિક પરિસ્થિતિઓમાં જટિલ નિર્ણય લેવાની સમજ ઉપરાંત વ્યક્તિગત અને વ્યાવસાયિક જીવનના

વિસ્તૃત પરિમાણોને આવરી લે છે. પરંપરાગત મોડેલ્સ સાથે એકીભાવ સાધીને, તે એક વ્યાપક ઢાંચો તૈયાર કરે છે, જે માત્ર અસ્તિત્વમાં છેલ્લી સિદ્ધાંતોને પૂરક કરે છે, પરંતુ નવીન અંતર્દૃષ્ટિઓ અને વ્યાવહારિક ઉપયોગોને પણ સમર્થન આપે છે.

કોગ્નિટિવ અને રણનીતિક પરિમાણો પર કેન્દ્રિત, ક્વોટર્નરી માઇન્ડ વિવિધ કારકિર્દીઓમાં, તેમજ દરરોજના જીવનના નિર્ણયોમાં રહેલી સૂક્ષ્મતાઓ અને જટિલતાઓને સમજવા અને અન્વેષણ કરવા માટે એક નવતર દૃષ્ટિકોણ આપે છે. આ સમગ્ર પદ્ધતિ આપણા જ્ઞાન આધારને સમૃદ્ધ કરે છે અને જીવનના તમામ પરિમાણોમાં, વ્યક્તિગત અને વ્યાવસાયિક બંને, નિર્ણય લેવાની પ્રક્રિયાઓને મહત્વપૂર્ણ રીતે સુધારે છે.

સરખામણી અને એકીકરણના મુખ્ય બિંદુઓ:

- **સંકલ્પનાત્મક અનન્યતા:** ક્વોટર્નરી માઇન્ડ તેની વિશિષ્ટ રચના સાથે પ્રસ્થાપિત થાય છે, જે વિશેષ રીતે ઉચ્ચ-તણાવ, ઉચ્ચ-જોખમવાળી પરિસ્થિતિઓમાં પ્રચલિત સ્તરબદ્ધ અને ગતિશીલ વિચાર પ્રક્રિયાઓને સમજવા માટે રચાયેલ છે, જે તેને માત્ર વ્યાવસાયિક સેટિંગ્સમાં જ નહીં પણ વ્યક્તિગત નિર્ણય લેવામાં પણ એક અનન્ય સાધન બનાવે છે.

- **કોગ્નિટિવ અને રણનીતિક પ્રક્રિયાઓ પર ધ્યાન:** ભાવનાત્મક, મનોવૈજ્ઞાનિક, અથવા વિકાસાત્મક પાસાઓ પર મુખ્યત્વે કેન્દ્રિત મોડેલ્સના વિપરીત, ક્વોટર્નરી માઇન્ડ કોગ્નિટિવ પ્રક્રિયાઓ અને રણનીતિક વિચારણા તરફ ગઢ છે, જે દરેક પ્રકારના નિર્ણય લેવાની પ્રક્રિયા માટે મહત્વપૂર્ણ છે તેવું વ્યાપક દૃષ્ટિકોણ પૂરું પાડે છે.

- **વ્યાવસાયિક અને વ્યક્તિગત ઉપયોગિતા:** વ્યાવસાયિક વાતાવરણો માટે તૈયાર કરાયેલ છતાં, મોડેલની સીધી લાગુપણા અને પ્રાસંગિકતા વ્યક્તિગત જીવન સુધી વિસ્તારે છે, જે વિવિધ સંદર્ભોમાં માનસિક સ્થિતિઓ અને રણનીતિઓની સમજણમાં તેની ઉપયોગિતા પર ભાર મૂકે છે.

- **લવચીકતા અને અનુકૂલનશીલતા:** ક્વોટર્નરી માઇન્ડની લવચીકતા તેને વિવિધ વ્યવસાયો અને જીવનની પરિસ્થિતિઓ પર અનુકૂલન માટે સક્ષમ બનાવે છે, જે વિવિધ ક્ષેત્રોમાં વ્યક્તિગત અપાયો માટેના સાધન તરીકે તેની બહુમુખી પ્રતિભાને પ્રદર્શિત કરે છે.

- **કથાનક અને શૈક્ષણિક ક્ષમતા:** હીરોની યાત્રાની કથાનક રચનાને અનુરૂપ, મોડેલ એક શક્તિશાળી કથાનક સાધન તરીકે કામ કરે છે, જે માત્ર વ્યાવસાયિકની યાત્રાનું ચિત્રણ કરે છે, પરંતુ વ્યક્તિગત વૃદ્ધિ અને વિકાસનું પણ. તેની શૈક્ષણિક ક્ષમતા, બ્લૂમના ટેક્સોનોમીને સમાન, વ્યક્તિગત અને વ્યાવસાયિક બંને ક્ષેત્રોમાં કુશળતાઓ અને રણનીતિઓના વિકાસમાં મદદ કરે છે.

પરિશિષ્ટ બી

મૂળભૂત (U) અથવા મહાન એકતાના એકીકૃત દૃષ્ટિકોણનો તબક્કો

મહાન એકતા (U^0)

- **ઘટકો:** આસપાસ (Vc^0), નિકટતા (Px^0), ક્ષમતા (Ab^0), ક્રિયા (Ac^0)
- **મૂલ્યો:** ($Va2^0$)*
- **એકીકૃત દૃષ્ટિકોણ:** (Vu^0)
- **સિસ્ટમ અને પરિણામો:** (Sy^0) ઉત્પાદન કરે છે (Rs^0)
- **ક્વોટર્નરી માઇન્ડ:** (Q^0)

સમજૂતી: મૂળભૂત સ્થિતિ. બધું એક છે, અને સંભાવનાઓ અનંત છે. તે સમય અને અવકાશ પહેલાની સંકલ્પનાનું પ્રતિનિધિત્વ કરે છે.

મોટા ધડાકાની ક્ષણ (U^1)

- **ઘટકો:** આસપાસ (Vc^1), નિકટતા (Px^1), ક્ષમતા (Ab^1), ક્રિયા (Ac^1)
- **મૂલ્યો:** ($Va2^1$)*
- **એકીકૃત દૃષ્ટિકોણ:** (Vu^1)
- **સિસ્ટમ અને પરિણામો:** (Sy^1) ઉત્પાદન કરે છે (Rs^1)
- **ક્વોટર્નરી માઇન્ડ:** (Q^1)

સમજૂતી: એક સંક્રમણકારી સ્થિતિ જે મોટા ધડાકાને દર્શાવે છે, જે બ્રહ્માંડ અને સમયની પોતાની શરૂઆતનું ચિહ્નિત કરે છે.

કાલ્પનિક ક્ષણ (U^2)

- **ઘટકો:** આસપાસ (Vc^2), નિકટતા (Px^2), ક્ષમતા (Ab^2), ક્રિયા (Ac^2)
- **મૂલ્યો:** ($Va2^2$)*
- **એકીકૃત દૃષ્ટિકોણ:** (Vu^2)
- **સિસ્ટમ અને પરિણામો:** (Sy^2) ઉત્પાદન કરે છે (Rs^2)
- **ક્વોટર્નરી માઇન્ડ:** (Q^2)

સમજૂતી: એક સૈદ્ધાંતિક સ્થિતિ જે બે આયામી બ્રહ્માંડનું પ્રતિનિધિત્વ કરે છે. આ એક વિચારણાત્મક તબક્કો છે જ્યાં બ્રહ્માંડ 2D સ્વરૂપમાં સ્થિર થઈ શકતું હતું પરંતુ ત્રણ આયામી અસ્તિત્વની આંતરિક ઇચ્છાને કારણે તેમ ન થયું.

મોટા ધડાકા પછીનું બ્રહ્માંડ વિસ્તારણ (U^3)

- **ઘટકો:** આસપાસ (Vc^3), નિકટતા (Px^3), ક્ષમતા (Ab^3), ક્રિયા (Ac^3)
- **મૂલ્યો:** ($Va2^3$)*
- **એકીકૃત દૃષ્ટિકોણ:** (Vu^3)
- **સિસ્ટમ અને પરિણામો:** (Sy^3) ઉત્પાદન કરે છે (Rs^3)
- **ક્વોટર્નરી માઇન્ડ:** (Q^3)

સમજૂતી: આ વાસ્તવિક સ્થિતિ છે જેમાં બ્રહ્માંડ મોટા ધડાકા પછી સંક્રમણ કર્યું અને ત્રણ આયામી અવકાશમાં વિસ્તાર્યું, જેની સાથે આપણે પરિચિત છીએ.

સમયની સાથે બ્રહ્માંડ (U^4)

- **ઘટકો:** આસપાસ (Vc^4), નિકટતા (Px^4), ક્ષમતા (Ab^4), ક્રિયા (Ac^4)
- **મૂલ્યો:** ($Va2^4$)*
- **એકીકૃત દૃષ્ટિકોણ:** (Vu^4)
- **સિસ્ટમ અને પરિણામો:** (Sy^4) ઉત્પાદન કરે છે (Rs^4)
- **ક્વોટર્નરી માઇન્ડ:** (Q^4)

સમજૂતી: આ મોટા ધડાકાથી આજ સુધીનું સંચિત બ્રહ્માંડ પ્રતિનિધિત્વ કરે છે, જે તેના બધા પરિવર્તનો, વિકાસો, અને ઘટનાઓને સમાવે છે.

*મૂલ્યોનું પ્રતિનિધિત્વ ($Va2$) તરીકે કરવામાં આવ્યું છે જેમાં માત્ર તેલોસ અને ધર્મનો સમાવેશ થાય છે.

પરિશિષ્ટ સી

Q^n અથવા ક્વોટર્નરી માઇન્ડ સ્થિતિઓના પાંચ અવસ્થાઓ

Q^0 - અનિર્ધારિત સ્થિતિ: આને ચેતના અથવા વિચાર પ્રક્રિયાઓ શરુ થાય તે પહેલાની સંભાવના અથવા પૂર્વ-અસ્તિત્વની સ્થિતિ તરીકે માની શકાય. કોગ્નિટિવ વિજ્ઞાનમાં, આ અચેતન અથવા પ્રાચેતન સ્થિતિ સાથે સંબંધિત હોઇ શકે છે.

Q^1 - એકમાત્ર બિંદુ સ્થિતિ: આ એક એકમાત્ર વિચાર અથવા જાગૃતિની ક્ષણનું પ્રતિનિધિત્વ કરી શકે છે. તે એક કેન્દ્રિત અને વિભાજિત ન થતી મનની સ્થિતિ છે જેને સ્પષ્ટતાની ક્ષણો અથવા ગાઢ ધ્યાન અથવા પ્રવાહ દરમિયાનની કોગ્નિટિવ સ્થિતિ સાથે જોડી શકાય છે.

Q^2 - બિંદુ-થી-બિંદુ સ્થિતિ: આ સ્થિતિ બાઇનરી વિચારણા અથવા દ્વૈતવાદી મનની સ્થિતિઓનું પ્રતિનિધિત્વ કરી શકે છે, જે બે વિચારો અથવા ચેતનાની સ્થિતિઓ વચ્ચેની તુલના, વિભાજન, અને મૂળભૂત અંતરક્રિયાની અનુમતિ આપે છે.

Q^3 - ત્રણ-આયામી સ્થિતિ: આ સ્થિતિ બાઇનરી ફ્રેમવર્કમાં ગહનતા ઉમેરે છે, જે વિચારોની વધુ જટિલ અને વિસ્તૃત સમજણની અનુમતિ આપે છે. તે બહુમુખી વિચારની ક્ષમતા અને સમગ્ર દૃષ્ટિકોણનું પ્રતીક બની શકે છે, જેમાં સંદર્ભો, સૂક્ષ્મતાઓ, અને બાઇનરી વિરોધાભાસો વચ્ચેના રંગોની સમજ શામેલ છે.

Q^4 - સમય દ્વારા ચાલતી ત્રણ-આયામી સ્થિતિ: અહીં, સમયનું ઉમેરાણ વિચારમાં પરિવર્તન, વૃદ્ધિ, અને વિકાસનું આયામ પ્રસ્તુત કરે છે. આ સ્થિતિ મનની ગતિશીલતાને સ્વીકારે છે, જેમ કે વિચારોનું પ્રગતિ, શીખવાની પ્રક્રિયા, સ્મૃતિ, અને ચેતનાનો કાલિક પાસો.

પરિશિષ્ટ ડી

ઉદાહરણો અને સૂચનો સાથે સુધારેલા દૃષ્ટિકોણ (Vu^n)
સ્થિતિઓ

Vu⁰ - અનિર્ધારિત દૃષ્ટિકોણ સ્થિતિ

- **ઉદાહરણ:** દિવાસ્વપ્ન જોવું અથવા મનનું ભટકવું, જ્યાં મન વિશિષ્ટ ફોકસ અથવા હેતુ વિના મુક્ત રીતે ફરે છે.

- **સુધારા:** પરિસ્થિતિ વિચારણા અને અનિયોજિત બ્રેનસ્ટોર્મિંગ જેવી કસરતોનું પરિચય આપો, કલ્પનાને તાત્કાલિક નિર્ણય અથવા મર્યાદા વિના પ્રોત્સાહિત કરો.

- **સુધારણા સૂચન:** આ અમર્યાદિત સ્થિતિની સર્જનાત્મક અથવા સમસ્યા ઉકેલવાની શક્તિ પર ભાર મૂકો, જ્યાં યાદૃચ્છિક સંયોજનો નવીન વિચારો તરફ લઈ જઈ શકે છે.

Vu¹ - એકમાત્ર બિંદુ દૃષ્ટિકોણ સ્થિતિ

- **ઉદાહરણ:** એક એકમાત્ર કાર્ય અથવા સંકલ્પના પર ધ્યાન કેન્દ્રિત કરવું, જેમ કે એક પુસ્તક વાંચવું અથવા એક સંકલ્પના પર ધ્યાન લગાડવું.

- **સુધારા:** જાણીજોઈ અભ્યાસ અને કેન્દ્રિત શીખવાની તકનીકોનો ઉપયોગ, ધ્યાન અને અભ્યાસની ગહનતાને સુધારવા માટે પોમોડોરો ટેકનીક જેવા સાધનોનો ઉપયોગ કરો.

- **સુધારણા સૂચન:** ગાઢ ધ્યાનથી આવતી ગહન સમજણને ઉજાગર કરો, આ સ્થિતિને કુશળતાઓ અથવા જ્ઞાનના ક્ષેત્રોમાં માસ્ટરી માટેના એક પગથિયા તરીકે પોતાની શક્યતાઓનો ઉપયોગ કરી શકો છો.

Vu² - બે બિંદુ દૃષ્ટિકોણ સ્થિતિ

- **ઉદાહરણ:** બે અલગ અલગ દર્શનશાસ્ત્રોની તુલના કરવી અથવા નિર્ણય લેવામાં એક વિકલ્પને બીજા સામે તૌલવું.

- **સુધારા:** વાદ-વિવાદમાં અથવા નવા વિષયો શીખતી વખતે થીસિસ, એન્ટિથીસિસ, અને સિંથેસિસના સિદ્ધાંતોનું અપનાવણી કરો જેથી વધુ સૂક્ષ્મ સમજ વિકસાવી શકાય.

- **સુધારણા સૂચન:** આ સ્થિતિ નિર્ણાયિક વિચારણા અને ડાયલેક્ટિક પદ્ધતિઓનું આધાર બની શકે છે, જ્યાં વિરોધાભાસી દૃષ્ટિકોણોની પરીક્ષા કરીને નવી સમજણનું સંશ્લેષણ કરવામાં આવે છે.

Vu³ - મલ્ટિ-પોઇન્ટ દૃષ્ટિકોણ સ્થિતિ

- **ઉદાહરણ:** સહયોગી બ્રેનસ્ટોર્મિંગ, જ્યાં મલ્ટિપલ વિચારોનું વિચારણ કરવામાં આવે છે, અથવા જ્યારે કોઈ જીવનમાં વિવિધ ભૂમિકાઓ અને જવાબદારીઓનું સંતુલન રાખે છે.

- **સુધારા:** માઇન્ડ મેપિંગ જેવી પદ્ધતિઓનું શિક્ષણ અથવા ઉપયોગ, જે જટિલ માહિતીને દૃશ્યાત્મક રીતે વ્યવસ્થિત કરે છે, બતાવી દે છે કે કેવી રીતે વિવિધ 'બિંદુઓ' (વિચારો અથવા સંકલ્પનાઓ) જોડાય છે અને સંબંધિત છે.

- **સુધારણા સૂચન:** આ દૃષ્ટિકોણ વાસ્તવિક જીવનની નિર્ણય લેવાની જટિલતાનું પ્રતિનિધિત્વ કરી શકે છે અને વિવિધ દૃષ્ટિકોણો અથવા શિસ્તોના એકીકરણનું મોડેલ તરીકે ઉપયોગ કરી શકાય છે.

Vu⁴ - મલ્ટિ-પોઇન્ટ કાલિક દૃષ્ટિકોણ સ્થિતિ

- **ઉદાહરણ:** રણનીતિક નિયોજન, જ્યાં ભૂતકાળના ટ્રેન્ડ્સ, વર્તમાન ડેટા, અને ભવિષ્યના અનુમાનોને દીર્ઘકાલિન નિર્ણયો માટે વિચારમાં લેવામાં આવે છે.

- **સુધારા:** ઐતિહાસિક વિશ્લેષણ, વર્તમાન સ્થિતિ મૂલ્યાંકન, અને ભવિષ્યવાણીમાં કુશળતાઓ વિકસાવો. મલ્ટિ-કાલિક આયામોને ધ્યાનમાં રાખીને રણનીતિ ઘડવા માટે SWOT* વિશ્લેષણ જેવા સાધનોનો ઉપયોગ કરો.

- **સુધારણા સૂચન:** આ મોડેલમાં પ્રિડિક્ટિવ એનાલિટિક્સ અને સ્થિતિ નિયોજનને સમાવિષ્ટ કરો જેથી કાલિક ગતિશીલતા સાથે નિર્ણય લેવાની પ્રક્રિયાઓને વધુ સુધારી શકાય.

આ દરેક સ્થિતિઓમાં, ક્વોટર્નરી માઇન્ડ (Q-સ્થિતિઓ) વ્યૂ સ્થિતિઓની સમાંતર રહેશે, વ્યક્તિના કોગ્નિટિવ ફ્રેમવર્ક માં કેવી રીતે દૃષ્ટિકોણો બનાવાય છે, વિકસાવાય છે, અને તેના પર ક્રિયા કરવામાં આવે છે તે સાથે વર્તન કરે છે. ઇમોશનલ ઇન્ટેલિજન્સ અને સોશિયલ કોગ્નિશનના લાભો અથવા નુકસાનના પાસાઓને સમાવવા શક્ય છે, કારણ કે આ દૃષ્ટિકોણોને કેવી રીતે બનાવવામાં અને નિર્ણયો લેવામાં અત્યંત મહત્વપૂર્ણ ભૂમિકા ભજવે છે. આ મોડેલમાં વધુ એક સ્તર ઉમેરે છે, સ્વીકારતા હોવાથી કે દૃષ્ટિકોણો અલગથી બનાવવામાં નથી આવતા પરંતુ ભાવનાઓ, સામાજિક સંદર્ભો, અને આંતરવ્યક્તિગત ગતિશીલતા દ્વારા પ્રભાવિત છે, જે ફરીથી દૃષ્ટિકોણો દ્વારા બનાવાય છે.

* S શક્તિઓ
W નબળાઈઓ
O તકો
T જોખમો

પરિશિષ્ટ ઈ

ક્વોટર્નરી માઇન્ડ મોડેલનો (QMM) માળખાકીય વિશ્લેષણ

પ્રસ્તાવના

ક્વોટર્નરી માઇન્ડ મોડેલ (QMM અથવા QM^2) જટિલ અસ્તિત્વના સંકલ્પનાઓની સમજણ માટે એક સમગ્ર ઢાંચો પ્રસ્તુત કરે છે, બ્રહ્માંડના મેટાફિઝિકલ મૂળો અને માનવ ચેતનાના ઠોસ વિકાસ વચ્ચેનું અંતર પાટે છે. આ નવીન મોડેલ માત્ર આ જટિલ વિચારોનું માળખાકીય વિભાજન જ પૂરું

પાડતું નથી, પરંતુ કોગ્નિશન, અસ્તિત્વ, અને બ્રહ્માંડ વચ્ચેના સંબંધોને જોવા અને સમજવા માટેનું એક અનન્ય લેન્સ પણ આપે છે. આ પરિશિષ્ટ QMM ના સૈદ્ધાંતિક આધારો અને વ્યાવહારિક અપાયોને સ્પષ્ટ કરે છે, વાચકોને તેની સંકલ્પનાઓ અને પદ્ધતિઓ મારફતે સ્પષ્ટ, પગલા-દર-પગલાની રીતે માર્ગદર્શન કરે છે. આ વિસ્તૃત અન્વેષણ આપીને, QMM મનોવિજ્ઞાન, દર્શનશાસ્ત્ર, અને કોસ્મોલોજિ જેવા વિવિધ ક્ષેત્રોમાં તત્વજ્ઞાનીઓ અને વ્યવહારુઓ માટે અમૂલ્ય સાધન તરીકે પોતાને સ્થાપિત કરે છે, વાસ્તવિકતા અને ચેતનાની બહુસ્તરીય પ્રકૃતિની સમજણ માટે નવી રીતો ખોલી આપે છે.

૧. ચાર સિદ્ધાંતોની વ્યાખ્યા

ચતુષ્કોણીય મન મોડેલ (QMM) માં, ચાર મુખ્ય સિદ્ધાંતો - નિકટતા, નજીકતા, ક્ષમતા, અને ક્રિયા - ચેતના અને અસ્તિત્વની જટિલ ગતિશીલતાને સમજવા માટેનો આધાર રાખે છે. સ્પષ્ટતા અને સંબંધિતતા વધારવા માટે, દરેક સિદ્ધાંત માટે એક નાનકડું ઉદાહરણ અથવા અપ્લિકેશન ઉમેરીએ:

- **નિકટતા (Vcⁿ):**
  - **વ્યાખ્યા:** નિકટતા એટલે જ્ઞાન અને અસ્તિત્વનો સ્થાનિક પાસો.
  - **ઉદાહરણ:** એક ચિત્રકારને સ્ટુડિયોમાં વિચારો. નિકટતા એ સ્ટુડિયોનો જગ્યા પોતે છે, જે ચિત્રકારને તેમના પર્યાવરણ સાથે કેવી રીતે વર્તન કરે છે તેને પ્રભાવિત કરે છે - કેનવાસ સુધીનું અંતર, સાધનોની વ્યૂહરચના, અને ખંડનું વાતાવરણ બધું જ સર્જનાત્મક પ્રક્રિયામાં ભાગ ભજવે છે.

- **નજીકતા (Px^n):**
  - ○ **વ્યાખ્યા:** નજીકતા એ અન્ય એન્ટિટીઝ અથવા વિચારો સાથેના સંબંધાત્મક પાસાને સંબોધે છે.
  - ○ **ઉદાહરણ:** એક ટીમ પ્રોજેક્ટમાં, નજીકતા એ ટીમ સભ્યો વચ્ચેના સંબંધો સાથે સમાન છે - તેઓ કેટલું નજીકથી કામ કરે છે, વાતચીત કરે છે, અને એક બીજાના વિચારો અને દૃષ્ટિકોણોને કેવી રીતે સમજે છે.

- **ક્ષમતા (Ab^n):**
  - ○ **વ્યાખ્યા:** ક્ષમતા એ કોઈ એન્ટિટીમાં હોય તેવી સંભવિત અથવા ક્ષમતાનું પ્રતિનિધિત્વ કરે છે.
  - ○ **ઉદાહરણ:** એક નવી ભાષા શીખી રહેલા વિદ્યાર્થી માટે, ક્ષમતા એ તેમની જન્મજાત ભાષાઈ પ્રતિભા અને અર્જિત કૌશલ્ય છે, જે તેઓ કેટલી અસરકારક રીતે ભાષા શીખે છે અને ઉપયોગ કરે છે તેનું નિર્ધારણ કરે છે.

- **ક્રિયા (Ac^n):**
  - ○ **વ્યાખ્યા:** ક્રિયા એ સંભવિતાનું ઠોસ પરિણામોમાં પ્રગટન છે.
  - ○ **ઉદાહરણ:** રસોઈ કરવામાં, ક્રિયા એ વાસ્તવિક રસોઈ તૈયાર કરવાની પ્રક્રિયા છે - કાપવું, મિક્સ કરવું, ગરમ કરવું - સામગ્રીઓ (સંભવિતા) ને સંપૂર્ણ વાનગી (પરિણામ)   માં રુપાંતરિત કરવું.

૨. ચતુષ્કોણીય મન મોડેલમાં સંબંધોનું નિર્માણ

QMM માં સિદ્ધાંતો એક પ્રગતિશીલ અને આંતરસંબંધિત રીતે વર્તે છે, જે સૂત્રમાં નિરુપિત છે:

- $(Vc^n \wedge Px^n \wedge Ab^n \wedge Ac^n) \rightarrow (Vu^n \wedge SomeOtherFactors_1) \rightarrow (Q^n \wedge SomeOtherFactors_2) \rightarrow (U^n \wedge SomeOtherFactors_3)$

- આ સૂત્રમાં, "$\wedge$" તર્કસંગત સંયોજન "અને" નું સૂચન કરે છે, જે સિદ્ધાંતોના એકીકરણને દર્શાવે છે, જ્યારે "$\rightarrow$" પ્રગતિ અથવા તર્કસંગત અનુમાનનું પ્રતિનિધિત્વ કરે છે, જે આ સિદ્ધાંતોના તબક્કાઓ દ્વારા વિકાસને દર્શાવે છે.

આ સંબંધોને વધુ સ્પષ્ટ અને દૃશ્યમાન કરવા માટે, એક સિમ્ફની બનાવવાની ઉપમા પર વિચારો:

- **સિદ્ધાંતો ઓર્કેસ્ટ્રાના વિભાગો તરીકે:**
  - દરેક સિદ્ધાંત (નિકટતા, નજીકતા, ક્ષમતા, ક્રિયા) એ ઓર્કેસ્ટ્રાના વિભાગો (તારવાધ, વાયુવાધ, પીતળવાધ, તાલવાધ) જેવું છે, જેમાં દરેક તેની અનન્ય આવાજ અને ભૂમિકાનું યોગદાન આપે છે.
  - નિકટતા (Vc^n) એ ઓર્કેસ્ટ્રાના સ્થાનિક વ્યવસ્થાપન જેવું છે, જે કેવી રીતે આવાજ મિશ્રિત થાય છે તેને પ્રભાવિત કરે છે; નજીકતા (Px^n) સંગીતકારો વચ્ચેના પરસ્પર વ્યવહારોને મિલાવે છે; ક્ષમતા (Ab^n) સંગીતકારોની કુશળતાના સ્તરોને દર્શાવે છે; ક્રિયા (Ac^n) સંગીતનું વાસ્તવિક પ્રદર્શન સમાનાંતર છે.

- **તાર્કિક પ્રગતિ તરીકે સિમ્ફનીનું વિકાસ:**
  - સૂત્રની પ્રગતિ ("→") એક સરળ ધૂનથી એક જટિલ રચના સુધીના સિમ્ફનીના વિકાસને દર્શાવે છે, જે દરેક ભાગની સંચયિત અસરને બતાવે છે.
  - સંયોજન "∧" વિવિધ આવાજોને મિશ્રિત કરીને સર્જાતી સંગીતાત્મક સદ્ભાવનું પ્રતિનિધિત્વ કરે છે, જે QMM માં સિદ્ધાંતોના એકીકરણ જેવું છે.

- **સમગ્ર સિમ્ફની તરીકે QMM:**
  - પૂર્ણ સિમ્ફની QMM નું સંપૂર્ણતામાં પ્રતીક છે - એક સુવિકસિત અને ગતિશીલ સિસ્ટમ જ્યાં દરેક ઘટક સમગ્ર પરિણામમાં મહત્વપૂર્ણ ભૂમિકા ભજવે છે.
  - એક એકલ નોટથી એક વિશાળ સંગીત કૃતિ સુધીનું આ વિકાસ QMM ની યાત્રાને દર્શાવે છે, જે મૂળભૂત સંકલ્પનાઓથી ચેતના અને અસ્તિત્વની વધુ ગહન સમજ સુધી છે.

૩. દરેક સિદ્ધાંત પર વિસ્તાર

દરેક સિદ્ધાંત ⁰ (અપરિભાષિત, સંભવિત સ્થિતિ)થી ⁴ (સંપૂર્ણ રીતે સાકાર સ્થિતિ) સુધીના તબક્કાઓમાં વિકસે છે, તેમની ગતિશીલ પરસ્પર ક્રિયા અને વૃદ્ધિને દર્શાવે છે.

તબક્કો	સંભાવિત સ્થિતિ (Vc^n)	સમીપતા (Px^n)	ક્ષમતા (Ab^n)	ક્રિયા (Ac^n)
0 સંભાવિત સ્થિતિ)	અનિર્ધારિત સ્થાનિક રીત, ખાલી કેનવાસ જેવું.	અનિર્ધારિત સંબંધાત્મક પરિસ્થિતિ, પૃથક્કરણ અથવા અસ્પર્શિત સંભાવનાનું પ્રતીક.	સુપ્ત ક્ષમતાઓ, વિકાસ માટે શરતોની રાહ જોતું બીજ જેવી.	ક્રિયાની અનુપસ્થિતિ, અનવરત શક્યતાઓનું પ્રતિનિધિત્વ.
1 પ્રારંભિક વિકાસ	સ્થાનિક જાગૃતિનું ઉદય, કેનવાસ પરની પ્રથમ રેખાઓ જેવું.	મૂળભૂત સંબંધોની ઓળખ, નિકટતામાં મુખ્ય તત્વોની ઓળખ જેવું.	મૂળભૂત ક્ષમતાઓનું જાગરણ, અંકુરણ થતું બીજ જેવું.	સરળ ક્રિયાઓ, ચિત્રમાં પ્રથમ ફૂંકણીઓ જેવી.
2 મધ્યમ તબક્કો	નક્કી કરેલું સ્થાનિક સમજ, સ્કેચ કરેલી આઉટલાઇન જેવું.	સ્પષ્ટ સંબંધાત્મક ગતિકીઓ, અવકાશમાં તત્વોની અંતર્ક્રિયાની સમજ જેવું.	વધારાયેલી ક્ષમતાઓ, વિકસતું છોડ જેવું.	વધુ જટિલ ક્રિયાઓ, પ્રગતિશીલ ચિત્રકામ જેવી.
3 ઉન્નત વિકાસ	જટિલ સ્થાનિક ધારણાઓ, વિગતવાર નકશો જેવી.	જટિલ સંબંધો, પૂર્ણપણે રચાયેલા સંકલનોનું નેટવર્ક જેવું.	ઉચ્ચ વિકસિત ક્ષમતાઓ, પરિપક્વ છોડ જેવું.	સંકીર્ણ ક્રિયાઓ, ચિત્રમાં જટિલ વિગતો ઉમેરવી જેવી.
4 પૂર્ણપણે પ્રાપ્ત સ્થિતિ	પૂર્ણ સ્થાનિક કુશળતા, પૂર્ણ કરેલો નકશો જેવું.	ગાઢ, નિખાલસ સંબંધાત્મક સમજ, અંતરસંકલનોનું જાળ જેવું.	સંપૂર્ણપણે પ્રાપ્ત ક્ષમતાઓ, પૂર્ણ ખીલેલું છોડ જેવું.	જટિલ, હેતુપૂર્ણ ક્રિયાઓ, ઉત્કૃષ્ટ કૃતિનું પૂર્ણાહુતિ જેવી.

આ કોષ્ટક દરેક સિદ્ધાંતના વિકાસને ટ્રેસ કરે છે, QMM ના તબક્કાઓ દ્વારા તેમના વિકાસનું સ્પષ્ટ ચિત્ર પૂરું પાડે છે. તે મોડેલમાં નિકટતા, નજીકતા, ક્ષમતા, અને ક્રિયાના ગતિશીલ વિકાસને સમજવાની માળખાકીય રીત પૂરી પાડે છે, તેમની અન્તર્નિહિત સ્થિતિથી લઈને તેમના સંપૂર્ણ સાકાર સ્વરૂપ સુધી. આ કથાત્મક ચિત્રણ દ્વારા, સિદ્ધાંતોની વૃદ્ધિને દૃશ્યમાન બનાવી શકાય છે, જે QMM ની વ્યાપક પ્રકૃતિ અને ચેતના તથા અસ્તિત્વની સમજમાં તેના અપ્લિકેશનને સમજવામાં મદદ કરે છે.

૪. વધારાની સંકલ્પનાઓનું એકીકરણ

ચતુષ્કોણીય મન મોડેલ (QMM) માં, વધારાની સંકલ્પનાઓનું એકીકરણ ફ્રેમવર્કને સમૃદ્ધ અને ગાઢ બનાવવામાં મહત્વપૂર્ણ ભૂમિકા ભજવે છે. આ વિભાગ "SomeOtherFactors" શબ્દને સ્પષ્ટ કરે છે અને આ ફેક્ટર્સ શું છે અને મોડેલમાં તેમની મહત્વપૂર્ણ ભૂમિકા શું છે તેનું વર્ણન કરે છે.

- **"SomeOtherFactors" નું સ્પષ્ટીકરણ:**
  - "SomeOtherFactors" એ નિકટતા, નજીકતા, ક્ષમતા, અને ક્રિયાના મૂળ સિદ્ધાંતો સાથે અંતર્ક્રિયા કરતા વધારાના તત્વોનો સમૂહ છે.
  - આ ફેક્ટર્સમાં મનોવૈજ્ઞાનિક તત્વો (જેમ કે ભાવનાત્મક બુદ્ધિમત્તા અને જ્ઞાનાત્મક પૂર્વગ્રહો), પર્યાવરણીય પ્રભાવો (જેમ કે સામાજિક-સાંસ્કૃતિક અને આર્થિક સંદર્ભો), અને કાલિક પાસાઓ (જેમ કે ઐતિહાસિક અને ભવિષ્યના આગાહીઓ) શામેલ છે.
  - તેઓ સિદ્ધાંતોના સંશોધકો અથવા વર્ધકો તરીકે કામ કરે છે, મોડેલને વધુ જટિલતા અને યથાર્થતાના સ્તરો ઉમેરીને.

- **સૂત્રમાં સમાવિષ્ટિ:**

  - "SomeOtherFactors" નું QMM સૂત્રમાં એકીકરણ તેની વ્યાખ્યાત્મક શક્તિને વધારે છે.
  - હવે સૂત્ર આ રીતે વાંચાય છે: $(Vc^n \wedge Px^n \wedge Ab^n \wedge Ac^n) \rightarrow Vu^n \wedge (Vu^n \wedge Va^n \rightarrow Sy^n) \wedge (Sy^n \rightarrow Rs^n) \wedge (Rs^n \rightarrow Q^n) \wedge (Q^n \rightarrow U^n)$, જ્યાં દરેક તીર માત્ર પ્રગતિનું જ નહીં પરંતુ "SomeOtherFactors" નું પ્રત્યેક સંક્રમણને આકાર આપવામાં પ્રભાવ દર્શાવે છે.
  - ઉદાહરણ તરીકે, મૂલ્યોથી (Va^n) સિસ્ટમ્સ (Sy^n) સુધીના સંક્રમણમાં, "SomeOtherFactors" માં સાંસ્કૃતિક નિયમો અને નૈતિક વિચારણાઓ શામેલ હોઈ શકે છે, જે કઈ રીતે મૂલ્યોને સિસ્ટમેટાઇઝ અને ઓપરેશનલાઇઝ કરવામાં આવે છે તેને પ્રભાવિત કરે છે.

- **ભૂમિકા અને મહત્વ:**

  - "SomeOtherFactors" નું સમાવિષ્ટિથી, QMM એક બહુઆયામી દૃષ્ટિકોણ પ્રાપ્ત કરે છે, જે વિવિધ તત્વો વચ્ચેની અંતર્ક્રિયાની વધુ સૂક્ષ્મ સમજ માટે અનુમતિ આપે છે.
  - આ ફેક્ટર્સ સુનિશ્ચિત કરે છે કે મોડેલ એક શૂન્યમાં અસ્તિત્વમાં નથી પરંતુ વિવિધ ચલો સાથે સતત અંતર્ક્રિયા અને પ્રભાવિત થઈ રહ્યું છે.
  - આ દૃષ્ટિકોણ QMM ને ગતિશીલ અને અનુકૂલનશીલ રહેવા દે છે, વાસ્તવિક વિશ્વની જટિલ પરિસ્થિતિઓ અને માનવ જ્ઞાનને પ્રતિબિંબિત કરે છે.

પ. મોડેલનું અપ્લિકેશન

ચતુષ્કોણીય મન મોડેલ (QMM) નું અપ્લિકેશન માત્ર સૈદ્ધાંતિક રચનાઓ પર નહીં પરંતુ વિવિધ પરિસ્થિતિઓમાં લાગુ પડતા અદ્ભુત બહુમુખીતા અને ગહનતા દર્શાવે છે. આ વિભાગ બતાવે છે કે કેવી રીતે મોડેલને વિશાળ રીતે ભિન્ન પરિદૃશ્યોમાં, જેમ કે મહાન એકત્રતા અને માનવ સંકલ્પના, કુશળતાપૂર્વક ઉપયોગ કરી શકાય છે, જેનું વ્યાપક અપ્લિકેબિલિટી અને ગહન પ્રભાવોનું પ્રદર્શન કરે છે.

- **મહાન એકત્રતા (U^0):**
    - મહાન એકત્રતાના સંદર્ભમાં, QMM બ્રહ્માંડના જન્મ પહેલાની અસ્તિત્વની સ્થિતિને સમજવામાં મદદ કરે છે.
    - અહીં, QMM નો દરેક સિદ્ધાંત, તેની પ્રારંભિક અવસ્થામાં, બ્રહ્માંડની શરૂઆતે તેની અનંત સંભવિતા અને અપરિભાષિત પ્રકૃતિને પ્રતિબિંબિત કરે છે.
    - આ અપ્લિકેશન મોડેલની કોસ્મિક-સ્કેલની ઘટનાઓ સાથે જોડાણ કરવાની ક્ષમતા પર ભાર મૂકે છે, જે આપણને બ્રહ્માંડની ઉત્પત્તિ અને વિકાસને સમજવા અને તપાસવા માટેનું અનન્ય લેન્સ પૂરું પાડે છે.

- **માનવ સંકલ્પના ($U\Psi^0$): (પ્સાઇ):** વ્યક્તિનું એકત્રિત દૃષ્ટિકોણ.
    - માનવ સંકલ્પના પર લાગુ પાડતાં, QMM માનવ અસ્તિત્વને તેના પ્રારંભિક તબક્કાથી આકાર આપતી સંભવિતાઓને સમજવાનું ઢાંચું પૂરું પાડે છે.
    - તે આપણને માનવ મન અને ચેતનાને પ્રાગસ્થિતિના બિંદુથી સમજવામાં મદદ કરે છે, જે કેવી રીતે અંતર્નિહિત ગુણધર્મો અને ક્ષમતાઓ વ્યક્તિના જીવન દરમિયાન વિકસે છે અને પ્રગટ થાય છે તે પર પ્રકાશ પાડે છે.

○ આ મોડેલની વ્યક્તિગત વિકાસપ્રક્રિયાઓમાં અંતર્દૃષ્ટિ આપવાની ક્ષમતાને દર્શાવે છે, અમૂર્ત સિદ્ધાંતોને માનવ અનુભવો અને વૃદ્ધિ સાથે જોડે છે.

આવા વિવિધ પરિદૃશ્યોમાં QMM નું અપ્લિકેશન કરવાથી, આપણે તેની મજબૂતી અને અનુકૂલનક્ષમતાની પુષ્ટિ માત્ર કરતા નથી, પરંતુ અસ્તિત્વના પ્રશ્નોના વિશાળ પટલ પર અર્થપૂર્ણ વ્યાખ્યાઓ પૂરી પાડવાની તેની ક્ષમતાને પણ ઉજાગર કરીએ છીએ. ભલે ને તે બ્રહ્માંડની વિશાળ જટિલતાઓને સમજવાનો હોય કે માનવ ચેતનાના જટિલ વિકાસને સમજવાનો હોય, QMM એક અમૂલ્ય સાધન સાબિત થાય છે, જે અસ્તિત્વના મૂળ તાણાવાણા અને મેક્રોકોસ્મિક તેમ જ માઇક્રોકોસ્મિક ક્ષેત્રોમાં ચેતનાના વિકાસમાં ગહન અંતર્દૃષ્ટિ આપવામાં સક્ષમ છે.

૬. દરેક તબક્કાનું વ્યાખ્યાન

ચતુષ્કોણીય મન મોડેલ (QMM) માં, સિદ્ધાંતોના દરેક તબક્કા – નિકટતા, નજીકતા, ક્ષમતા, ક્રિયા, દૃષ્ટિકોણ, મૂલ્યો, સિસ્ટમ્સ, અને પરિણામો – ગહન રુપાંતરણ પસાર થાય છે, જે અનંત સંભવિતાથી વાસ્તવિકતામાં રુપાંતરણની યાત્રાને દર્શાવે છે. આ વિભાગ આ તબક્કાઓના મહત્વ અને વિકાસમાં વધુ ઊંડાણથી ખોદકામ કરે છે:

- **નિકટતા, નજીકતા, ક્ષમતા, ક્રિયા ⁰ (નિષ્ક્રિય સંભવિતા) પર:**
  ○ આ મૂળભૂત તબક્કામાં, દરેક સિદ્ધાંત નિષ્ક્રિય સંભવિતાની સ્થિતિમાં અસ્તિત્વમાં છે.
  ○ નિકટતા (Vc^0) અને નજીકતા (Px^0) અપરિભાષિત સ્થાનિક અને સંબંધાત્મક પાસાઓનું પ્રતિનિધિત્વ કરે છે, જેમ કે અનઅન્વેષિત નકશો અથવા ખાલી કેનવાસ, જ્યાં શક્યતાઓ અનંત છે પરંતુ હજુ સુધી સાકાર નથી થઈ.

- ○ ક્ષમતા અને ક્રિયા (Ab^0, Ac^0) અનપેક્ષિત ક્ષમતાઓ અને હજુ સુધી ન કરાયેલી ક્રિયાઓ માટે ઊભા રહે છે, જેવું કે વૃદ્ધિની સંભવિતા ધરાવતું બીજ પરંતુ હજુ સુધી અંકુરિત નથી થયું.

- **દૃષ્ટિકોણ (Vu^0 - સર્વવ્યાપી પરિપ્રેક્ષ્ય):**
  - ○ આ તબક્કો સમય અને સ્થળની સામાન્ય મર્યાદાઓથી મુક્ત, અનંત પરિપ્રેક્ષ્ય દ્વારા વર્ણવામાં આવે છે.
  - ○ એવી ચેતનાની સ્થિતિની કલ્પના કરો જ્યાં દરેક શક્યતા એક સાથે અસ્તિત્વમાં છે, માનો કે ઉંચાઈથી અને અનિયંત્રિત દૃષ્ટિકોણથી બ્રહ્માંડને જોવાનું.
  - ○ Vu^0 માં, દૃષ્ટિકોણો વર્તમાન વાસ્તવિકતા દ્વારા મર્યાદિત નથી, કલ્પનાશીલ અને નવીન વિચાર પ્રક્રિયાઓ માટે સ્થળ પૂરું પાડે છે.

- **મૂલ્યો, સિસ્ટમ્સ, પરિણામો ^{0} (સાકારણ માટે પ્રતીક્ષા):**
  - ○ અહીં, સંકલ્પનાત્મક ઢાંચાઓ અને સંભવિત પરિણામો હજુ સુધી પ્રગટ નથી થયા.
  - ○ મૂલ્યો (Va^0) એ નૈતિક અને ધાર્મિક માનદંડોના બીજ સમાન છે, જે હજુ સુધી નિર્ણયો અથવા ક્રિયાઓને પ્રભાવિત કરતા નથી.
  - ○ સિસ્ટમ્સ (Sy^0) એ અર્વાચીન રચનાઓ અને પ્રક્રિયાઓનું પ્રતિનિધિત્વ કરે છે, માનો કે હજુ સુધી એસેમ્બલ ન કરાયેલી જટિલ મશીનનો નક્શો.
  - ○ પરિણામો (Rs^0) એ ક્રિયાઓ અને નિર્ણયોના અપેક્ષિત પરિણામો છે, જેમ કે હજુ સુધી લખાયેલી કહાની.

મૂળભૂત રીતે, QMM માં ^{0} તબક્કો શુદ્ધ સંભવિતાનું ક્ષેત્ર સૂચવે છે, જ્યાં દરેક સિદ્ધાંત અનંત શક્યતાઓ ધરાવે છે. આ તબક્કો દરેક પાસાના પછીના

વિકાસ અને પરિપક્વતા માટેનો આધાર મૂકે છે, જેમ તેઓ મોડેલના ઉચ્ચ તબક્કાઓ તરફ વાસ્તવિકતા અને સાકારણ તરફ પ્રવાસ કરે છે.

૭. ચતુષ્કોણીય મનને અસ્તિત્વની પ્રગતિ સાથે જોડવું

ચતુષ્કોણીય મન મોડેલ માત્ર એક સૈદ્ધાંતિક ઢાંચો તરીકે જ નથી ઉભરતું, પરંતુ તે વ્યક્તિગત ચેતના અને બ્રહ્માંડની વ્યાપક અસ્તિત્વની કથા વચ્ચેનું ગહન સંયોજક પણ છે. Q^0 ની અપ્રાપ્ય સંભવિતાથી લઈને Q^4 ની પૂર્ણપણે સાકાર ચેતના સુધીની યાત્રાને અનુસરીને, મોડેલ U^0 ની નવોદિત એકત્રતાથી લઈને U^4 ના જટિલ, બહુમુખી બ્રહ્માંડ સુધીના મહાન બ્રહ્માંડીય વિકાસને પ્રતિબિંબિત કરે છે.

આ સંબંધને સમજાવવા માટે, બીજ અને વૃક્ષનું ઉદાહરણ લો. તેની પ્રારંભિક સ્થિતિમાં (Q^0), બીજની જેમ, મન પોતાની અંતર્નિહિત સંભવિતા ધરાવે છે, અપરિભાષિત અને નિષ્ક્રિય. જેમ જેમ બીજ તેની યાત્રા શરૂ કરે છે, અંકુરણ અને વિવિધ તબક્કાઓમાં (Q^1 થી Q^3) વધતું જાય છે, તે ધીમે ધીમે તેની સંભવિતાને પ્રગટ કરે છે, જેમ મન ચેતના અને સમજણના તબક્કાઓ દ્વારા વિકસે છે. અંતે, બીજ સંપૂર્ણ વૃદ્ધ વૃક્ષ બની જાય છે (Q^4), જે તે મનને દર્શાવે છે જે તેની સાકારણ અને સમજણની ચરમ સીમા પર પહોંચ્યું છે, પૂર્ણપણે એકીકૃત અને તેના પર્યાવરણ પ્રતિ સંવેદનશીલ.

આમ જ, બ્રહ્માંડ, એકત્રતાના બિંદુથી (U^0) – અપરિભાષિત પરંતુ અપાર સંભવિતાની સ્થિતિથી – પરિવર્તનાત્મક યાત્રા કરે છે. બ્રહ્માંડીય ઘટનાઓ અને વિકાસાત્મક પ્રક્રિયાઓના તબક્કાઓ (U^1 થી U^3) દ્વારા ચિહ્નિત, તે ફેલાય છે અને વિવિધતા પ્રાપ્ત કરે છે, જે વર્તમાન સ્થિતિ (U^4) તરફ લઈ જાય છે – આકાશગંગાઓ, તારાઓ, અને જીવનનું સમૃદ્ધ ટેપેસ્ટ્રી, જે તેની જટિલતા અને વિવિધતામાં પરિપક્વ વૃક્ષ જેવું છે. આમ જ, બ્રહ્માંડ, એકત્રતાના બિંદુથી (U^0) – અપરિભાષિત પરંતુ અપાર સંભવિતાની સ્થિતિથી – પરિવર્તનાત્મક યાત્રા કરે છે. બ્રહ્માંડીય ઘટનાઓ અને વિકાસાત્મક પ્રક્રિયાઓના તબક્કાઓ (U^1 થી

U³) દ્વારા ચિહ્નિત, તે ફેલાય છે અને વિવિધતા પ્રાપ્ત કરે છે, જે વર્તમાન સ્થિતિ (U^4) તરફ લઈ જાય છે – આકાશગંગાઓ, તારાઓ, અને જીવનનું સમૃદ્ધ ટેપેસ્ટ્રી, જે તેની જટિલતા અને વિવિધતામાં પરિપક્વ વૃક્ષ જેવું છે.

નિષ્કર્ષ

ચતુષ્કોણીય મન મોડેલની આ તપાસણીને સમાપ્ત કરતાં, જટિલ અસ્તિત્વ સંબંધિત સંકલ્પનાઓની સમજણમાં તેના વર્તમાન યોગદાન સાથે સાથે તેની ભાવિ અપ્લિકેશનો અને પરિણામોની સંભવિતાને ઓળખવી મહત્વપૂર્ણ છે. QMM એક બહુમુખી અને ગતિશીલ ઢાંચો પૂરો પાડે છે જેને માનસશાસ્ત્ર અને મનોવિજ્ઞાનથી લઈને ખગોળ ભૌતિકશાસ્ત્ર અને દર્શનશાસ્ત્ર સુધીના વિવિધ ક્ષેત્રોમાં અનુકૂળન કરી શકાય છે. બ્રહ્માંડની ઉત્પત્તિથી લઈને માનવ ચેતનાની જટિલતાઓ સુધીના વિવિધ સંકલ્પનાઓને જોડવાની તેની ક્ષમતા અંતર ક્ષેત્રીય સંશોધન અને અન્વેષણ માટે એક અનન્ય સાધન પૂરું પાડે છે.

આગળ જોતાં, QMM ની માનસિક પ્રક્રિયાઓ અને અસ્તિત્વ સંબંધિત પ્રશ્નોની સમજણમાં અમારી પદ્ધતિને ક્રાંતિકારી રીતે બદલવાની ક્ષમતા છે. તે ન્યૂરોસાયન્સિક સંશોધનમાં નવા દૃષ્ટિકોણ પૂરું પાડી શકે છે, જે આપણને મગજ વિવિધ ચેતના સ્થિતિઓ વચ્ચે કેવી રીતે નેવિગેટ કરે છે તેની સમજણ વધારવામાં મદદ કરે છે. કૃત્રિમ બુદ્ધિના ક્ષેત્રે, તે માનવીય માનસિક પ્રક્રિયાઓને પ્રતિબિંબિત કરતા વધુ ઉન્નત અને સૂક્ષ્મ AI સિસ્ટમોના વિકાસને માહિતી પૂરી પાડી શકે છે.

વધુમાં, QMM ના દાર્શનિક અને અસ્તિત્વના પરિણામોને અતિશયોક્તિપૂર્વક મૂલ્યાંકન કરી શકાય નહીં. જ્યારે આપણે મોડેલમાં વધુ ઉંડાણથી ખોદકામ કરીએ છીએ, ત્યારે આપણે ચેતનાના સ્વરૂપ, મન અને પદાર્થ વચ્ચેના અંતરસંબંધો, અને આપણા બ્રહ્માંડની મૂળભૂત રચના વિશેના જૂના પ્રશ્નો વિશે નવી અંતદૃષ્ટિ મેળવી શકીએ.

મૂળભૂત રીતે, ચતુષ્કોણીય મન મોડેલ માત્ર એક સૈદ્ધાંતિક ઢાંચો નથી પરંતુ અનવેષણના અજાણ્યા બૌદ્ધિક પ્રદેશોનું દ્વાર છે. તેની સતત સુધારણા અને અપ્લિકેશન અસ્તિત્વની કેટલીક સૌથી ગહન રહસ્યોને પ્રકાશમાં લાવવાનું વચન આપે છે, અને આપણને આપણે હજી સુધી કલ્પના ન કરેલ રીતે વાસ્તવિકતાના મૂળ તત્વને સમજવા, અન્વેષણ કરવા અને સમજવાનું આમંત્રણ આપે છે.

લેખકનો વિનમ્ર નોંધ: આ પરિશિષ્ટ એક સંકલ્પનાત્મક કાર્ય પ્રગતિપથ પર છે અને આપણી સમજ અને QMM પોતાની વિકસતી પ્રકૃતિને દર્શાવતા વધુ ફેરફારો અને સુધારાઓથી પસાર થઈ શકે છે.

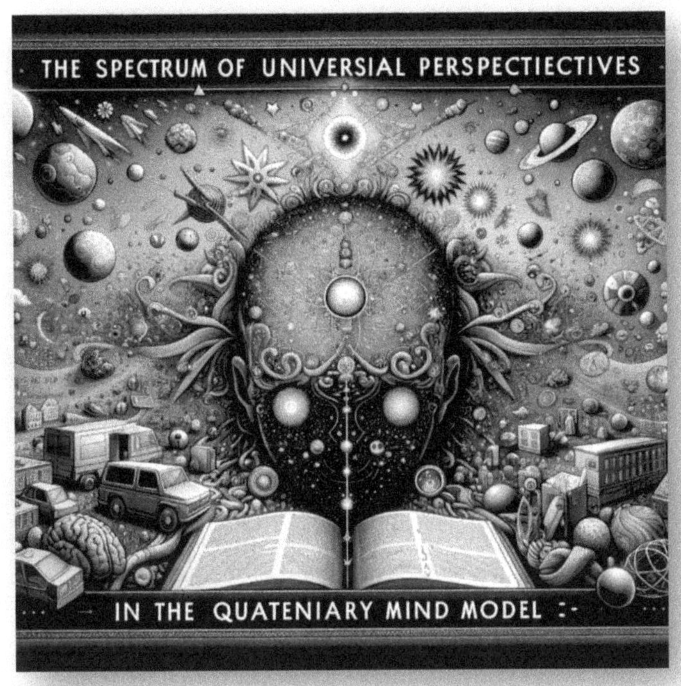

પરિશિષ્ટ એફ

ચતુષ્કોણીય મન મોડેલ (QMM) માં બ્રહ્માંડીય દૃષ્ટિકોણોનો પટલ

કોસ્મિક અને ખગોળશાસ્ત્રીય એન્ટિટીઝ:

U — "U" (યુપ્સિલોન): મહાન એકત્રતાનું એકીકૃત દૃષ્ટિકોણ. (નોંધ: "U" મોટા અક્ષરમાં લેટિનમાં છે)

UΞ — "Ξ" (ઝાય): બ્રહ્માંડનું એકીકૃત દૃષ્ટિકોણ.

UΔ — "Δ" (ડેલ્ટા): પૃથ્વીનું એકીકૃત દૃષ્ટિકોણ.

UΣ — "Σ" (સિગ્મા): સોલાર સિસ્ટમનું એકીકૃત દૃષ્ટિકોણ.

UΛ — "Λ" (લેમ્બડા): ચંદ્રમાઓનું એકીકૃત દૃષ્ટિકોણ.

UΠ — "Π" (પાઇ): ગ્રહોનું એકીકૃત દૃષ્ટિકોણ.

UA — "A" (આલ્ફા): ક્ષુદ્રગ્રહોનું એકીકૃત દૃષ્ટિકોણ.

UM — "M" (મ્યુ): ઉલ્કાઓનું એકીકૃત દૃષ્ટિકોણ.

UK — "K" (કાપ્પા): ધૂમકેતુઓનું એકીકૃત દૃષ્ટિકોણ.

UH — "H" (એટા): તારાઓનું એકીકૃત દૃષ્ટિકોણ, અમારા સૂર્ય સહિત.

UZ — "Z" (ઝીટા): આકાશગંગાઓનું એકીકૃત દૃષ્ટિકોણ.

UX — "X" (ખાઇ): બ્લેક હોલ્સનું એકીકૃત દૃષ્ટિકોણ.

માનવતા અને સમાજ:

UΩ — "Ω" (ઓમેગા): માનવતાનું એકીકૃત દૃષ્ટિકોણ.

UΘ — "Θ" (થીટા): સંયુક્ત રાષ્ટ્રોનું એકીકૃત દૃષ્ટિકોણ.

UΓ — "Γ" (ગામા): સરકારોનું એકીકૃત દૃષ્ટિકોણ.

UB — "B" (બીટા): વ્યાપાર અથવા વાણિજ્યનું એકીકૃત દૃષ્ટિકોણ.

UΦ — "Φ" (ફાઇ): નાણાં અથવા નાણાકીય સિસ્ટમોનું એકીકૃત દૃષ્ટિકોણ.

UΨ — "Ψ" (પ્સાઇ): વ્યક્તિનું એકીકૃત દૃષ્ટિકોણ.

સૂક્ષ્મ અને ઉપપરમાણુક સ્તરો:

UP   - "P"   (રો): પરમાણુઓનું એકીકૃત દૃષ્ટિકોણ.

UPA   - "PA" (રો-આલ્ફા): પ્રોટોન્સનું એકીકૃત દૃષ્ટિકોણ.

UPB   - "PB" (રો-બીટા): ન્યુટ્રોન્સનું એકીકૃત દૃષ્ટિકોણ.

UPΓ   - "PΓ" (રો-ગામા): ઇલેક્ટ્રોન્સનું એકીકૃત દૃષ્ટિકોણ.

આભાર

આ પુસ્તક લખવામાં, મારા જીવન અને કામ પર અમિટ છાપ છોડનાર વિવિધ અને અસાધારણ લોકોના સમૂહ દ્વારા હું ગહન રીતે પ્રભાવિત થયો છું. તેમના યોગદાન માટે મારો સૌથી ઊંડો આભાર.

દસ વર્ષની ઉંમરથી જ કડક મહેનતનું મૂલ્ય શીખવનાર અને માલિકના પુત્રને પાર જોયા વગર મને શીખવનાર Snake River Trout Company અને 1000 Springs Rainbow Trout ના સમર્પિત કર્મચારીઓને. તળાવમાંથી મારા બચાવ અને મને સોંપાયેલી જવાબદારીઓ મારા વિકાસમાં મહત્ત્વપૂર્ણ રહી છે.

હું Buhl, Idaho અને Immaculate Conception School ના તમામ શિક્ષકોનો ગહન આભારી છું. મારી પ્રારંભિક અનિચ્છા છતાં, હવે હું તમે મૂકેલા આધાર અને તમારી સમર્પણાથી ઉદ્ભવેલી તકોને મૂલ્યવાન માનું છું, જેમાં Twin Falls County Fair માં મળેલું યાદગાર તળેલું ટ્રાઉટ પણ સામેલ છે.

ફાધર Jerome O'Connor નો ખાસ આભાર, જેમની બુદ્ધિ, બાઇબલના શ્લોક "જેને ઘણું આપવામાં આવે છે, તેનાથી ઘણું અપેક્ષિત છે," મારા જીવનનો માર્ગદર્શક સિદ્ધાંત રહ્યો છે. મારા ચરિત્રને આકાર આપનાર સખ્ત શિસ્તના નન્સનો હું કાયમી આભાર માનું છું.

હું St. Martin's High School ના પુરોહિતોનો ગહન ઋણી છું, ખાસ કરીને ફાધર Conrad Rausch નો. તેમણે મારા પર મૂકેલો વિશ્વાસ, ભૂલોના સમયમાં પણ, મને પ્રાયશ્ચિત અને વૃદ્ધિના માર્ગ પર મૂક્યો.

મારો સમય University of Utah માં, વિશેષ રીતે કમ્પ્યુટર સાયન્સ બિલ્ડિંગમાં, એક મહત્વપૂર્ણ વળાંક લાવ્યો, જેણે મને San Francisco માં Fireman Fund Insurance માં એક યાદગાર ઉનાળુ સીઝન તરફ લઈ ગયો. આ અનુભવ મારી કારકિર્દીની દિશામાં નિર્ણાયક હતો.

Glen H. Fredholm અને Anacortes, Washington ના સમુદાયને: મારી વિવિધ કાર્યો માટે ઉપયોગી નાવની કલ્પનાને સાકાર કરવામાં તમારા સહયોગે Homer, Alaska અને તેનાથી પરના અદ્ભુત સાહસોનું માર્ગ પ્રશસ્ત કર્યો.

Anchorage ના રિયલ એસ્ટેટ ઉધોગમાં મારા સહકર્મીઓ અને મિત્રો પ્રેરણા અને શીખવાનું સતત સ્ત્રોત રહ્યા છે. ત્યાં મેળવેલા નૈતિક સિદ્ધાંતો અને વ્યાવસાયિક માનદંડો હંમેશા માટે મારી સાથે રહેશે.

Lewis R. "Lew" Hunter, Pamela Hunter અને 2013 Superior Summer Screenwriting Colony માં મારા સહપાઠીઓનો ખાસ આભાર. Lewનો પ્રોત્સાહન, "લખતા રહો, પ્રિય ગ્રેગ," અને અરિસ્ટોટલની શિક્ષાઓમાં તેમની અંતર્દૃષ્ટિ અત્યંત પ્રભાવશાળી રહી છે.

મારો આભાર Publishing.com અને તેના સમર્પિત સામાહિક કોયો તરફ, જેમણે મારા લેખનને નવો આયામ આપ્યો છે. ChatGPT જેવી કૃત્રિમ બુદ્ધિમત્તા અને DALL-E જેવી ચિત્રણ ટેક્નોલોજિઓએ મારી લેખન શૈલી અને પ્રક્રિયામાં મૌલિક ફેરફાર કર્યો છે. Atticus.io ના સપોર્ટ સ્ટાફે ફોર્મેટિંગમાં અને Audiate® એ તેની સ્પીચ-ટુ-ટેક્સ્ટ સુવિધાઓ સાથે મારી કાર્યશૈલીમાં નવીનતા ઉમેરી છે. Grammarly ના ચોરી ચકાસણી સાધનો અને Snagitના પુસ્તક કવર ડિઝાઇનિંગ સાધનોએ પણ મહત્વપૂર્ણ ભૂમિકા ભજવી છે. તેમજ, Suspicious Observers ના Ben Davidson નો વિશેષ આભાર, જેના દૈનિક YouTube શોએ મને આકાશગંગાની ધૂળ, તારાનું પાણી, અને સૃષ્ટિના અદ્ભુત રહસ્યો વિશે વિચારવા પ્રેર્યો છે, જેથી મારી લેખન અને સંશોધન પ્રક્રિયા વધુ ગહન બની છે, ભલે ને દરેક વખતે તે સંપૂર્ણ રીતે સાચા ન પણ હોય.

અંતે, મારી જીવનયાત્રાના ભાગ બનનાર દરેકનો મારો સૌથી ઊંડો આભાર, ખાસ કરીને મારું પરિવાર. મારા માતા-પિતાને, જેમનો પરસ્પરનો પ્રેમ મારા જીવનનું મુકુટ મણિ હતું, જેમણે મને શું મહત્વનું છે તે શીખવ્યું. જેમ મારા પિતા કહેતા, "જીવનમાં દરેક વસ્તુની કિંમત છે; તમારો સમય, તમારા પૈસા, અથવા તમારી લાગણી, અને બધી વસ્તુઓમાંથી, સ્ત્રીઓ સૌથી વધુ ખર્ચાળ છે." તેમણે હંમેશા મને ખાતરી આપી કે મારી માતા તેના કરતાં વધારે કિંમતી છે. તમારો મારા પરનો વિશ્વાસ, તમે મને શીખવેલા પાઠો, અને આપણે વહેંચેલા અનુભવો આ પુસ્તકમાં પરિણમ્યા છે. મારી કથાનો ભાગ બનવા બદલ આભાર.

લેખક વિશે

ગ્રેગરી ટોડ "ગ્રેગ" એર્કિન્સ: એક્વાકલ્ચર (જળચર પાલન)થી લેખકત્વ સુધીની યાત્રા

ગ્રેગરી ટોડ "ગ્રેગ" એર્કિન્સની એક્વાકલ્ચરથી લેખનસર્જન સુધીની યાત્રા એ સાહસિક અને પ્રેરણાત્મક વાર્તા છે. ૧૯૫૦માં જેક્સન હોલ, વ્યોમિંગના પર્વતીય દૃશ્યોની પૃષ્ઠભૂમિમાં જન્મેલા ગ્રેગનું જીવન તેમના વિવિધ અનુભવો અને સાહસોથી ભરપૂર છે. બાળપણમાં Buhl, Idaho માં વિશ્વના સૌથી મોટા ટ્રાઉટ ફાર્મ પર ઉછરેલા, તેમની જિંદગીની શરૂઆતથી જ પ્રકૃતિની આસપાસનું વાતાવરણ અને કઠોર પરિશ્રમ તેમનું આધારભૂત તત્વ બન્યું.

તેમના લેખનમાં આ પ્રકૃતિના પ્રેમને બારીકાઈથી સમાવેશ કરવામાં આવ્યો છે, જે Greater You — Greater Us ના પાનાઓ પર સ્પષ્ટ રીતે ઝળહળે છે.

વૉશિંગ્ટનના લેસીમાં સેન્ટ માર્ટિન્સ હાઈ સ્કૂલ બોર્ડિંગ સ્કૂલમાં તેમની શિક્ષણ યાત્રા પરિવર્તનશીલ રહી. ત્યાં તેમને વિવિધ સંસ્કૃતિઓ અને પૃષ્ઠભૂમિઓવાળા સાથીઓની મિત્રતાથી પ્રેરણા મળી, જેણે દરેક વ્યક્તિમાં સારાઈ શોધવાની તેમની દૃષ્ટિ વિકસાવી. આ જ્ઞાન પછી તેમના લેખનમાં ગહન સમાનુભૂતિ અને સમાવેશનું મૂલ્ય ઉમેરે છે.

યુટા યુનિવર્સિટીમાં, ગ્રેગનો માર્ગ ટેક્નોલોજિ અને નવીનતા તરફ વળ્યો. ૧૯૭૨માં વિજ્ઞાનમાં સ્નાતકની ડિગ્રી મેળવીને, તેમણે કમ્પ્યુટર પ્રોગ્રામિંગમાં તેમના કૌશલ્યોને ઘસી, Univac 1108 જેવા મોટા મેઈનફ્રેમ્સ પર પ્રોગ્રામિંગનું માસ્ટરી હાંસલ કર્યું. આ નિપુણતાએ તેમને ૧૯૭૦માં IBM 365s પર કામ કરવાની ઉનાળુ નોકરી તરફ લઈ ગયું, જેણે પછીથી તેમના ઉધમશીલ ઉપક્રમો અને સમસ્યા ઉકેલવાની પદ્ધતિઓને આકાર આપ્યો.

ગ્રેગની જીવનકથા એક સાહસિક નવલકથા જેવી વંચાય છે. Salt Lake City ના સાંસ્કૃતિક દૃશ્યના મધ્યબિંદુમાં House of Music ના માલિક તરીકેથી લઈને The Eagles અને Cheech અને Chong જેવા આઇકોન્સ માટે સ્થાનિક કોન્સર્ટ્સનું આયોજન કરવા સુધી, તેમની સર્જનાત્મકતા અને સંપર્કની કુશળતા સ્પષ્ટ છે. તે સમયની તેમની વાર્તાઓ, જીવન અને સંગીતથી ભરપૂર, ઘણીવાર તેમના પુસ્તકના પાનાઓમાં ગૂંજ શોધી શકાય છે, જે વાચકોને જીવંતતા અને નવીનતાના વીતેલા યુગની ઝલક આપે છે.

૧૯૭૬માં, ગ્રેગની સાહસિક ભાવનાએ તેમને અલાસ્કા તરફ ખેંચ્યા, જ્યાં તેમણે અસાધારણ સાહસોની શ્રેણી પર હાથ મૂક્યો. Homer Spit પર 'End of the Road' ખાતે રહીને, મૂળ Spit Rats પૈકીના એક તરીકે, તેમણે

અલાસ્કાના ગ્રામ્ય જંગલોની કાચી સુંદરતા અને પડકારોને પૂરેપૂરું સ્વીકાર્યું. ખાનગી પાયલોટ તરીકે, તેમણે જોખમી પર્વત શિખરો પર કુશળતાપૂર્વક ઉતરાણ કર્યું, ચુનૌતીપૂર્ણ સ્થિતિઓમાં તેમની નેવિગેશનલ કુશળતાઓને ધારદાર બનાવી. આ હવાઈ નેવિગેશનલ કુશળતાઓએ પછીથી તેમને Seattleથી Adak, Northwestern Alaskan Ports, અને Lake Iliamna જેવા ગંતવ્યો સુધી મુસાફરી કરવામાં સક્ષમ બનાવ્યા. તેમણે Kvichak River ને કુશળતાપૂર્વક પાર કર્યું અને Yukon River સુધી ઉત્તરમાં જઈ શક્યા, મોટર અને માછીમારીના વાહનોનું કુશળ નેવિગેશન કર્યું. આ વિવિધ અનુભવોએ તેમને ન માત્ર આપત્કાલીન સ્થિતિઓ માટે તૈયાર કર્યા પરંતુ લવચીકતા અને અનુકૂલન ક્ષમતાનું તત્વજ્ઞાન પણ આત્મસાત કર્યું, જેના ગૂંજ તેમના લેખનમાં ગહન રીતે અનુભવાય છે.

બાગાયત, સીફૂડ પ્રોસેસિંગ, અને વાણિજ્યિક માછીમારીની દુનિયામાં પ્રવેશ કરતાં, ગ્રેગની નવીન ભાવના ચમકી ઊઠી. Homer High School માં ઇંડાથી ફ્રાય સાલમોન-ઉછેર કાર્યક્રમનું ડિઝાઇનિંગમાં તેમની સંડોવણીએ અલાસ્કા ફિશ એન્ડ ગેમમાં મદદ કરવામાં રસ ધરાવતા વિધાર્થીઓ પર મોટો પ્રભાવ પાડ્યો. હાઈ-સ્પીડ બોટ બિલ્ડર તરીકેની તેમની યાત્રા, Homer માં વાણિજ્યિક માછીમારી, અને પછીની સફળતા એંકરેજમાં રિયલ એસ્ટેટ બ્રોકર તરીકે ગ્રેગની બહુમુખી પ્રતિભાઓ અને વૃદ્ધિ અને ઉત્કૃષ્ટતાની અવિરત ખોજને વધુ ઉજાગર કરે છે - ગુણધર્મો જે હવે તેમના લેખનમાં ચેનલાઇઝ થયા છે.

કદાચ ગ્રેગના જીવનનું સૌથી હૃદયસ્પર્શી પ્રકરણ તેમની હાઇસ્કૂલની પ્રેમિકા સાથે ફરી જોડાણ અને ૪૮ વર્ષો પછી તેમના લગ્નમાં પરિણમવું હતું. આ રોમેન્ટિક વળાંક ન માત્ર તેમની જીવનકથાને હૃદયસ્પર્શી આયામ ઉમેરે છે, પરંતુ તેમના પુસ્તકમાં પાયાના થીમ્સ - આશા, સંપર્ક, અને પ્રેમની અવિરત શક્તિને પણ પ્રતિબિંબિત કરે છે.

ગ્રેગરી એર્કિન્સ માત્ર એક લેખક જ નથી; તે રેનેસાંસ આત્માનું જીવંત સ્વરૂપ છે. લવચીકતા, સર્જનાત્મકતા, અને વ્યક્તિગત વૃદ્ધિની અડગ ખોજ દ્વારા

ચિહ્નિત તેમની યાત્રા, હવે લેખક તરીકે તેમની ભૂમિકામાં નવું સ્વરૂપ શોધે છે. તેમના જીવનનું દરેક પ્રકરણ, વિવિધ અનુભવોથી ભરપૂર, "મહાન તું — મહાન આપણે" માં થીમ્સ અને વાર્તાઓ માટે પ્રેરણાનું સ્ત્રોત બને છે. "મહાન તું — મહાન આપણે" માં અમારી સાથે જોડાઓ અને જાણો કે કેવી રીતે ગ્રેગની અસાધારણ યાત્રા વિવિધતા, સાહસ, અને માનવ આત્માની લવચીકતાની ઉજવણી કરતી પ્રભાવશાળી નેરેટિવ્સમાં ખુલ્લી પડે છે.

BUT THE DREAMS — HAVE REETURNED
THE
END
BUT THE DREAMS HAVE RETURN

અંત